ராமாயணம் எத்தனை ராமாயணம்

ஆசிரியரின் பிற நூல்கள்
[காலச்சுவடு வெளியீடு]

நாட்டார் வழக்காற்றியல்
- சடங்கில் கரைந்த கலைகள் (2009)
- இராமன் எத்தனை இராமனடி (2010)
- அர்ச்சுனனின் தமிழ்க் காதலிகள் (2012)
- வயல்காட்டு இசக்கி (2015)
- முதலியார் ஓலைகள் (2016)
- சீதையின் துக்கம் தமயந்தியின் ஆவேசம் (2018)
- தமிழறிஞர்கள் (2018)
- பூதமடம் நம்பூதிரி (2019)
- அடிமை ஆவணங்கள் (2021)
- தமிழ்ச் சான்றோர்கள் (2022)
- அய்யா வைகுண்டரும் அகிலத்திரட்டும் (2023)
- நித்தியவல்லியின் கடனக்கழிப்பு (2024)

காவியம்
- அத்யாத்ம ராமாயணம்

சமயம்
- சிவாலய ஓட்டம் (ஒரு பாதயாத்திரையின் ஆன்மிக வரலாறு) (2011)

பதிப்பு
- நாஞ்சில் நாட்டு மருமக்கள்வழி மான்மியம் குறுங்காவியம் (கவிமணி), (2008)
- அய்யா வைகுண்டசாமி அருளிய அகிலத்திரட்டு அம்மானை, ஆன்மிகம் (சகாதேவன் சீடர் இரா. அரிகோபாலன்), (2009)
- தமிழ் சமஸ்கிருத செவ்வியல் உறவு

ராமாயணம் எத்தனை ராமாயணம்

அ.கா. பெருமாள் (பி. 1947)

நாட்டார் வழக்காற்றியல் ஆய்வாளர். கிராமங்களில் சிதறிக் கிடக்கும் பன்முகத்தன்மை கொண்ட பண்பாட்டைச் சேகரித்து ஆராய்பவர். இவர் பதிப்பித்ததும் எழுதியதுமான நூல்கள் 105. தமிழக அரசின் சிறந்த நூலாசிரியர் விருதை 'தென்னிந்தியத் தோல்பாவைக் கூத்து' (2003), 'தென்குமரியின் கதை' (2004) ஆகிய நூல்களுக்காக இருமுறை பெற்றிருக்கிறார்.

முகவரி: 471-53B2, 'ரம்யா',
கவிமணி நகர்,
தெ.தி. இந்துக் கல்லூரி தெற்கு
நாகர்கோவில் 629 002.

மின்னஞ்சல்: perumalfolk@gmail.com

அன்பார்ந்த வாசகருக்கு,

வணக்கம்.

காலச்சுவடு நூலை வாங்கியமைக்கு நன்றி.

நூலின் உள்ளடக்கம், உருவாக்கம், அட்டைப்படம் இன்ன பிற அம்சங்கள் பற்றிய உங்கள் கருத்துகளையும் ஆலோசனைகளையும் காலச்சுவடு வரவேற்கிறது. தகவல், எழுத்து, வாக்கியப் பிழைகள் தென்பட்டால் அவசியம் தெரிவித்து உதவுங்கள். நூல் தயாரிப்பில் கடும் குறைபாடு இருப்பின் மாற்றுப் பிரதி உங்களுக்குக் கிடைக்கக் காலச்சுவடு ஏற்பாடு செய்யும்.

மின்னஞ்சல்: publisher@kalachuvadu.com

காலச்சுவடு நாகர்கோவில் அலுவலகத்திற்குக் கடிதம் அனுப்பலாம்.

தங்கள்
எஸ்.ஆர். சுந்தரம் (கண்ணன்)
பதிப்பாளர் — நிர்வாக இயக்குநர்

Unauthorised use of the contents of this published book, whether in e-book or hardcopy format, for any type of Artificial Intelligence (AI) training — including but not limited to Machine Learning, Deep Learning, Natural Language Processing, Computer Vision, Chatbot Training, Image Recognition Systems, Recommendation Engines, and Language Models — is strictly prohibited without prior licensing from the publisher. Any such unauthorised use may result in legal action.

அ.கா. பெருமாள்

ராமாயணம் எத்தனை ராமாயணம்

காலச்சுவடு பதிப்பகம்

ராமாயணம் எத்தனை ராமாயணம் ♦ ஆய்வு ♦ ஆசிரியர்: அ.கா. பெருமாள் ♦ © அ.கா. பெருமாள் ♦ முதல் பதிப்பு: ஜூன் 2025 ♦ வெளியீடு: காலச்சுவடு பப்ளிகேஷன்ஸ் (பி) லிட்., 669, கே.பி. சாலை, நாகர்கோவில் 629001

காலச்சுவடு பதிப்பக வெளியீடு: 1371

raamaayaNam ettanai raamaayaNam ♦ Research ♦ Author: A.K. Perumal ♦ © A.K. Perumal ♦ Language: Tamil ♦ First Edition: June 2025 ♦ Size: Demy 1 x 8 ♦ Paper: 18.6 kg maplitho ♦ Pages: 256

Published by Kalachuvadu Publications Pvt. Ltd., 669 K.P. Road, Nagercoil 629001, India ♦ Phone: 91-4652-278525 ♦ e-mail: publications @kalachuvadu.com ♦ Printed at Mani Offset, Chennai 600077

ISBN: 978-93-6110-777-1

6/2025/S.No. 1371, kcp 5813, 18.6 (1) ass

இளமையில் என்னை விட்டு மறைந்த
அம்மாவிற்கும் அப்பாவிற்கும்

பொருளடக்கம்

முகவுரை	11

ராமாயணம்

1. சுப்பையா ராவ் சொன்ன ராமாயணம்	17
2. அகலிகை	27
3. தமிழ்நாட்டிற்கு ஆந்திரர்களின் ராமாயண நன்கொடை	36
4. ஜாம்பவான்	51
5. ராமாயணம் எத்தனை ராமாயணம்	57
6. ராமன் பேரைச் சொல்லிப் பிழைத்துக்கொண்டிருக்கிறோம்	71
7. கேரளத் தோல்பாவைக் கூத்தில் கம்பன்	81
8. காளி பார்க்கும் கூத்து	90
9. கூத்து மூலப்பனுவல் - ஆடல்பற்று	104
10. ஆடல்பற்று, அயோத்தி காண்டம்	115

தெய்வங்கள்

11. முதலாம் ராஜராஜ சோழனின் குலசாமி	125
12. ஏர் ஆயுதக் கடவுள்	135
13. இந்திரன்: ஆதிகாலக் கடவுள்	145
14. சிற்ப நூல்களில் இந்திரனின் வடிவம்	156
15. இந்திரன் தொடர்பான நாட்டார் கதை	161

16.	சாஸ்தாவின் படிமங்கள்	165
17.	பண்டைக்காலத்தில் சாத்தன் வழிபாடு	171
18.	பூரணையும் புஷ்கலையும்	175
19.	ஏழு பெண் தெய்வங்கள்	184
20.	கல்வெட்டுகளில் உணவும் நைவேத்தியமும்	194
21.	சித்திரை வந்தது, வேங்கை பூத்தது	204
22.	ஆண்டாளின் பாடல்களைப் பாடிப் பரவும் ஒரு கிராமத்து மக்கள்	208
23.	வீரமணிச் சாம்பான் கதை	214
24.	வீணாதி வீணன் கதை	223
25.	புள்ளிச்சட்டிக்காரி அம்மன்	236
	பின்னிணைப்புகள்	249

முகவுரை

அறுபதுகளின் கடைசியில் திருச்சி தினத்தந்தி பதிப்பில் வேலைபார்த்த சமயம் திருச்சி மலைக்கோட்டை வாசலில் இருந்த பழைய புத்தகக் கடைக்கு அடிக்கடி போவேன். பத்திரிகை நிருபர் என்ற எனது அறிமுகம் கடைக்காரருடன் நெருக்க மாகக் காரணமாயிற்று. அது மரியாதையையும் தந்தது. அதனால் பெரும்பாலான புத்தகங்களை விலைக்கு வாங்காமலே புரட்டிப் படிக்க அவகாசம் இருந்தது.

அந்தக் கடைக்காரர் வரதராஜ முதலியார் என்னை ஒருமுறை அவர் வீட்டுக்கு அழைத்தார்; போனேன். அவர் வீட்டுக்குள்ளேயே ஒரு நூல் நிலையம் வைத்திருந்தார். எல்லாம் பழைய புத்தகங்கள். குறிப்பாக ராமாயணம் தொடர்பாக நிறையப் புத்தகங்கள் எனக்கு ராமாயணச் சிந்து கும்மிப் பாடல்களில் அப்போதே ஆர்வம் உண்டு. அவர் சேகரித்த புத்தகங்களையெல்லாம் திருப்பிப் பார்த்தேன். அவற்றில் 19ஆம் நூற்றாண்டில் அச்சிடப்பட்டவையும் உண்டு.

தமிழில் சிந்து கும்மி அம்மானை வடிவங்களில் வந்த ராமாயணப் பாடல்கள் முழுக்கவும் பட்டியலிடப்பட்டிருக்கின்றனவா என்று தெரியவில்லை. நான் ரோஜா முத்தையா செட்டியார் வீட்டிலும் கு. ஆறுமுகப் பெருமாள் நாடாரிடமும் சேகரித்த ராமாயணம் தொடர்பான சிந்து கும்மிப் பாடல்களைப் பட்டியலிட்டு வைத்திருந்தேன். (பின்னிணைப்பில் காண்க).

ராமன் வாழ்ந்த காலத்தின் இறுதிப் பகுதியில் சியவனர், போதாயினர், பரத்வாஜர் ஆகியோர் ராமாயணத்தை இயற்றியதாகச் சொல்லப்படுகிறார்கள். அவை இப்போது கிடைக்கவில்லை. இந்த ராமாயணங்கள் வால்மீகிக்கு முற்பட்ட காலத்தில் இயற்றப்பட்டவை. ராமனின் சமகாலத்திலேயே ராமாயணக் கதை நாட்டார் வழக்கில் செல்வாக்குப் பெற்றிருந்தது என்பதற்குச் சில சான்றுகளை ஆராய்ச்சியாளர்கள் சொல்கிறார்கள்.

ராமனின் மக்களான லவ, குசா இருவரும் அயோத்தி நகரின் வீதிகளில் ராமாயணக் கதையைப் பாடினார்கள் என்னும் செய்தி வால்மீகியின் சமகாலத்திலேயே தமிழக நாட்டார் வழக்காறுகளில் பரவிவிட்டது. படைவீரர்கள், வணிகர்கள் வழியாக இந்தக் கதைகள் இங்கு துணுக்குகள் என்னும் அளவில் பரவியிருக்க வேண்டும். சங்க காலத்தில் முழு ராமாயணக் கதை இருந்ததாகத் தெரியவில்லை. ஆரம்பகாலச் சங்கப் பாடல்களிலிருந்து கலித்தொகைவரை உள்ள சங்கப் பாடல்களின் காலகட்டத்தில் இந்த ராமாயணத் துணுக்குகள் பேசப்பட்டிருக்கின்றன.

தமிழகத்தில் நாட்டார் மரபில் எல்லா இடங்களிலும் பரவலாக வழங்குகின்ற கதைகளும் செய்திகளும் முழுவதும் சேகரிக்கப்பட்டதாகத் தெரியவில்லை. மாவட்டம்தோறும் சேகரிப்பதற்கும் வாய்ப்புண்டு. தமிழக நாட்டார் நிகழ்த்துக் கலைகளில் ராமாயணக் கதை பெரும் செல்வாக்குப் பெற்றிருக்கிறது (எ.கா. தோல்பாவைக் கூத்து, ஒயில் கும்மி). இந்தக் கதைகளும்கூட முழுக்கச் சேகரிக்கப்படவில்லை. 'பார்த்திபராஜா ஒயில் ராமாயண நாடக'த்தை நானும் தோல்பாவைக் கூத்து ராமாயணத்தை மு. ராமசாமியும் சேகரித்து வெளியிட்டிருக்கிறோம். இதுபோன்று வேறு சில ராமாயணக் கதைகளும் வந்திருக்கின்றன. முழுமை அடையாத ராமாயணப் பாடல்கள் சில சேகரிக்கப்பட்டுள்ளன.

தமிழகத்தில் இன்றும் நாட்டார் வழக்கில் உள்ள ராமாயணக் கதைகள் வால்மீகி, கம்பர் ஆகியோருக்குக் கடன்படாதவை. இந்த ராமாயணத் துணுக்குகளை யார் புனைந்தார்கள் என்பதும் புரியாத புதிர். ஒயில் ராமாயண நாடகத்தில் வரும் ராமன் எளிமையான மனிதனாக இருக்கிறான்.

தோல்பாவைக் கூத்தின் இராமன் இன்னும் எளிமையானவன். வாலியைக் கொல்வதற்கு ராமனுக்குத் தகுதி இருக்கிறதா என்பதைச் சோதித்துப் பார்க்கிறான் சுக்ரீவன். ராமனுக்கு இது பிடிக்கவில்லை. இதனால் ராமனுக்கு மனவருத்தம் வருகிறது. சுக்ரீவனுக்குப் பாடம் கற்பிக்க நினைக்கிறான். வாலியும் சுக்ரீவனும்

சண்டையிடும்போது சுக்ரீவன் வாலியிடம் நன்றாக அடிபடட்டும் என்று பேசாமல் இருக்கிறான். கடைசியில் சுக்ரீவன் அடிபட்டு இறக்கப்போகும் தறுவாயில் அவனைக் காப்பாற்றுகிறான். இந்தச் செய்தியை அனுமானிடம் சொல்லும்போது நான் வேண்டுமென்றேதான் சுக்ரீவன் அடிபடட்டும் என்று இருந்தேன், இதை நீ யாரிடமும் சொல்லிவிடாதே என்கிறான். ராமன் இதுபோன்று சாதாரணமாகப் பேசுவதெல்லாம் தோல்பாவைக் கூத்தில் மட்டுமின்றி நாட்டார் மரபிலும் நிறையவே உள்ளன.

இந்தத் தொகுப்பில் ராமாயணம் தொடர்பான ஏழு கட்டுரைகள் உள்ளன. இவை முழுக்கவும் நாட்டார் வழக்காற்றிலிருந்து சேகரிக்கப்பட்ட செய்திகளின் அடிப்படையிலானவை. ஒரு கட்டுரை கேரளத்தில் இன்று வழக்கில் உள்ள தோல்பாவைக் கூத்து தொடர்பானது. இந்தக் கட்டுரை கேரளம் பாலக்காட்டு மாவட்டத்தில் சில கிராமங்களில் சேகரித்த செய்திகளின் அடிப்படையில் எழுதப்பட்டது.

'கேரளத் தோல்பாவைக் கூத்து ஆடல்பற்று' என்னும் பனுவல் இந்தக் கட்டுரைக்கு மிகவும் உதவியது. இந்தப் பனுவலை தில்லி சங்கீத அகாடமி அலுவலகத்திலிருந்து எனக்கு வாங்கித் தந்தவர் காலச்சுவடு கண்ணன். இந்தக் கட்டுரையை இன்னும் விரிவாக எழுதலாம். நான் இந்தக் கட்டுரைக்காக ஆடல் பற்று அயோத்தி காண்டத்தை மட்டுமே பயன்படுத்தியுள்ளேன். மற்றக் காண்டங்களையும் சேகரித்து விரிவான ஒரு நூலைப் பிற ஆய்வாளர் எவரேனும் எழுத வேண்டுமென்று விரும்புகின்றேன்.

இந்த நூலில் 'தெய்வங்கள்' என்னும் தலைப்பில் உள்ள 15 கட்டுரைகளும் நாட்டார் வழக்காற்றுச் செய்திகளுடன் தொடர்புடையவை. இந்தத் தெய்வங்களில் சில பெருநெறி மரபுடன் தொடர்புடையவை என்றாலும் இவற்றில் நாட்டார் மரபின் தாக்கம் உள்ளது. பெருநெறி மரபு, நாட்டார் மரபு இரண்டும் கொடுத்தும் வாங்கியும் தம்மை வளர்த்துக்கொண்டவை. இது தவிர்க்க முடியாதது. நாட்டார் மரபின் வழிபாட்டில் பெருநெறி மரபின் தாக்கம் ஆரம்ப காலத்திலேயே இருந்திருக்கிறது. பெருநெறி மரபின் வழிபாடு, சடங்கு ஆகியவற்றில் சில நாட்டார் மரபிலிருந்து முளைத்தவை என்பதையும் மறுக்க முடியாது. இந்தச் செய்திகளை இக்கட்டுரைகள் கூறுகின்றன.

இந்நூலில் உள்ள கட்டுரைகள் *உங்கள் நூலகம், காக்கைச் சிறகினிலே, காலச்சுவடு, ஆவணம் ஆண்டிதழ், இந்திரன் கோட்டம், இந்து தமிழ் திசை,* 'யாழ்ப்பாணம் ராஜேஸ்வரி அம்மன் கோவில் மலர்' ஆகியவற்றில் வந்தவை.

இந்த இதழ்களின் ஆசிரியர்களுக்கு நன்றி. வெளியிடும் காலச்சுவடு கண்ணன், ஆலோசனை கூறிய அரவிந்தன், பிழைதிருத்தம் செய்த களந்தை பீர்முகமது, பல விதங்களிலும் உதவிய திருப்பதிசாரம் தி.அ. ஸ்ரீனிவாஸன், நூலையும் அட்டையும் வடிவமைத்த வள்ளியூர் வி. பெருமாள், அட்டைக்கான படத்தைத் தந்த தொல்லியல் அறிஞர் வெ. வேதாசலம் ஆகியோருக்கு நன்றி. என்னுடைய எல்லா முயற்சிக்கும் ஆதரவும் உதவியும் அளித்துவரும் பேராசிரியர் முனைவர் தம்பி.தெ.வே. ஜெகதீசனுக்கும் கல்வெட்டு ஆய்வாளர் செந்தீ நடராசன் அண்ணாச்சிக்கும் என் நிறைந்த அன்பைத் தெரிவித்துக்கொள்கிறேன்.

நாகர்கோவில் அ.கா. பெருமாள்
09.06.2025

ராமாயணம்

1

சுப்பையா ராவ் சொன்ன ராமாயணம்

கலைமாமணி பரமசிவராவின் தோல் பாவைக் கூத்து நிகழ்ச்சிகளைப் பல தடவைகள் பார்த்திருந்தாலும் முறையாகப் பதிவு செய்தது 90களின் ஆரம்பத்தில்தான். "உங்கள் ராமாயணக் கூத்து முழுவதையும் பதிவுசெய்யப்போகிறேன்" என்று பரமசிவ ராவிடம் சொன்னேன். அவர் இணங்கினார். கூத்து நடத்துவதற்கு நாகர்கோவில் தட்டான்விளை கிராமத்தை அவர்தான் தேர்வு செய்தார்.

"தட்டான்விளையில் தனிப்பட்ட ஒருவரின் வீட்டு மைதானத்தில் கூத்து நடத்தப்போகிறேன்; இடம், மின்சாரம் இலவசம்; டிக்கட் வசூலிக்கலாம்; வேறு தொந்தரவு இருக்காது; கட்டுப்பாடுள்ள ஊர்" என்றார் பரமசிவ ராவ். என் பங்கிற்கு ஒரு நாளைக்குக் கொஞ்சம் பணம் தருவதாகவும் சொன்னேன். அவருக்கு இரட்டிப்பு மகிழ்ச்சி; எனக்கும் வசதி.

பத்துநாட்கள் இரவு 8.30முதல் 10.30வரை ராமாயணக்கதை முழுதும் நல்லதங்காள் கதையும் நடத்த வேண்டும். சுப்பையா ராவ் மிருதங்கம்; அவருக்குத் தனிச் சம்பளம். பொதுவாக ராமாயணம் பட்டாபிஷேகம் முடிந்ததும் தொடர்ந்து அரிச்சந்திரன் கதை, மச்சவல்லபன் போர், மயில்ராவணன் கதை, லவகுசா கதை போன்ற

கதைகளையும் நடத்துவது வழக்கம். ஆனால் தட்டான்விளையில் இந்தக் கதைகளை நடத்த வேண்டாம் என பரமசிவ ராவே சொல்லிவிட்டார்.

நான் பரமசிவ ராவ் கூத்து நடத்திய வேறு இடங்களுக்கும் சென்றேன். ராமாயணம் தவிர்த்த பிற கதைகளைப் பதிவு செய்தேன். கன்னியாகுமரி மாவட்டத்தில் ஞானசவுந்தரி கதையையும் மதுரைப் பகுதியில் அல்லி கதையையும், கோவில்பட்டி பகுதியில் கட்டபொம்மன் கதையையும் மிகச் சிலர் நடத்தினார்கள். பரமசிவ ராவின் அண்ணன் ராமச்சந்திர ராவ் திருநெல்வேலி மாவட்டம் மாவடியில் அல்லி கதையை நடத்தியபோது பதிவு செய்தேன்.

தட்டான்விளையில் பரமசிவ ராவின் ராமாயணக் கூத்தை 21 காசட்டுகளில் பதிவுசெய்தேன். பின்னர் பல்வேறு சந்தர்ப்பங்களில் வேறுவேறு இடங்களில் மற்ற கதைகளைப் பதிவுசெய்தேன். டிஜிட்டல் தொழில்நுட்பம் வராத காலம். ஒரு மணி நேரம் அல்லது ஒன்றரை மணி நேரம் காசட், டேப்ரிகார்டருடன் தனி மைக் சகிதம் கூத்து பார்க்கப் போனேன்; இன்று அதைக் கற்பனை செய்ய முடியவில்லை.

ராமாயணக் கூத்தையெல்லாம் கொஞ்சம் கொஞ்சமாகக் கேட்டு எழுதிப் புத்தகமாக்கிவிட்டேன் (காவ்யா பதிப்பகம் 2003). சுப்பையா ராவுடன் உரையாடிப் பதிவுசெய்த காசட் முக்கியமான பொக்கிஷமாகத் தோன்றுகிறது. அவர் தோல் பாவைக் கூத்துக்குரிய ராமாயணம் காலந்தோறும் மாறிய செய்தியையும் பார்வையாளர்களின் ரசனை மாறிய செய்தியையும் தொடர்ச்சி இல்லாமல் துண்டுதுண்டாகச் சொன்னார்.

ராமாயணம் காலந்தோறும் மாற்றம் அடைந்திருக்கிறது. இந்திய மொழிகளில் உள்ள ராமாயணமெல்லாம் ஒன்றல்ல. இப்படியான மாற்றத்திற்குத் தனியான காரணம் உண்டு. தோல்பாவைக் கூத்திலும் ராமாயண நிகழ்ச்சிகளைச் சொல்லும் முறையில் பாடல்களில், உரையாடல்களில் மாற்றம் ஏற்பட்டிருக்கிறது. சுப்பையா ராவின் கொள்ளுத் தாத்தா சாமி ராவ் காலத்தில் இலக்கிய ரசனையுடன், கவித்துவ உரையாடலுடன் நடந்துவந்த தோல்பாவைக் கூத்து 80களில் வட்டாரக் கதையாக – நகைச்சுவை நிகழ்ச்சியின் பின்னணியில் நடக்க ஆரம்பித்ததன் காரணம் என்னவென்பதை சுப்பையா ராவைப் பதிவு செய்தபோது அறிந்துகொண்டேன்.

சுப்பையா ராவ் என்னிடம் சொன்ன வயதை வைத்துத் தான் அவர் பிறந்த வருஷத்தைக் கணக்கிட்டேன். இவருக்கு மட்டுமல்ல, தோல்பாவைக் கூத்து நடத்திய கணிகர்சாதிக் காரர்கள் பலருக்கும் பிறந்த தேதி தெரியாது. அவர்கள் சொன்ன வயது, ஓர் உத்தேசம்தான். ஒருவகையில் முற்காலப் பாண்டியர், முற்காலப் பல்லவர் காலங்களைக் கணித்தது போல்தான்.

இந்த விஷயத்தைச் சொல்லும்போது வள்ளியூரில் நான் கேட்ட ஒரு செய்தியைச் சொல்லிவிடுகிறேன். திருநெல்வேலி மாவட்டம் வள்ளியூரில் தோல்பாவைக் கூத்து பார்க்கப்போன போது இதைக் கேட்டேன். இருபதாம் நூற்றாண்டு ஆரம்பத்தில் வள்ளியூரில் வருவாய்த்துறை அதிகாரிகள் மக்கள் தொகைக் கணக்கெடுப்பு நடத்தினார்களாம். அப்போது பலபேருக்குப் பிறந்த வருஷம் தெரியவில்லை, சொல்லவும் முடியவில்லையாம்.

இதனால் மாவட்ட நிர்வாகம் ஒரு வழியைக் கூறியது. இரண்டு நிகழ்ச்சிகளைச் சொல்லி அதற்கு முன் எத்தனை ஆண்டுகளுக்கு முன் பிறந்தோம் அல்லது பின் பிறந்தோம் என்று சொல்லலாம் என்றார்களாம். அவர்கள் குறித்த நிகழ்ச்சி ஒன்று செம்புலிங்கம் என்னும் புகழ்பெற்ற கொள்ளைக்காரன் சுட்டுக் கொல்லப்பட்ட வருஷம் (1922). இன்னொன்று மகாத்மா காந்தி வள்ளியூருக்கு வந்து கூட்டத்தில் பேசிய வருஷம் (1924). இந்த இரண்டில் பெருமளவு மக்கள் செம்புலிங்கத்தைச் சுட்டுக்கொன்ற நிகழ்ச்சியைத்தான் அறிந்திருந்தார்கள்.

சுப்பையா ராவுக்குத் திருநெல்வேலி தென்மண்டலக் கலை, பண்பாட்டு மையம் கொடுத்திருந்த நலவாரிய அட்டையில் அவர் பிறந்த ஆண்டு 1908 என்று இருந்தது. 1999இல் அவர் இறந்தது எனக்குத் தெரியும்; அவரது இறப்புச் சடங்கிற்கு நான் போயிருந்தேன்.

சுப்பையா ராவ் அவரது தம்பிகள் பரமசிவராவ், கணபதி ராவ், ராமச்சந்திரராவ் ஆகியோருடன் பேசியபோதெல்லாம் அவர்களின் முன்னோர்கள் மதுரையிலிருந்து குடிபெயர்ந்த விஷயங்களைக் கதை கதையாய்ச் சொல்லியிருக்கிறார்கள்.

சுப்பையா ராவ் தனக்கு முந்திய நான்கு தலைமுறைச் செய்திகளை நினைவு வைத்திருந்தார். கிருஷ்ண ராவ் (1800–1882) சாமி ராவ் (1830–1900) கிருஷ்ணா ராவ் (1860–1940) கோபால ராவ் (1882–1976) ஆகிய இவர்கள் வாழ்ந்த காலம் சுப்பையா ராவ் உத்தேசமாகச் சொன்னதுதான்.

கோபால ராவின் மகனான சுப்பையா ராவ் (1908–1999) தன் தாத்தா கிருஷ்ண ராவிடம் தங்களின் குடிப்பெயர்ச்சியை விரிவாகக் கேட்டிருக்கிறார். கணிகர்கள் முதலில் தஞ்சையி லிருந்து மதுரைக்குத்தான் குடிபெயர்ந்தனர். பின் திருவிதாங்கூர் வந்தனர் என்றார்.

சுப்பையா ராவிற்கு முறைப்படி இரண்டு மனைவிகள். அவரின் 50 வயதுக்குள் இரண்டு பேரும் இறந்துவிட்டார்கள். இவர்களைத் தவிர உப்பிலியக் குறத்தி சாதியில் ஒருத்தி, கம்பளத்தார் ஒருத்தி, புல்லுக்கட்டி நாயக்கரில் ஒருத்தி என வேறுவேறு சாதிப் பெண்கள் நாலைந்து இருக்கலாம். ஒருமுறை என்னிடம் இதெல்லாம் கணக்கு வைக்க முடியுமா என்று கேட்டார்.

சுப்பையா ராவ் நாடோடியாய் அலைந்தவர்; பொறுப்பு இல்லாமல் திரிந்தவர். மதுரை ஸ்பெஷல் நாடகம், சர்க்கஸ் கம்பெனி, கரகாட்டக்குழு என அவர் பல இடங்களில் இருந்திருக்கிறார்.

கணிகரின் பூர்வீக வரலாற்றை அறிவதற்குத் தஞ்சையில் மராட்டியர்கள் வந்த வரலாற்றை அறிந்துகொள்வது அவசியம். தஞ்சை மராட்டிய ஆட்சியை நிறுவியதில் எகோஜிக்கு முக்கியப்பங்குண்டு. வெங்காஜி என்னும் பெயருடைய இவர் சத்ரபதி சிவாஜியின் சித்தியின் மகன். எகோஜி 1676இல் தஞ்சை மராட்டிய ஆட்சியை ஆரம்பித்தார். இதிலிருந்து 1856வரை 180 வருஷங்கள் எட்டு அரசர்கள் ஆண்டனர். கடைசி அரசன் சிவாஜிக்கு வாரிசு இல்லை என்பதால் கிழக்கிந்தியக் கம்பெனி தஞ்சையை எடுத்துக்கொண்டது.

தஞ்சையில் மராட்டிய அரசு செயல்பட்ட காலத்தில் மகாராட்டிரத்திலிருந்து பிராமணர் உட்பட பல்வேறு சாதியினர் தஞ்சையில் குடியேறினர். இவர்களில் நாட்டார் கலைஞர்களும் உண்டு. கணிகர் சாதியினரும் அடங்குவர். கணிகர்கள் ஆரம்பத்தில் தோல்பாவைக் கூத்துக் கலையை நடத்தினார்கள் என்று நிச்சயமாகச் சொல்ல முடியவில்லை.

'சரஸ்வதி மகால்' என்னும் நூல் நிலையத்தை உருவாக்கிய இரண்டாம் சரபோஜி (1798–1833)க்குப் பின்னர் மராட்டிய அரசு சீரழிய ஆரம்பித்துவிட்டது. இக்காலத்தில் அரசரை நம்பி வாழ்ந்த கலைஞர்களின் நிலை மோசமானது. இவர்களில் சிலர் தஞ்சையை விட்டுக் குடிபெயர்ந்தனர்.

இக்காலத்தில் திருவிதாங்கூரில் சுவாதித்திருநாள் அரசராய் இருந்தார். (1829–1847) இவர் நாட்டின் அரசராகவும் இசைச் சக்கரவர்த்தியாகவும் இருந்தவர். இவர் கலைஞர்கள் பலரை ஆதரித்தார். அவர்களுக்காகப் பணத்தை வாரியிறைத்தார் என்ற குற்றச்சாட்டு கிழக்கிந்தியக் கம்பெனி அதிகாரிகளுக்கு உண்டு.

சுவாதித்திருநாள் காலத்தில் தஞ்சையிலிருந்து வடிவேலு, பொன்னையா, சின்னையா, சிவானந்தன் ஆகிய நான்கு சகோதரர்களும் திருவிதாங்கூர் வந்தனர், இவர்கள் தஞ்சையில் புகழ்பெற்ற இசைக்கலைஞர்கள். இக்காலத்தில்தான் கன்னையா பாகவதரும் இசை, பரதநாட்டியக் கலைஞர்களும் திருவிதாங்கூர் வந்தது. இது 1830–40க்களில் நடந்திருக்கலாம்.

இந்தக் காலகட்டத்தில்தான் கணிகர்களும் மதுரைவழி திருவிதாங்கூர் வந்தனர். மராட்டியைத் தாய்மொழியாகக் கொண்ட கணிகரின் உட்பிரிவினராகிய மண்டிகர் தோல் பாவைக் கூத்து உட்பட பல்வேறு கலைகளை நிகழ்த்தியிருக் கின்றனர். இவர்களின் மராட்டியில் கொங்கணிக் கலப்பு அதிகம் என்கிறார் எட்கார் தர்ஸ்டன்.

கணிகர்கள் தஞ்சையிலிருந்து குடிபெயருவதற்குச் சில காரணங்கள் இருந்தன. முக்கியமாக அரசியல் குழப்பம், கலை நிகழ்த்த ஆதரவின்மை, இவர்களுக்குக் கொடுக்கப்பட்டிருந்த மானிய நிலங்களை அரசும் தனிப்பட்ட சிலரும் (சில சாதியினர்) பிடுங்கிக்கொண்டமை ஆகியன. இசுலாமியர்களாலும் இவர்களுக்குப் பாதிப்பு இருந்தது.

கணிகரில் ஒரு பிரிவினர் மதுரைக்கும் இன்னொரு பிரிவினர் திருவிதாங்கூருக்கும் வந்தனர். கன்னியாகுமரிக்கு வந்த முதல் கணிகர் கிருஷ்ண ராவ் என்று அடிக்கடி சொல்லு வார் சுப்பையா ராவ். கணிகர்கள் கன்னியாகுமரி அருகே மகாதானபுரம் என்ற சிறு கிராமத்தில் திருவாவடுதுறை மடத்திற்குச் சொந்தமான தோட்டத்தில் வீடுகட்டிக்கொண் டார்களாம். வீடு என்றால் ஓலைக்குடிசைதான்.

ஆரம்பகாலத்தில் தென்மாவட்டங்களில் குடியேறிய கணிகர்கள் ஐந்து அல்லது ஆறு ஆண்டுகளுக்கு ஒருமுறை சித்திரா பவுர்ணமியில் ஒன்றாகக் கூடிப் பல விஷயங்களைப் பரிமாறிக்கொண்டார்கள்.

தமிழகத்தின் தென்மாவட்டங்களில் நடக்கும் தோல்பாவைக் கூத்துக் கலையின் மையப் பொருளான ராமாயணம் வான்மீகி கம்பனிடமிருந்து வேறுபட்டது. நான் தோல்பாவைக் கூத்து நிகழ்ச்சி முழுவதையும் பதிவுசெய்து புத்தகமாக்கும்போது அந்த ராமாயணக்கதையில் நுட்பமான வேறுபாடுகள் இருந்ததைக் கவனித்தேன்.

தோல்பாவைக் கூத்து ராமாயணம் பற்றி சுப்பையா ராவிடம் பலமுறை விவாதித்திருக்கிறேன். அவரும் பரமசிவராவும் தங்களின் ராமாயணம் தஞ்சையில் வழங்கியது என்று அடிக்கடி சொன்னார்கள். ஆனால் அந்த ராமாயணம் ஆந்திர மக்களின் செல்வாக்குடையதை ஆதாரபூர்வமாக அறிந்து கொண்டேன். பெரும்பாலும் தஞ்சையில் இருந்த ஆந்திர மக்களின் செல்வாக்கால் நுழைந்த ராமாயணம் தமிழக நாட்டார் கலைகளில் நுட்பமாய்க் கலந்து கிடக்கிறது.

தோல்பாவைக் கூத்து நிகழ்ச்சியில் ராமாயணத்தைப் பத்து நாட்களாக நடத்துகிறார்கள். பால காண்டம், மிதிலையில் வில் ஒடித்தல், பரதன் பாதுகா பட்டாபிஷேகம், சூர்ப்பனகை கவுரவபங்கம், சீதையைச் சிறையெடுத்தல், கிட்கிந்தா காண்டம், சுந்தர காண்டம், இராவணன் முதல்நாள் போர், கும்பகர்ணன் போர், இராவணன் வதையும் பட்டாபிஷேகமும் என்னும் பத்துப் பகுதிகளும் உத்தேசமாக 46 காட்சிகள் கொண்டவை.

தோல்பாவைக் கூத்து ராமாயணக் கதையில் பல கிளைக்கதைகள் வருகின்றன. இவை வான்மீகியின் மூலத்திலிருந்து பெருமளவில் வேறுபட்டவை. அந்தக் கிளைக்கதைகள் குருபத்திரன் கதை, அகலிகை கதை, பரசுராமன் கதை, விராடன் கதை, ஜடாயுகதை, சூர்ப்பனகையின் வரலாறு, ராவணன் சனீஸ்வரன் கதை, கவந்தன் கதை, சபரி கதை, வாலி சுக்கிரீவன் பூர்வஜென்மக் கதை, அனுமன் கதை, அனுமன் ஆணவம் தீர்த்த கதை, லட்சுமணன் சந்தேகம் தீர்த்த கதை என இப்படியாக 13க்கு மேற்பட்ட கதைகள் உள்ளன.

இந்தக் கதைகள் எல்லாமே ராமாயண மூலத்திலிருந்து மாறுபட்டவை. சில வாய்மொழி வடிவில் இப்போதும் இருப்பவை. சாதாரண நம்பிக்கைகள், வழக்காறுகள் தொடர்பானவை. இராமன் காகாசுரனைக் கொல்ல அனுப்பிய புல் ஆயுதம் தொடர்பான 'வல்லவனுக்குப் புல்லும் ஆயுதம்' என்ற பழமொழி தொடர்பான கதை ஒரு உதாரணம்.

தோல்பாவைக் கூத்தின் ஆரம்பகாலப் பார்வையாளர்கள் ராமாயணக் கதையைக் கேட்பதற்கென்றே வந்தார்கள். இவர்களே தங்கள் ஊருக்குக் கலைஞர்களை அழைத்தார்கள். அவர்களுக்கு இடம், உணவு என எல்லா வசதிகளையும் செய்து கொடுத்தார்கள். இதனால் இக்காலத்தில் நிகழ்ச்சி விரிவாகவும், மரபுவழிப் பாடல்களுடனும் நடந்தது. அப்போது அருணாசலக் கவிராயரின் இராம நாடகக் கீர்த்தனைகூட பாடப்பட்டது.

பொதுவாக இந்திய நாட்டார் மரபில் ராமாயணத்தைப் பாடுபொருளாகக் கொண்டு நடந்த வடிவங்கள் எல்லாமே வட்டாரரீதியான ராமாயணக் கதை நிகழ்வுகளை எடுத்துக் கொண்டிருக்கின்றன. தமிழகத் தோல்பாவைக் கூத்தும் இதற்கு விதிவிலக்கல்ல.

சுப்பையா ராவ் இதற்கு நிறைய உதாரணம் சொன்னார். கன்னியாகுமரி மாவட்டத்தில் நடக்கும் தோல்பாவைக் கூத்து நிகழ்ச்சியில் அனுமன் மருந்து மலையைத் தூக்கிய நிகழ்ச்சியுடன், இந்த மாவட்ட மருந்துவாழ் மலையை இணைத்துப் பேசுவது சாதாரணம். திருநெல்வேலி மாவட்ட நிகழ்ச்சிகளில் அகத்தியரைப் பற்றி வரும் நிகழ்ச்சியில் தாமிரபரணியின் தோற்றம் குறித்த கதை வரும். இப்படிப் பல.

பொதுவாக ஒரு வீரன் அல்லது கதாநாயகனின் உயிர் அவனது உடலின் ஏதோ ஒரு பாகத்திலோ வேறொரு இடத்திலோ இருக்கும். அந்த இடத்தைக் கண்டுபிடித்து அழித்தால் வீரன் இறந்துவிடுவான். இது கதைப்பாடல்களிலும் வாய்மொழிக் கதைகளிலும் புராணங்களிலும் பொதுவாகக் கூறப்படும் செய்தி (எ.கா. கான்சாகிப் கதை, மயில் ராவணன் கதை).

இதே விஷயம் தோல்பாவைக் கூத்து நிகழ்ச்சியிலும் வருகிறது. ஜடாயு தன்னை எதிர்த்துப் போரிடும் ராவணனிடம் தன் உயிர் சிறகில் இருப்பதாகவும், அட்சயகுமாரன் அனுமனிடம் தன் உயிர் இலங்கைக் கோட்டை வடக்கு வாசல் கல்லில் இருப்பதாகவும், ராவணனின் உயிர் அவனது உடலின் உள்ளே அமிர்த கலசத்தில் இருப்பதாகவும் விபீஷணன் கூறுவதான நிகழ்ச்சிகள் தோல்பாவைக் கூத்தில் நாட்டார் கதைப் போக்கிலே கூறப்படுகின்றன.

கூனி மந்தரை யார் என்பதிலும் இராமனை அவள் ஏன் வெறுத்தாள் என்பதிலும் பல்வேறு வடிவங்கள் இந்திய ராமாயணங்களில் உள்ளன. மந்தரை ஓர் அனாதை என வான்மீகி

கூறுவார். பத்மபுராணம் அவள் தெய்வ அம்சமான பெண் எனக் கூறும். மகாபலியின் தந்தை விரோசனின் மகள் என அத்யாத்ம ராமாயணம் கூறும். மாயையின் அவதாரம் மந்தரை என தொரவெ ராமாயணம் கூறும்.

கூனி மந்தரை இராமனை வெறுத்ததற்கும் பல்வேறு காரணங்களைக் கூறுகின்றன ராமாயணங்கள். களிமண் உருண்டையை வில்லில் வைத்துக் கூனியின் மேல் இராமன் அடித்தான் என்று சொல்கிற கம்பராமாயணம்; மந்தரை பரதனின் வைப்பாட்டியாக விரும்பினாள் என்பது அசாமி ராமாயணம்; ராமனின் திருமணத்தின்போது கூனி பரிகாசமாகப் பேசினாள், அதனால் இராமன் கூனியின் காலை ஒடித்தான் என்று ஒரிய ராமாயணம்; இப்படி எத்தனையோ!

தோல்பாவைக் கூத்து நிகழ்ச்சியில் கூனி மந்தரை இராமனை வெறுத்ததற்குப் பல்வேறு காரணங்களை வட்டார ரீதியாகக் கூறுகிறார்கள். முக்கியமாக நான்கு வடிவங்களை நானே சேகரித்தேன்.

கோபால ராவ் நடத்திய கூத்தில் கூனி விதவையாக வருகிறாள். இவள் அபசகுனம் பிடித்தவள் என்னும் பெயரை வாங்கியவள். ஒருமுறை இராமனும் சீதையும் வெளியே செல்ல ஒப்பனைக் கோலத்துடன் வந்தபோது கூனி எதிரே வந்தாள். சீதைக்கு அது பிடிக்கவில்லை. கூனியை அவமானப்படுத்தி அப்புறம் போகச் சொன்னாள். அதனால் இராமனைப் பழி வாங்கக் கருதிக்கொண்டாளாம் மந்தரை.

கணபதி ராவ் கோவில்பட்டியில் நடத்திய கூத்தைப் பார்த்தேன். அதில் கூனி இராமனை வெறுத்ததற்குக் கிண்டலான ஒரு நிகழ்ச்சியைக் கூறுகிறார். இராமன் வில்லை வளைத்து அம்பு நுனியில் களிமண்ணை வைத்துக் கூனியின் முதுகில் அடிப்பான், அடுத்த நிமிடம் லட்சுமணன் தன் வில் அம்பால் எடுத்துவிடுவான். இதைக் கூனியே சொல்லுகிறாள்.

கூனியின் முதுகில் உருண்டையான சதைப்பிண்டம் இருக்கிறது. இதைத் துணியால் மூடியிருப்பாள். இதைப் பார்த்து இராமன் பரிகசிப்பானாம். இப்படி ஒரு செய்தியை சுப்பையா ராவ் சொன்னார். கூனி முதுகில் உருண்டையுடன் நடக்கும் சுவரோவியங்கள் உள்ளன. இது ஆந்திர ராமாயணச் செல்வாக்கு.

இப்படியாக உள்ள வேறுபாடு வட்டாரரீதியானது. நடைமுறை வாழ்க்கையில் பேசப்படும் வழக்காற்றுப் பேச்சும் தோல்பாவைக் கூத்தில் தொன்மமாகக் காட்டப்படுகிறது.

காகம் ஒரு பக்கம் சாய்ந்து பார்க்கும் என்று சொல்வதற்கு ஏராளமான நிகழ்ச்சியைத் தொடர்புபடுத்தும் கதை வழக்கில் உள்ளது. தோல்பாவைக் கூத்தில் இக்கதை காகாசுரன் கதை யுடன் சாத்திக் கூறப்படுகிறது. சீதையின் மார்பை காகாசுரன் (காகம்) கொத்தித் துன்புறுத்திய கதை தோல்பாவைக் கூத்தில் சொல்லப்படுவதில்லை. இராமன் சீதையின் மடியில் கிடக்கும் போது ஆகாயத்தில் காகம் பறக்கிறது. அப்போது காகத்தின் நிழல் இராமனின் உடம்பில் விழுகிறது. இதைப் பார்த்த சீதை கோபப்படுகிறாள். பறவையின் நிழல் உடலில் படுவது அபசகுனம் என்கிறாள். இதனால் இராமன் காகத்திற்குத் தண்டனை கொடுக்கிறான்.

பல கிளையாறுகள் பேராறாய் மாறுவதுபோல பல கிளைக் கதைகள் காவியத்தில் சங்கமமாகும் என்னும் பொதுவிதி ராமாயணத்துக்கும் பொருந்தும். இங்கு கிளைக்கதைகளைக் காவியகர்த்தாக்களோ புராணப் படைப்பாளிகளோ மட்டும் உருவாக்கவில்லை. பழைய தொன்மத்திலிருந்து வாய்மொழிப் படைப்பாளி இணைத்துக்கொண்ட வட்டார ரீதியான கதை களும் இதில் அடக்கம்.

சமூகத்தில் ஒரு தொன்மத்தைப் பொதுமக்களிடம் கொண்டு சென்றதில் கதாகாலட்சேபக்காரருக்கு என்ன பங்குண்டோ அதே பங்கு நாட்டார் கலைஞனுக்கும் உண்டு. தோல்பாவைக் கூத்து இதற்கு நல்ல உதாரணம்.

ராமாயண யுத்தம் முடிந்தது. இராமன் சீதையுடன் அயோத்திக்குப் புறப்படுகிறான். விபீஷணனின் மகள் திரிசடை இராமனின் பாதத்தில் விழுந்து வணங்குகிறாள். ராமன் நீ அடுத்த பிறவியில் அல்லியாய் மதுரையில் பிறப்பாய் என்று வரமளிக்கிறான். இந்த நிகழ்ச்சியைத் திருநெல்வேலியில் கணபதி ராவ் நடத்தியபோது பார்த்தேன். ராமன் திரிசடைக்கு வரமளிக்கும் உரையாடல் கன்னியாகுமரி, திருநெல்வேலி மாவட்டங்களில் நிகழ்த்தப்படுவதில்லை.

திருச்செந்தூரில் ஒருமுறை மாவடி ராமச்சந்திர ராவ் நடத்திய மிதிலையில் வில்லொடித்தல் நிகழ்ச்சியைப் பார்த்தேன். இராமன் தாடகையை வதை செய்கிறான். அவள் கந்தர்வப் பெண்ணாக மாறி இராமனின் காலில் விழுகிறாள்; வரம் கேட்கிறாள். ராமன் அடுத்தபிறவியில் வள்ளியாகப் பிறப்பாய் என்கிறான். இந்த உரையாடல் கன்னியாகுமரி மாவட்டப் பகுதியில் நடத்தப்படுவதில்லை.

அனுமன் இலங்கையை எரித்துவிட்டு ராமேஸ்வரம் வந்து இராமலிங்கரை வணங்கிவிட்டு ஜாம்பவானைப் பார்க்கிறார். அந்த முதியவர், "அனுமா நீ கையோடு கன்னியாகுமரிக்குப் போய் பகவதியைப் பார்த்துவிட்டு சுசீந்திரம் தாணுமாலயனை வணங்கிவிட்டு வா" என்று சொல்லுகிறார். அனுமன் அப்படியே செய்கிறார். சுசீந்திரம் தாணுமாலயன் "அனுமனே, நீ இங்கு வந்த அடையாளமாக உனக்கு வழிபாடு நடக்கும்" என வரமளிக்கிறார். இந்த உரையாடல் சுப்பையா ராவின் கற்பனை.

இப்படியாக சுப்பையா ராவ் சொன்ன ராமாயணக் கதை நிகழ்வுகளில் சிலவற்றையே நான் பதிவு செய்தேன்; முழுதும் பதிவு செய்யவில்லை; காலம் கடந்துவிட்டது. இன்றைய நிலையில் தோல்பாவைக் கூத்து நடத்தும் கலைஞர்களிடம் உரையாடுவதில் பலன் இல்லை என்றும் தெரிகிறது.

உங்கள் நூலகம், பிப்ரவரி 2022

2

அகலிகை

அஹல்யா என்பதற்குக் கலப்பையால் உழப்படாத நிலம் என்னும் பொருள் உண்டு. இவளைக் கன்னி, நிலம், செழிப்புடையவள் என்று காட்டுவதற்கு இப்படிக் கூறியிருக்கலாம். தாகூர் இவளை நித்திய கன்னி என்பார். மகாபாரதம் ஒரு இடத்தில் அகல்யா, சீதை, திரௌபதை, தாரை, மண்டோதரி ஆகியோரைப் பஞ்ச கன்னியராகக் கூறும்.

பத்மபுராணம், ஸ்காந்தம் போன்ற பிற்காலப் புராணங்கள் அகலிகையைப் பதிவிரதை என்று கூறுவதாக இராமாநுஜர் கூறுகிறார். (அஹல்யா. சிறு பிரசுரம் திருச்சி 1942 ப.11) இவரே அகல்யா இந்திரனிடம் தன் உண்மையான உடலை இழக்க வில்லை, மாய உடம்பையே இழந்தாள் எனப் பத்ம புராணம் கூறுவதாய் மேற்கோள் காட்டு கிறார் (மேற்படி ப.12). கம்பன், 'மாசறு கற்பின் மிக்க அணங்கு' என்கிறான்.

ராமாயணம், மகாபாரதம் என்னும் இரண்டு காவியங்களும் புராணங்களும் அகல்யாவின் கதையைக் கூறுகின்றன. வான்மீகம், ரகுவம்சம், கம்பராமாயணம், தொரவே ராமாயணம் (கன்னடம்), எழுத்தச்சனின் ராமாயணம் (மலையாளம்), துளசி ராமாயணம் (இந்தி), தெலுங்கு ராமாயணம் ஆகியனவும் அகலிகையின் கதையைக் கூறுகின்றன.

அகலிகை பற்றிக் கூறாத ராமாயணங் களும் புராணங்களும் உள்ளன என்கிறார் அ.அ. மணவாளன் (இராமகதையும் இராமாயணங்களும்

2005 தென்னக ஆய்வுமையம் சென்னை ப. 146). தசரத ஜாதகம், கன்னட பம்ப ராமாயணம், பவுத்த ராமாயணம், ஜைன ராமாயணம், விமல சூரியின் பௌமசாதம், வாசு தேவஹிண்டி, குணபத்திரான் உத்திர புராணம் என்னும் நூல்களில் அகலிகை பற்றிய செய்திகள் இல்லை என்கிறார் மணவாளன்.

கம்பன் கூறும் அகலிகை கதையைப் பார்ப்போம்.

கம்பன் பாலகாண்டத்தில் அகலிகை படலத்தில் அகலிகை கதையை 17 பாடல்களில் கூறுகிறான். விசுவாமித்திரர் நடத்திய யாகத்தைத் தடைசெய்த தாடகையை இராம லக்குவர் வதம் செய்தனர். இதன் பின்னர் விசுவாமித்திரன் இராமனுக்குச் சீதையை மணம் செய்விப்பதற்காக விதேகச நாட்டின் தலைநகர் மிதிலைக்குச் செல்லுகிறார்.

நகரின் கோட்டைக்கு வெளியே மூவரும் கல்மேட்டைக் காண்கிறார்கள். இராமனின் கால், மேட்டில் பட்டதும் அதிலிருந்து ஒரு பெண் தோன்றுகிறாள். இராமன் திகைக்கிறான். விசுவாமித்திரன் சுருக்கமாக 'இவள் கவுதமனின் மனைவி. அகலிகை. இந்திரன் இவளுக்குத் தீங்கு செய்ததால் சாபம் பெற்றவள்' என்கிறார். இராமன் இவளது வரலாறு என்ன என்று கேட்கிறான். அவர் சொல்கிறார்.

'இந்திரனுக்கு அகலிகைமீது ஆசை. அவளை அடைய விரும்பினான். ஒருநாள் முனிவர் ஆசிரமத்திலிருந்து வெளியேறும் படிச் சூழ்ச்சி செய்து காட்டுக்கு அனுப்புகிறான். கவுதமரின் உருவத்துடன் சென்று அவளைப் புணர்ந்தான். ஒரு கட்டத்தில் தன்னைக் கூடுபவன் இந்திரன் என அகலிகை உணர்ந்தாலும் தடுக்கவில்லை. அப்போது கவுதமன் வந்தார். இந்திரன் பூனையாக மாறி அங்கிருந்து அகன்றான்.

கவுதமர் அகலிகையைப் பார்த்து, 'விலைமகள் போல் நடந்தாய். கல்லாய்ப் போ' என்றார். இந்திரா உன் உடலில் 1000 பெண்குறி தோன்றட்டும் என்றார். அகலிகை முனிவரை வணங்கிச் சாபவிமோசனம் கேட்டாள். கவுதமர், 'இராமனின் பாதம்பட்டு உயிர் பெறுவாய்' என்றார். தேவர்கள் இந்திரனுக்குச் சாபவிமோசனம் கேட்டனர். முனிவர், "அவனது உடலில் குறிகள் 1000 கண்களாகட்டும்" என்றார். இந்தக் கதைகளை விசுவாமித்திரர் சொன்னதும் இராமன் கவுதமரிடம் நெஞ்சில் பிழையில்லாத இவளை ஏற்றுக்கொள்ளுங்கள் என்றார்.

கம்பன் கூறும் அகலிகை சாபவிமோசன நிகழ்ச்சி மிதிலை நகர் கோட்டையின் வெளிப்புறம் நடந்தது. இராமன் அகலிகைக்கு விமோசனம் கொடுத்தாலும் அவளை அன்னையே

என அழைக்கிறான். அகலிகையின் கதையைக் கம்பன் நாடகத்தன்மையுடன் காட்டுகிறான். இந்திரனுக்கு உடன்பட்டே அகலிகை இருந்தாள் என்ற தொனி கம்பனிடம் உண்டு.

ராமாயண ஆய்வாளர்கள் அகலிகையின் கதையை வான்மீகிதான் முதலில் கூறுகிறான் என்கிறார்கள். தாடகையின் வதைக்குப் பின் இராம லட்சுமணர், விசுவாமித்திரர் ஆகிய மூவரும் விசாலை நகரின் அரசன் சுமதியின் விருந்தினராகச் செல்கிறார்கள். இந்த நகரத்திற்கு ஒரு வரலாறு உண்டு. அசுரர்களின் தாய் திதியின் கர்ப்பத்தை இந்திரன் சிதைத்த இடமே இந்த விசாலை நகரம். இங்கிருந்துதான் அகலிகைக்குச் சாபவிமோசனம் கொடுக்க இராமன் போகிறான்.

அகலிகை இந்திரனை விரும்பியே வரவேற்றதாக வான்மீகி கூறுகிறார். (பாலகாண்டம்) இன்னொரு இடத்தில் அவள் குற்றமற்றவள் என்கிறார் (உத்திர காண்டம்). தன்னை இந்திரன் தேடிவந்தான் என்ற கர்வம் அகலிகைக்கு இருந்தது என்றது வான்மீகம்.

துளசியின் ராமாயணத்தில் விசுவாமித்திரன் இராமனிடம் அகலிகையின் கதையைச் சொன்னபிறகுதான் அகலிகை சாபவிமோசன நிகழ்ச்சி நடக்கிறது. அகலிகை இராமனைத் துதிக்கும் நிகழ்ச்சியில் இராவணனின் பகைவனான இராமனே என அழைக்கிறாள். இந்திரன் குற்றவாளி என்பதே துளசியின் முடிவு.

தெலுங்கு மொழியில் அமைந்த ரங்கநாத ராமாயணம், பாஸ்கர ராமாயணம், மொல்ல ராமாயணம், மகாபாரதம் ஆகியவற்றில் அகலிகை தெரிந்தே தவறு செய்வதாகக் குறிக்கப்படுகிறது. கன்னட, மலையாள ராமாயணங்களிலும் அகலிகை கதை வான்மீகியைப் பின்பற்றியே வருகிறது. கிருத்திகவாசன் வங்காளி ராமாயணத்தில் இந்திரன் தன் சுய உருவத்திலேயே அகலிகையைச் சந்தித்து மயக்குகிறான்; என்றாலும் அகலிகையின் பேரில் இந்த ராமாயணம் குற்றம் சாட்டவில்லை.

தெலுங்கு ராமாயணங்களில் தென்புல வழக்காற்றில் பேசப்படும் அகலிகை எப்படியோ நுழைந்திருக்கிறாள். இவற்றில் இந்திரன் சேவலாக மாறிக் கூவிய கதை வருகிறது. ரங்கநாத ராமாயணத்தில் அகலிகை இந்திரனை விரும்பியே புணருகிறாள் என வருகிறது.

பாஸ்கர ராமாயணத்தில் இந்திரன் கவுதமராக வேடம் புனைந்து அகலிகையிடம் செல்லுகிறான். அகலிகை இந்திரனே

அவன் எனத் தெரிந்தும் இணங்குகிறாள்; புணர்ச்சி முடிந்ததும் உன்னைப் பாதுகாத்துக்கொள் என்கிறான்.

மஞ்சரி சேமேந்திரர் எழுதிய காஷ்மீர ராமாயணத்தில் வரும் அகலிகையின் கதை வான்மீகியிலிருந்து வேறுபட்டது. மகாபாரதம் உத்யோக பர்வத்தில் அகலிகை கதை சிறிய அளவில் வருகிறது. இந்திரன் கவுதமனாகவும் அந்தணனாகவும் மாறிமாறி அகலிகையைப் புணருவதாக வருகிறது. இதில் அகலிகையின்மேல் குற்றம் இல்லை எனக் காட்டப்படுகிறாள். அதனால் அவளுக்குச் சாபம் கிடையாது.

பிரம்மாவே அகலிகையைப் படைத்தார். ஒருவிதத்தில் அவளுக்கு அவர் தந்தையுமாவார். அகலிகையைக் கவுதமரும் இந்திரனும் விரும்புகிறார்கள். யாருக்கு அவள் என்ற கேள்வி வந்தது. இருவருக்கும் போட்டி வைத்து யார் அதில் வெற்றி பெறுகிறார்களோ அவருக்கே அகலிகை என பிரம்மா கூறுகிறார். இந்தக் கன்னியாசுல்கம் போட்டிக்கு நிபந்தனையும் விதிக்கிறார்.

நதியில் அதிக நேரம் யார் மூழ்கியிருக்கிறார்களோ அவர்களுக்கே அகலிகை என்பது நிபந்தனை. இந்திரனும் கவுதமரும் மூழ்குகிறார்கள். கவுதமர் தன் யோகப் பழக்கம் காரணமாக நெடுநேரம் மூழ்கியிருக்கிறார். இந்திரனால் முடியவில்லை.

உடனே அகலிகை கவுதமனுக்கு என்கிறார் பிரம்மா. இந்திரன் இது சரியான போட்டியல்ல, அவர் யோகி அதனால் சாதித்துவிட்டார் என்கிறான். அடுத்து இரண்டாம் போட்டியைச் சொன்னார் பிரம்மா.

இரண்டு முகங்கள் கொண்ட பசுவை யார் முதலில் பார்த்து வலம் வருகிறார்களோ அவருக்கு அகலிகை என்றார். இருவரும் போட்டிக்கு இறங்கினர். இந்திரன் தன் வாகனத்திலேறி அப்படி ஒரு பசுவைத் தேடிப்போனான். கவுதமர் நாரதரிடம் யோசனை கேட்டார். அவர் மாட்டுப் பண்ணையில் சூல்முதிர்ந்து ஈனும் பசுவைத் தேடிப்போவீர் என்றார்.

கவுதமர் அப்படி ஒரு பசுவை எளிதில் கண்டுபிடித்தார். கரு உயிர்க்கும் நிலையில் பார்த்தார். பசுவின் முன்பகுதி முகம். பின்பகுதியில் குட்டியின் முகம்; இரண்டையும் ஒரே நேரத்தில் அதிகாலையில் பார்த்து வலம் வந்தார். பிரம்மாவிடம் தான் கண்ட செய்தியைச் சொல்லி அகலிகையைத் தானம் வாங்கிக் கொண்டார். இந்திரன் வஞ்சினத்துடன் இந்த அகலிகையை ஒரு நாள் பெண்டாள வேண்டும் எனச் சொல்லிக்கொண்டான்.

கவுதமர் சப்தரிஷிகளில் ஒருவர். ஜனக மன்னனின் புரோகிதர் அவர் என்பதை மறந்து இந்திரன் அகலிகையை அடைய சூழ்ச்சி செய்தது பற்றிய செய்திகள் வாய்மொழி மரபில் உண்டு. கவுதமர் இந்திரப் பதவிக்குப் போட்டியிட எண்ணி அசுவமேத யாகம் செய்ய மன்னர்களிடம் உதவி கேட்டார். இதைத் தடுத்தால் மட்டுமே தான் பதவியைத் தக்கவைக்க முடியும் என உணர்ந்து கவுதமரைப் பழிவாங்கப் போனான் இந்திரன். அப்போது அகலிகையைப் புணர்ந்தான் என்பது ஒரு கதை.

ஞானவாஷிஷ்டத்தில் இந்திரன் அகலிகை சாயலுடைய ஒரு கதை வருகிறது. மூலநூல் 32000 சுலோகங்கள் கொண்டது. இதைக் காஷ்மீர் பண்டிதர் சுருக்கி 6000 சுலோகங்களாக லகுவாசிட்டம் என்னும் பெயரில் ஒரு நூலாகத் தந்தார். இதற்குத் தமிழ் மொழிபெயர்ப்பு உண்டு. (1893) இதில் பல கதைகள் உள்ளன.

இந்நூல் ஆறு பிரகரணங்களை உடையது. அகலிகை கதை உற்பத்தி பிரகரணத்தில் வருகிறது. 'மனமே உற்பத்திக்குக் காரணம் மனம் இல்லையென்றால் உற்பத்தி இல்லை. உலகில் எல்லாமே மனத்தால் படைக்கப்பட்டவை. உலக பந்தம், விடுதலை யெல்லாம்கூட மனத்தின் காரணமாக நிகழ்பவை' என்னும் தத்துவத்தைக் கூற யோகாவாஷிஷ்டம் ஒரு கதையைக் கூறுகிறது.

மகத நாட்டின் அரசன் இந்திரத்துய்மன். இவனது மனைவி அகலிகை. இவள் பேரழகி. இவளுக்கு ஒரு காதலன் உண்டு. அவன் பெயர் இந்திரன். அரசனுக்கு இது தெரிந்தது.

இருவருக்கும் தண்டனை கொடுக்கிறான். ஆனால் அவர் களின் உடலை அது பாதிக்கவில்லை. அரசனுக்கு அதிசயமாக இருந்தது. அப்போது அரசனின் குலகுரு 'அரசே மனம் ஒரு பொருளில் பற்றுதல் வைத்துவிட்டால் அவர்களின் உடலுக்கு அழிவு செய்ய முடியாது' என்றான்.

அரசன் குருவிடம் அவர்களை 'என்ன செய்வது' என்று கேட்டான். குரு 'நாடு கடத்திவிடு' என்றார். அரசனும் அப்படியே செய்தான். இந்தக் கதையை எடுத்தாளுகிறவர்கள் தேவலோக இந்திரனுக்கு அகலிகையிடம் இருந்த காதல் இப்படியாக இருந்ததால் விளைவை யோசிக்கவில்லை என்கிறார்கள்.

அகலிகை கதையின் பல்வகை மாற்றங்களுக்கு நாட்டார் மரபு காரணமாகயிருந்திருக்கிறது. செவ்வியல் மரபில் உள்ள காவியப் புராணங்களுக்கு அகலிகை வாய்மொழி மரபு

உதவி இருக்கிறது. நடு இரவில் ஆசிரமத்திலிருந்து கவுதமரை வெளியேற்ற இந்திரன் தந்திரம் செய்தான். சேவலாகக் கூவினான். ஆசிரமக் கூரையின் மேல் சேவலாக அமர்ந்துகொண்டான். கவுதமர் மறைந்ததும், அவரது உருவத்தில் ஆசிரமம் போனான். இப்படி ஒரு கதை உண்டு. இந்தக் கதை கம்பன், வான்மீகியிடம் இல்லை.

தென்மாவட்டங்களில் கிடைத்துள்ள அயோத்தி ராமாயணம், இராமசாமி கதைப்பாங்கு (ஏடு) என்னும் இரண்டு கதைப்பாடல்களிலும் அகலிகை கதை வருகிறது. இராமன், லட்சுமணன், விசுவாமித்திரர் மூவரும் தாடகை வதம் முடிந்து காட்டுவழி போகும்போது சிதைந்த ஒரு ஆசிரமத்தைக் கண்டனர்.

இராமன் ஆசிரமத்தினுள் நுழைந்ததும் கருங்கல் சிற்பம் ஒன்றைப் பார்த்தான். அதன் மேல் படிந்திருந்த தூசியைத் தட்டிவிடுகிறான். உடனே அந்தக் கல் பெண்ணாக மாறுகிறது. இதை நாட்டார் பாடல் ஆசிரியன்,

கானகத்துக் குடிசையைத்தான்
கண்டவனும் உள் நுழைந்தான்
கல்லாலே பெண் உருவம்
கண்டதுமே அதிசயித்தான்
புழுதிதான் துடைத்தானே
கைத்துணியாலே அடித்தானே
கல்லுருவம் காரிகையாய்க்
கண்ணிமைத்து நின்றதுவாம்

என்கிறார். இது எழுத்து வடிவிலான கதைப்பாடல்.

அகலிகை சாபவிமோசனம் பெற்று உயிருள்ள பெண்ணாக நிற்கிறாள். இராமனைப் பார்த்து அய்யா பசி என்கிறாள். இராமன் லட்சுமணனைப் பார்த்து கண்ணசைக்கிறான். அவன் காட்டிற்குள் சென்று தொன்னையில் பழம் கொண்டு வருகிறான். இதை,

பல நாள் பசித்திருந்து பரிதவித்த பாவியானேன்
ரகுநாதன் தாள் வணங்கித் தெண்டனிட்டேன் பசிக்குதென்று
தொன்னையிலே அமுதெடுத்துப் பவிசாகத் தான்கொடுத்தான்

என்கிறார் நாட்டார் கவிஞன்.

தெலுங்கைத் தாய்மொழியாக உடைய கம்மவர்களில் ஒரு பிரிவினர் ராமாயண ஓவிய ஏட்டை வைத்துக் கதை சொல்லுவர். நூல்போட்டுப் பார்த்தல் என்ற இந்த வழக்கம் நடைமுறையில் உள்ளது. ஏடுகளின் இடையே நூலைப் போடும்போது இராமன் அகலிகை விமோசனப் படம் வந்தால்

நல்லது நடக்கும் என்று ஒரு நம்பிக்கை. அதோடு இந்த ஏட்டில் அகலிகைக்கு இராமன் பழம் கொடுப்பது போன்ற படமும் உண்டு.

இந்தக் கதை நிகழ்வு ஆந்திரவழி தமிழகத்தில் பரவியிருக்கலாம். தோல்பாவைக் கூத்துக் கலைநிகழ்ச்சியில் கூட அகலிகைக்கு இராமன் பசியாறப் பழம் கொடுப்பது போன்ற காட்சியுண்டு.

தோல்பாவைக் கூத்தில் முதல்நாள் நிகழ்ச்சியில் (பாலகாண்டம்) 19ஆம் காட்சியில் அகலிகை கதை வருகிறது. விசுவாமித்திரர் கதை முழுவதும் சொல்கிறார்.

அகலிகையைக் கருங்கல்லாக ஏன் சபித்தார் கவுதமர் என இராமன் கேட்கிறான். விசுவாமித்திரர் 'ஒரு கணவனும் மனைவியும் மாறிமாறி உடற்கூறுகளை, பரிட்சாந்தங்களை அறிவர். ஆனால் ரிஷிபத்தினி அந்த உணர்வு இல்லாததால் சாபம் பெற்றாள்' என்கிறார்.

இந்தச் சமயம் பின்னணிக் குரல் கேட்கிறது. 'கவுதமரிஷி உள்ளத்தால் தூய்மையானவர்; அவர்மீது களங்கம் கற்பிக்க வேண்டாம்.'

இந்த நிகழ்ச்சியுடன் முதல்நாள் கூத்து முடியும்.

கம்மவரின் ஜோதிடக் கதை மரபில், இராமன் சீதையுடன் காட்டிற்குச் செல்லும்போது அகலிகையைக் கண்டான் என்ற மாற்றமுடைய நிகழ்ச்சி உண்டு. இதே நிகழ்ச்சி ஆனந்த ராமாயணத்திலும் காஷ்மீர ராமாயணத்திலும் உண்டு. இங்கு வேறுபட்ட வடிவங்கள் வழங்குகின்றன. இவற்றில் இந்திரனின் உடலில் பெண்குறி பெற்ற சாபம் முக்கியமானது.

கவுதமர் அதர்மம் செய்த இந்திரனைப் பார்த்து, 'உன் உடலில் மாதர்க்குரிய குறிகள் ஆயிரம் உண்டாகுக' என்று சாபம் கொடுப்பதாகக் கம்பன் கூறுகிறான். இந்து புராணங்களில் இப்படிப் பெண்குறி தோன்றுமாறு சாபம் கொடுத்ததான கதை வேறு இல்லை. ஒன்றுக்கு ஆசைப்பட்டு ஆயிரம் கிடைத்தது என்ற திருப்தியை இதில் அடைய முடியாது. இந்திரன் தன் உடலை இந்திராணியிடம் காட்ட முடியாது. இது ஒரு தண்டனை.

தொரவே ராமாயணத்திலும் இந்திரன் பெண்குறி பெற்ற சாபம் வருகிறது. அத்தோடு அவன் ஆண்மையை இழக்கட்டும் என்ற சாபம் பெற்ற நிகழ்ச்சியும் வருகிறது. துளசி வரலாற்றில் இந்திரன் சாபம் பெற்ற கதை இல்லை. ஆனால் சாபவிமோசனம் பெற்றதான செய்தி உள்ளது. இந்திரனை ஆயிரம் கண்ணோன்

எனச் சிலப்பதிகார உரையாசிரியர் கூறுகிறார். இக்காலத்தில் இது வாய்மொழி மரபிலும் பேசப்பட்டிருக்கலாம்.

அ.அ. மணவாளன், இந்திரன் பெண்குறி பெற்றதான சாபத்தைக் கம்பனிடமிருந்தே பிற்பட்ட ராமாயணக்காரர்கள் எடுத்திருக்க வேண்டும் என்கிறார் (ப,152) இவருக்கு எப்படி இத்தொன்மம் கிடைத்தது? மணிமேகலையில் இது வருகிறது (காதை 18, வரி 88-91).

ஞானசம்பந்தரும் இந்திரனின் கோவிலைக் கண்ணார் கோவில் என்கிறார். இதனால் சங்ககால முடிவிலேயே இந்திரன் பெண்குறி சாபம் தொன்மம் வழங்கியதென்றும், அதையே கம்பன் எடுத்துக்கொண்டான் என்றும் ஊகிக்கலாம்.

காஷ்மீர் வட்டார வழக்கில் இந்திரன் அகலிகையின் பெண்குறிக்குள் சென்றதான கதை வருகிறது. (V.R.Ragavan 1989 The Ramayana Tradition in Asia, Sahitya - Akademy P.42).

ஆசிரமத்தில் இந்திரனைப் பார்த்துவிட்டார் கவுதமர். இந்திரன் தப்ப வழியில்லை; ஆடையில்லாமல் கிடக்கும் அகலிகையைப் பார்த்தான். வண்டாக மாறி அவளது குறிக்குள் சென்றுவிட்டான். இதைப் பார்த்த கவுதமர் அவன் உடலில் பெண்குறி தோன்றட்டும் எனச் சாபம் கொடுத்தாராம். இது காஷ்மீர் வாய்மொழிக்கதை.

இந்திரன் பெற்ற சாபத்தை வேறுவிதமாகச் சொல்லுகிறார் வான்மீகி. கவுதமர், 'இந்திரனே நீ உன் இரண்டு விருட்சங்களை இழப்பாய்; ஆண்மையில்லாமல் ஆவாய்' எனச் சாபங் கொடுக்கிறார். தேவர்கள் வேண்டியதால் 'ஆட்டின் விருட்சங்களை வெட்டிப் பொருத்தினால் ஆண்மை பெறுவான்' எனச் சாபவிமோசனம் கொடுக்கிறார்.

வான்மீகியின் உத்திரகாண்டத்தில் சாபவிமோசனம் வேறுவிதமாக வருகிறது. 'மனிதர்கள் செய்யும் பாவத்தின் பாதிப்பு இந்திரனைச் சேரும்; இந்திரப் பதவி நிலையாக இருக்காது' என்கிறார் வான்மீகி. இதற்குச் சாபவிமோசனமும் கொடுக்கிறார்.

அகலிகை பெற்ற சாபத்திற்கும் சாப விமோசனத்திற்கும் வேறுவேறு வடிவங்கள் உள்ளன. அகலிகையைக் 'கல்லாகப் போ' எனச் சாபமிடுவதும், இராமனால் சாபவிமோசனம் பெறுவாய் எனக் கூறுவதுமான செய்தி கம்பனிடம் மட்டும் அல்ல; ரகுவம்சம், இலங்கை ஜானகி ஹரன் (குமாரதாசர்) ராமாயணங்களிலும் உண்டு. காற்றையே உண்டு முழு உடலுடன் கிடக்கவும் கற்சிலையாக மாறவும் சாபமிட்ட கதை உண்டு.

தமிழில் அகலிகை கதையை முழுதாகச் சொல்லுகின்ற சிறு இலக்கியம் அகலிகை வெண்பா ஒன்றுதான்; எழுதியவர் வெள்ளக்கால் சுப்பிரமணிய முதலியார். (1857–1946). இவரது அகலிகை வெண்பா (1926) மூன்று காண்டங்களும் 282 வெண்பாக்களும் உடையது. முதலியார் கம்பன் வான்மீகி கூறிய கதைகளை மட்டுமல்ல சுந்தரேசரர் என்ற கதா காலட்சேபக்காரர் சொன்ன செய்திகளையும் இக்காவியத்தில் பயன்படுத்தியதாக இரண்டாம் பதிப்பில் கூறுகிறார்.

அகலிகையின் சாப விமோசனம் தமிழகக் கோவில்களில் ஓவியங்களாக உள்ளன. கன்னியாகுமரி மாவட்டம் சுசீந்திரம் தாணுமாலயன் கோவில், கும்பகோணம் இராமசாமி கோவில், இராமநாதபுரம் அரண்மனை ஆகியவற்றில் அகலிகை சுவர் ஓவியங்களாக சுவரோவிமாக இருக்கிறாள்.

சுசீந்திரம் கோவில் கோபுரத்தில் இரண்டாம் மாடியில் மேற்கு பார்த்த கிழக்குச் சுவரில் அகலிகை ஓவியம் உள்ளது.

அகலிகை, விசுவாமித்திரர், இராம லட்சுமணர் உருவங்கள்; இங்கு அகலிகை முழு உருவக் கற்சிலையாக – மெல்லிய சேலை – அசைவில்லாத தோற்றமுடையவளாக நிற்கிறாள். இராமன் அகலிகைக்குத் தொன்னையில் பழம் கொடுக்கும் இன்னொரு காட்சி.

இந்தச் சுவரோவியங்கள் வாய்மொழி மரபில் உள்ள கதை நிகழ்வு ஆகும்.

கும்பகோணம் ராமசாமி கோவிலில் உள்ள சுவரோவியத்தில் அகலிகை இராமனைப் பார்த்து இரண்டு கைகளால் வணங்குவதாகக் காட்டப்பட்டுள்ளது.

‘அகலிகை’ தமிழ்ப் பெண்போல் சேலை உடுத்தி இருக்கிறாள். ராமன் ஆயுதபாணியாய் இருக்கிறான். சாபவிமோசன நிகழ்ச்சியில் கவுதமரும் இருக்கிறார்.

இராமநாதபுரம் அரண்மனை ஓவியத்தில் அகலிகை, இராமனின் கால்களில் விழுந்து வணங்குவதாக உள்ளது.

விசுவாமித்திரர், கவுதமர், இராமன் மூவரும் அவளை ஆசீர்வதிக்கிறார்கள். வான்மீகியில் இராமனே, விமோசனம் பெற்ற அகலிகையை வணங்குகிறான். கம்பன், அன்னையே என அகலிகையை ராமன் அழைப்பதாகச் சொல்லுகிறான். பாஸ்கர ராமாயணத்தில் (தெலுங்கு) ராமலட்சுமணர் அகலிகை காலில் விழுகிறார்கள்.

உங்கள் நூலகம், ஜூலை 2023

3

தமிழ்நாட்டிற்கு ஆந்திரர்களின் ராமாயண நன்கொடை

அனுமான் இலங்கையில் சீதையைக் கண்டு திரும்பிவரும்போது ராமேஸ்வரம் கடற்கரையில் கால்வைத்த சமயம்; களைப்பாக இருந்தான்; தாகம் வேறு; சுற்றுமுற்றும் பார்த்தான். கடற்கரை மேட்டில் ஒரு முனிவர்; அமர்ந்த கோலத்தில் அருகே சென்றான்; வணங்கினான். "தாகம், பசி தீர்க்க முடியுமா முனிவரே" என்றான். அவர் "வடகிழக்கே ஒரு ஊருணியும் சோலையும் உண்டு; காய்கனிகளும் கிடைக்கும்" என்றார்.

அனுமன், "முனிவரே சென்றுவருகிறேன்; அதுவரை இந்தக் கணையாழியைப் பத்திரமாகப் பார்த்துக்கொள்ள முடியுமா" என்று கேட்டான். முனிவர் தன் முன்னே இருந்த கமண்டலத்தைக் காட்டி "அதில் போடு; வரும்போது எடுத்துக்கொள்" என்றார். அனுமனும் அப்படியே செய்தான். பசி தீர்க்கச் சோலையை நோக்கிப் போனான்.

காய்கனிகளை உண்டு பசியாறினான்; தாகம் தீர்த்தான்; ஓய்வெடுத்தான்; முனிவரிடம் வந்தான். "முனிவரே கணையாழியை எடுத்துக்கொள்ளலாமா" என்று கேட்டான். முனிவர் கமண்டலத்தைக் கை காட்டினார். அனுமன் கணையாழியை எடுக்கக் கமண்டலத்தில் கையை விட்டான். நிறையக் கணையாழிகள். கமண்டலத்தைக் கவிழ்த்தான். கணையாழிகள் பொலபொலவென விழுந்தன. அனுமன் திகைத்தான் "என் கணையாழி எது" என்று கேட்டான்.

"யாருடைய கணையாழி" முனிவர்.

"சீதையினுடையது" அனுமன்.

"எந்தச் சீதை" முனிவர்.

"இராமனின் மனைவி" அனுமன்.

"எந்த இராமன்" முனிவர்.

அனுமன் திகைத்தான்; "எந்த ராமனா" என்று கோபத்துடன் கேட்டான். அங்கு முனிவர் இல்லை; பிரம்மா நின்றார்; அதுவும் கொஞ்ச நேரம்; மறைந்துவிட்டார்; அவரது குரல் மட்டும் கேட்டது.

"அனுமனே எத்தனை ராமர்கள்? எத்தனை சீதைகள்? எத்தனை ராமாயணங்கள்; நீ எப்போது வாழ்ந்த சீதையைக் கேட்கிறாய்?" என்றார். ராமாயணத்திற்குப் பல்வேறு வடிவங்கள் உண்டு எனக் கூறவரும் ஆய்வாளர்கள் எல்லோரும் முதலில் சொல்லுவது இந்தக் கதையைத்தான்;

ராமாயணம்தான் எத்தனை ராமாயணம்? உலகக் காவியங்களில் இதைப்போல வேறுபட்ட மாறுபட்ட வடிவங்கள் கொண்ட இன்னொரு பனுவல் உண்டா என்று தெரியவில்லை. இப்படியான மாறுபட்ட பனுவல் உருவாவதற்கு எத்தனையோ காரணங்கள் கூறலாம். மதம், பக்தி, அரசியல் மாற்றம், சமூக மாற்றம், மொழியின் பண்பாடு, கவிஞன்/படைப்பாளிகள், கதைசொல்லியின் மனநிலை எனப் பல காரணங்கள்.

நாட்டார் கலையை நிகழ்த்துபவன் எப்போதும் ஒரே பனுவலைக் கூறுவதில்லை. ஒரே மூலத்திற்கு ஒரே பனுவல் இருப்பதில்லை. வேறுவேறு வடிவங்கள் இருக்கும். வாய்மொழி மரபு உருவாக்கப்படும் சூழல், கற்பனை, எழுத்திலக்கியத்திற்கு இல்லாத சுதந்திரம் என்னும் காரணங்கள் பலவகை பனுவல் களை உருவாக்கும் இந்தக் காரணிகள் ராமாயணத்திற்கும் பொருந்தும்.

கேரளத்தில் கண்ணகி கதை தொடர்பாக 18 வடிவங்கள் கிடைத்துள்ளன. கேரளத்தில் கண்ணகி பரவலாய் வழிபாடு பெற்றதுதான் காரணம் (இப்போது கண்ணகி கோவில்கள் பகவதி கோவிலாகிவிட்டன என்பது வேறு விஷயம்) மணிமேகலை கதைக்கு ஒரு வடிவமே; அவள் வழிபாடு பெறவில்லை என்பது ஒரு காரணம். இராமன் பரவலாய் வழிபாடு பெற்றதும் இதன் பல்வேறு பனுவல்களுக்குரிய காரணங்களில் ஒன்று.

ராமாயணம் பற்றிய விழுமம், அழகியல்கூறு போன்ற வற்றை எழுத்திலக்கியம் போல் வாய்மொழி மரபு பெரிய

அளவில் கணக்கில் எடுத்துக்கொள்ளுவதில்லை. ராமன், சீதை இருவரையும் பிரித்து வைப்பதற்குப் பொருத்தமான நியாயத்தைத் தேடுவதில் செவ்வியல் படைப்பாளிகள் மும்முரமாக இருந்தனர். வாய்மொழி மரபில் இதற்கு நேர்மாறாக இருக்கும். பவபூதியைப் போன்ற எழுத்திலக்கியவாதிகள் வாய்மொழி மரபை முழுதும் பின்பற்றியதால் வேறுபட்டுள்ளனர் என்கின்றனா.

ராமாயணம் இந்திய மொழிகளில் மட்டுமன்றிக் கீழை நாட்டு மொழிகளான இந்தோனேசிய மொழி முதலாகப் பத்து மொழிகளில் உள்ளது. ஏறத்தாழ 11 ராமாயணங்கள் உள்ளன. (பி.இ.எண்:1) இந்த ராமாயணங்கள் கி.பி 9ஆம் நூற்றாண்டிற்கும் கி.பி 19ஆம் நூற்றாண்டிற்கும் இடைப்பட்ட காலத்தவை.

இந்திய மொழிகளில் மிகப்பழையதான ஆனால் பேச்சு வழக்கில் இல்லாத சமஸ்கிருதம், பாலி, பிராகிருதம் ஆகிய மொழிகளில் அதிக ராமாயணங்கள் உள்ளன. ராமாயணக் கதையை நேரடியாகச் சொல்லும் 11 சமஸ்கிருத மூலங்கள் கிடைத்துள்ளன. (பி.இ.எண்: 2) இவற்றின் பின் எல்லை கி.பி 15ஆம் நூற்றாண்டு வரை எட்டுகிறது; அல்லாமல் வியாசபாரதம் உட்பட வேறு நான்கு புராண இதிகாசங்களிலும் ராமாயணக்கதை பேசப்படுகிறது. (பி.இ.எண்:2) இந்த நூல்களின் கால எல்லை கி.மு.4ஆம் நூற்றாண்டிலிருந்து கி.பி.15ஆம் நூற்றாண்டுவரை உள்ள காலகட்டத்தவை.

பாலி மொழியில் மூன்று ராமாயணங்கள் உள்ளன. இவை கி.மு.வில் உள்ளவை. பிராகிருதத்தில் உள்ள ஐந்து ராமாயணங்களும் கி.மு. 4ஆம் நூற்றாண்டு முதல் கி.பி. 9ஆம் நூற்றாண்டு வரை உள்ள காலகட்டத்தவை (பி.இ.எண்: 3).

தென்னிந்திய மொழிகளில் தமிழ் (கி.பி. 12ஆம் நூற்றாண்டு), தெலுங்கு (கி.பி.12ஆம் நூற்றாண்டு), கன்னடம் (கி.பி. 16ஆம் நூற்றாண்டு), மலையாளம் (கி.பி. 14ஆம் நூற்றாண்டு) ஆகிய மொழிகளில் ராமாயணக் காவியங்கள் தோன்றிவிட்டன. வட இந்திய மொழிகளில் காஷ்மீரி, அசாமி, வங்காளி, மராட்டி, ஒரியா, இந்தி, பார்சி ஆகிய மொழிகளிலும் நேபாளி, குஜராத்தி எனச் சிலவற்றிலும் ராமாயணக் காவியங்கள் உள்ளன. இவற்றில் அசாமி மொழியில் 14ஆம் நூற்றாண்டிலும் பிற மொழிகளில் 16ஆம் நூற்றாண்டிற்குப் பிற்பட்டும் எழுதப்பட்டவை.

ஒருவகையில் ஆரம்பகாலத்தில் சமஸ்கிருத, பாலி, பிராகிருத மொழிகளின் வழியும் வாய்மொழி மரபிலிருந்தும் பரவிய இராமாயணமே இந்திய மொழிகளில் பெரிதும்

அறிமுகமாயுள்ளது என்கிறார்கள். வான்மீகிக்குப் பிறகு 12ஆம் நூற்றாண்டுவரை இந்தியாவில் படிப்படியாக வளர்ந்த ராமன் வழிபாடு ராமாயணத்தின் பனுவலையும் பாதித்திருக்கிறது.

வடஇந்திய மொழிகளில் உள்ள செவ்வியல் ராமாயணங்களில் வாய்மொழி மரபின் தாக்கம் அதிகம். காளிதாசன், பவபூதி போன்ற உன்னதமான கவிஞர்களும் வாய்மொழி மரபைப் பெருமளவில் பயன்படுத்தியுள்ளனர். காளிதாசன் காஷ்மீரில் பிறந்தவன்; போஜராஜனின் காலத்தவன்; நாடோடியாய் அலைந்து ராமாயணக் கதைகளைச் சேகரித்தவன். இப்படியும் ஒரு செய்தி உண்டு. வட இந்திய பாணர் மரபினர், பழங்குடியினர் ஆகியோரின் வாய்மொழி மரபிலிருந்து இந்தியச் செவ்வியல் ராமாயண வடிவங்களுக்கு வந்தவை நிறைய உண்டு. இதற்குப் புத்த ஜாதகக் கதைகளும் காரணம் என்பதை டாக்டர் போயர் போன்ற ஆராய்ச்சியாளர்கள் கூறுகிறார்கள்.

ஆந்திர மாநிலம் தமிழுக்கும் தமிழ்ப் பண்பாட்டிற்கும் அளித்த நன்கொடை கணிசமானது. மொழியைவிட நாட்டார் நிகழ்த்துக் கலைகள், கதைப் பாடல்கள். சுவரோவியங்கள். கோவில் கட்டுமானம், சிற்பம், நீராதாரப் பெருக்கம் என்னும் பலவற்றிற்கு அவர்களின் பங்களிப்பு உண்டு. நாயக்கர் ஆட்சிக்குப் பின்னர் தமிழகத்தில் ஐரோப்பிய ஆட்சியால் எத்தனையோ மாற்றங்கள் ஏற்பட்டாலும் தெலுங்கு மொழியும் ஆந்திரப் பண்பாடும் அளித்த கொடையின் சுவடுகள் இன்னும் பசுமையாக ஒளிர்கின்றன.

தமிழக நாட்டார் நிகழ்த்துக் கலைகளில் உறுமி, கோமாளியாட்டம், எக்காளக் கூத்து, சாட்டையடி ஆட்டம், தாதராட்டம், தேவராட்டம், பகல்வேடம், சேவையாட்டம் ஆகியன முழுதும் தெலுங்கைத் தாய்மொழியாகக் கொண்டவர்களால் நடத்தப்படுவன. கோணங்கி ஆட்டம், கையுறைப் பாவைக் கூத்து, பாகவத மேளா வீரபத்திரசாமி ஆட்டம், ஆலி ஆட்டம், பின்னல் கோலாட்டம், புலிவேட ஆட்டம் போன்றன ஆந்திரர்களின் செல்வாக்கால் தமிழர்களுக்குக் கிடைத்த கலைகள். இவற்றில் பின்னல் கோலாட்டம் தமிழ்நாட்டிலிருந்து கேரளத்திற்குச் சென்றிருக்கிறது.

திருமால் அடியவர்களைப் போற்றித் தொட்டியம்பட்டி நாயக்கர்கள் ஆடும் ஆட்டம் தாதர்கள் ஆட்டம். பகல் வேடம் புராண, இதிகாசப் பாத்திரங்களின் வேடத்தைப் புனைந்து கொண்டு பாடுவது. இதில் இராமனும் சீதையும் வருவார்கள். சேவையாட்டம் அரங்கநாதன் கோவிலில் நிகழ்வது. திருப்பதிக்குச் சென்று திரும்பியவர்கள் நடத்துவது கோணங்கி

ஆட்டம். பாகவதக் கதையுடன் தொடர்புடையது. சுவடி பார்த்துக் குறிசொல்லும் குடுகுடுப்பை நாயக்கர்களின் கலை (இது ஒருவகை யாசகம்) ராமாயணத்துடன் தொடர்புடையது.

இங்கு குறிக்கப்பட்ட எல்லாக் கலைகளும் ராமாயணம் அல்லது பாகவதத்துடன் தொடர்புடையன. வைணவ சம்பிரதாயங்களையும் ராமாயணக் கதைகளையும் சாதாரண பாமரனுக்கு நாட்டார் கலைகள்வழி கொண்டுசென்றதில் ஆந்திரர்களுக்கு முக்கிய இடம் உண்டு. பிற்காலச் சோழர் காலத்திலேயே ஆந்திரரின் தொடர்பு தமிழகத்திற்கு இருந்தாலும் ராமாயணம் பாமர மக்களிடம் சென்றது நாயக்கர்கள் காலத்தில்தான். தமிழின் உன்னதமான கவிஞன் கம்பன் செல்லாத இடங்களிலும் தெலுங்கு ரங்கநாத ராமாயணம் தன் தாக்கத்தை ஏற்படுத்திஇருக்கிறது.

தென்னிந்திய மாநிலங்களில் ராமாயணத்தின் தாக்கம் அதிகம் உள்ள மொழி தெலுங்கு என்று ராமாயண ஆராய்ச்சியாளர்கள் கூறுகிறார்கள். செவ்விலக்கியங்களில் மட்டுமல்ல நாட்டார் வழக்காறுகளில் ஆழக் கால்பதித்த ராமாயணத் துணுக்குகளும் தெலுங்கில் பல உண்டு. ஆறு அல்லது குளத்தில் குளிக்கும்போது மரணச் செய்தியைக் கேட்டால் இராமா எனக் கூறுவது அங்குள்ள மரபு; இங்கு இராமா என்று சொன்னால் ஐயோ அப்படியா என்று பொருள்.

இங்கு செவ்வியல் வழக்கில் அல்லாமல் வட்டார ரீதியான ராமாயண வடிவங்கள், நாடகம், கூத்து வடிவங்கள் கிடைத்துள்ளன. இவை கதை வடிவங்கள். ஆந்திராவில் மட்டும் 18க்கும் மேற்பட்ட ராமாயண வடிவங்கள் கிடைத்துள்ளன. இவை 12ஆம் நூற்றாண்டிற்கும் 19ஆம் நூற்றாண்டிற்கும் இடைப்பட்ட காலத்தில் எழுதப்பட்டவை.

ஆந்திராவின் முதல் ராமாயணமாக பாஸ்கர ராமாயணத்தைக் கூறுகிறார்கள். கம்பன் காலத்திற்குச் சமகாலத்திலோ பிந்தியோ எழுதப்பட்டிருக்கலாம் என்ற கருத்து உண்டு. இந்நூல் வான்மீகியிலிருந்து சில இடங்களில் வேறுபடுகிறது. நூலாசிரியர் தன் சமகால வாய்மொழி மரபைப் பெரிதும் பயன்படுத்தி இருக்கிறார். குமார கம்மண்ணர் மதுரை வந்தபோது (1371) இந்த ராமாயணமும் தமிழகம் வந்தது. இதன் பல நிகழ்ச்சிகள் வாய்மொழியாகவும் பரவின. முக்கிய மாகத் தெலுங்கு மொழி பேசியவர்கள் குடியேறியபோது இக்கதை வழக்கில் வந்தது.

ரங்கநாத மகாத்மியம் (ராமாயணம்) கி.பி. 1240இல் எழுதப் பட்டது. இதன் மொத்த வரிகள் 34,580. இந்தியாவிலேயே நாட்டார்

ராமாயண மரபைப் பெருமளவில் பயன்படுத்திய நூல் இது என்று கூறுகிறார்கள். ஆந்திரத் தோல்பாவைக் கூத்திற்குரிய மூலப் பனுவலே இந்த ராமாயணம்தான். இந்நூலின் ஆசிரியரான புத்தாரெட்டி இசைக் கலைஞரும்கூட. இதனால் இந்த ராமாயணத்தை ஆந்திரத் தோல்பாவைக் கூத்துக் கலைஞர்கள் விரும்பி ஏற்றனர்.

நிர்வகள உத்திர ராமாயணம் 16ஆம் நூற்றாண்டினது. சம்பு வடிவம், உத்திரகாண்ட நிகழ்ச்சியை விவரிக்க எழுதப்பட்டது. தமிழகத்து ஒட்டக்கூத்தரின் உத்திரகாண்டத்திலிருந்து வேறுபட்டது. இந்த நூலில் வரும் மயில்ராவணன் கதை தமிழக நாட்டார் மரபில் அம்மானையாய் வடிவம் பெற்றிருக்கிறது.

மேலும் வாசிட்ட ராமாயணம் (கி.பி. 14 நூற்.) மொல்ல ராமாயணம் (கி.பி. 16 நூற்) சகலவர்ண பூர்ணா ராமாயணம் (கி.பி.13 நூற்.) சீதா விஜயம், அற்புத ராமாயணம், ஸ்ரீகிருஷ்ணா ராமாயணம், அத்யாத்ம ராமாயணம் மைராவண சரிதம் (கி.பி.15 நூற்.) வான்மீகி (மொ.பெ) கோவிந்த ராமாயணம் (1820) சுக்கிரீவ விஜயம் (யட்சகானத்திற்கு) ஞானபீட விருது பெற்றவரான விஸ்வநாதர் (1893–1974) இயற்றிய விசுவநாத ராமாயணம் என 17க்கு மேல் வரும். இவற்றில் விசுவநாத ராமாயணம் சென்னைப் பல்கலைக்கழகத்தில் பாடத்திட்டத்தில் இருந்தது.

தமிழகத் தோல்பாவைக் கூத்து ஆந்திர ரங்கநாத ராமாயணத்திற்கு முழுதும் கடன்பட்டது. இந்த ராமாயணம் தஞ்சை மராட்டிய ஆட்சிக் காலத்தில் (1659–1855) அறிமுகமாகி விட்டது. இக்காலத்தில் தோல்பாவைக் கூத்தைத் தமிழில் நடத்திய மராட்டியக் கலைஞர்கள் தங்கள் ராமாயணத்துக்கு மூலமாக ரங்கநாத ராமாயணக் கதை நிகழ்ச்சிகளையே பெரிதும் எடுத்துக்கொண்டனர்.

தமிழகத்துத் தோல்பாவைக் கூத்து நிகழ்ச்சி வான்மீகிக்கோ கம்பனுக்கோ கடன்பட்டதல்ல. தென்மாவட்டங்களில் புகழ் பெற்றிருந்த கோபால ராவ் (1882–1976) சில கம்பராமாயணப் பாடல்களை 30களின் இறுதியில் பாடினார்; அது தமிழறிஞன் பி.ஸ்ரீ.யின் தூண்டுதலால் பாடப்பட்ட நிகழ்வு. கோபால ராவின் மகன் பரமசிவ ராவ் சில பாடல்களைப் பாடினார். அவர் அப்பாவிடமிருந்து கற்றதாகச் சொன்னார். இவரைத் தவிர வேறு எந்தக் கலைஞருக்கும் கம்பனிடம் தொடர்பு இல்லை.

தோல்பாவைக் கூத்துக் கலைஞர்கள் எல்லாவற்றையும் இலவசமாகப் பெற்று இலவசமாகவே கூத்து நடத்திய காலத்தில் தென்மாவட்டங்களில் இவர்களைப் பெரிதும் புரந்தவர்கள்

தெலுங்கு பேசிய மக்களே. மூலக்கருப்பட்டி, முனைஞ்சிப்பட்டி, ரெட்டியார்பட்டி, செவல்பட்டி என்னும் கிராமங்களில் தோல்பாவைக் கூத்துக் கலைஞர்களுக்கு இருந்த வரவேற்பை சுப்பையா ராவ் சொல்லியிருக்கிறார். 80களின் பாதியில் ரெட்டியார்பட்டியில் பரமசிவ ராவின் கூத்தை நான் பதிவு செய்தபோது இதை நேரடியாக அறிந்தேன். இந்தப் பின்னணியில் ரங்கநாத ராமாயணம் தோல்பாவைக் கூத்தில் செல்வாக்குப் பெற்றதைப் பார்க்க வேண்டும்.

தமிழகத் தோல்பாவைக் கூத்தில் ஆந்திர ராமாயணம் தொடர்பான சில நிகழ்ச்சிகளை மாதிரிக்குப் பார்ப்போம்.

இந்திரஜித் போரில் இறந்ததும் அவனது கை மட்டும், இராவணனின் அரண்மனைக்குச் செல்கிறது; அங்கு அவனின் மனைவி சுலோசனாவின் முன்னே சென்று நிற்கிறது. அவளுக்குப் புரிந்துவிட்டது; ஏற்கெனவே கணவன் சொன்ன அடையாளம் அது. அவள் கணவனின் உடலைத் தேடிப் போர்க்களத்திற்குச் செல்லுகிறாள். இராமனைக் கண்டு ஓவென அழுகிறாள்.

இராமன் மவுனமாக லட்சுமணனைப் பார்க்கிறான். தன் உள்ளங்கையைப் பார்க்கிறான். லட்சுமணனிடம் காட்டுகிறான். லட்சுமணனுக்குத் தன் முந்திய பிறவி நினைவுக்கு வருகிறது. சுலோசனா தன் மகள்; முந்தைய பிறவியில் தான் நாககன்னிகை யின் மகன் என்பதெல்லாம் சித்திரம்போல் கண்ணுக்கு முன்னே ஓடுகிறது. அவனுக்கு அழுகையும் கோபமும் மேலெழுகிறது. “என் மகளை விதவையாக்கியது யார்? அவனைக் கொல்லுகிறேன்” என எழுகிறான். இராமன் அவன் நினைவை மாற்றுகிறான்.

இது தோல்பாவைக் கூத்துக் கதை. கம்பனிலோ தமிழ்நாட்டு வேறு ராமாயண வடிவங்களிலோ இல்லாதது; ஆந்திர மக்களின் வழிவந்த நிகழ்வு. தோல்பாவைக் கூத்தில் வரும் சூர்ப்பநகை தெலுங்கு ரங்கநாத ராமாயணத்தின் மறுபதிப்புதான். இக்கூத்தில் சூர்ப்பநகையின் கணவனின் பெயர் வித்தியாசிங்கன்; மகன் ஜம்புகாசுரன்.

வித்தியாசிங்கன் இராவணனைவிட மாபெரும் வீரன். ஒருமுறை இராவணனைச் சிறு பூச்சியை எடுப்பதுபோல் பிடித்துத் தன் வாயில் போட்டுக்கொண்டான். இதனால் வித்தியாசிங்கன் இருந்தால் தனக்கு ஆபத்து என இராவணன் உணர்ந்து சூர்ப்பனகையின் மூலம் வித்தியாசிங்கனின் உயிர் இருக்கும் இடத்தை அறிந்து அவளின் வழி தந்திரமாக அவனைக் கொன்றுவிடுகிறான்.

சூர்ப்பனகையின் மகன் செண்பகாசுரனை ஒருமுறை லட்சுமணன் தன்னையறியாமல் வாளால் வெட்டிவிடுகிறான்.

இதனால் சஞ்சலமடைந்த சூர்ப்பனகை இராவணன்மீதும் லட்சுமணன்மீதும் வெறுப்பு கொள்கிறாள். தோல்பாவைக் கூத்தில் இந்த நிகழ்ச்சி சூர்ப்பனகை வாய்வழி சொல்லப்படுகிறது.

வித்தியாசிங்கனைப் பற்றிய இந்தக் கதை கம்பனில் இல்லை. தோல்பாவைக் கூத்தில் உண்டு. தென்மாவட்டங்களில் அபூர்வமாய் வழக்கில் இருந்த இராமகீர்த்தனம் என்னும் வில்லிசைப்பாடலிலும் சூர்ப்பனகை பற்றிய இந்த நிகழ்ச்சி வருகிறது. இதன் ஆசிரியர் திருவானந்தம்; இவர் 1758–1828ஆம் ஆண்டுகளில் வாழ்ந்திருக்க வேண்டும். இவரது கதைப்பாடலில் வதைகள் காண்டம் பகுதியில் சூர்ப்பனகையின் மகனின் இறப்பு பற்றிய செய்தி வருகிறது. இதே நிகழ்ச்சி தோல்பாவைக் கூத்திலும் காட்டப்படுகிறது. இரண்டிற்கும் மூலம் தெலுங்கு ராமாயணம்.

தென்திருவிதாங்கூரில் ஞானியாகவும் புரட்சியாளராகவும் வாழ்ந்த அய்யா வைகுண்டரின் அகிலத்திரட்டிலும் சூர்ப்பனகை செய்தி வருகிறது. இது தோல்பாவைக் கூத்து நிகழ்ச்சிக்கும் இராமகீர்த்தனத்துக்கும் ஒத்துப்போவது. இதனால் ஆந்திர மக்களின் குடியேற்றப் பகுதிகளில் தெலுங்குமொழி ராமாயணச் செய்திகள் பரவலாகப் புழங்கியிருப்பதாகக் கருதலாம்.

கோபால ராவ் நடத்திய ராமாயண யுத்தகாண்ட நிகழ்வில் இராவணனின் அண்ணன் சகஸ்வர கண்டனுடன் போர் செய்ததாகவும் ராமன் எதிர்க்க முடியாத நிலையில் கையற்று இருந்ததாகவும் அப்போது சீதை காளி உருவம் எடுத்து சகஸ்வர கண்டனைக் கொன்றதாகவும் பின்னணிக் குரலில் கூறுவாராம். 70களில் சுப்பையா ராவும் 80களில் பரமசிவ ராவும் இந்தக் கதை நிகழ்வைக் கூறினர். இப்படி ஒரு செய்தி கம்பனில் இல்லை. இது தெலுங்கு அற்புத ராமாயணம் வழி தமிழகத்தில் பரவி இருக்கலாம்.

தமிழில் கிடைக்கின்ற யட்சகானங்களில் சுக்கிரீவனைப் பற்றிய ஒரு யட்சகானம் உண்டு. இது தெலுங்கு யட்சகானத்தின் மொழிபெயர்ப்பு. கும்பகோணம் ராமசாமி கோவிலில் அனுமான் வீணை மீட்டுவது போன்ற ஒரு சிற்பம் உள்ளது. இதே வடிவத்தைக் கும்பகோணம் கடைகளிலும் விற்பனை செய்கிறார்கள். அனுமன் இசைக்கலை அறிஞனாக இருந்தான்; நாரதரிடம் வீணை கற்றான்; அகத்தியருக்குச் சமமாக வீணைமீட்டுவான் என்னும் கதைகள் தமிழ் மரபு இராமாயணங்களில் இல்லை. இதே விஷயம் 'மடாகோவிந்த தீட்சதர்' என்பவர் எழுதிய 'சங்கீத கதா' என்ற நூலில் உள்ளது.

தெலுங்கு மொழியில் எழுதப்பட்ட இந்நூலின் ஏட்டுப் பிரதி தஞ்சையில் கிடைத்திருக்கிறது.

இராவணனுக்கு ஒரு தம்பி இருந்தான். அவன் இராமனை மயக்கிப் பாதாள உலகிற்குக் கொண்டு சென்றான். இராமனைப் பாதுகாக்க வேண்டிய பொறுப்பு அனுமனுக்கு. அதனால் இராமனை மீட்பேன், இல்லையேல் இறப்பேன் என்னும் சபதத்துடன் பாதாளத்துக்குப் போகிறான் அனுமன். அங்கு மயில்ராவணனைக் கொன்று இராமனை மீட்கிறான்.

இந்தக் கதை தமிழ் மரபு ராமாயணங்களில் சொல்லப் படாதது. கம்பனிடம் இல்லை. தமிழில் இது புகழேந்திப் புலவர் பெயரில் அம்மானை வடிவில் உள்ளது. மயில்ராவணன் கதை என்னும் கதைப் பாடல் 1885இல் அச்சில் வந்துள்ளது. மயில்ராவணன் கதை சமஸ்கிருத மரபிற்குத் தொடர்பில்லாதது. இக்கதை முதலில் தெலுங்கு ஆனந்த ராமாயணத்தில் வருகிறது.

இந்தியாவில் 25 மொழிகளில் மயில்ராவணன் கதை வெவ்வேறு வடிவங்களில் உள்ளது. இந்தக் கதைகள் வட்டார ரீதியான மாறுபாடு உடையன. எழுத்து வடிவில் உள்ள இக்கதைகள் தவிர வாய்மொழி வடிவிலும் நிறைய உள்ளன. இவற்றில் சிலவே தொகுக்கப்பட்டுள்ளன. தமிழகத்தில் நீலகிரியில் வாழும் பாறுகுறும்பர் என்னும் பழங்குடியினரிடம் வழக்கில் இருந்த மயில்ராவணன் கதையை டைட்டர்சாம் என்பவர் 1974இல் தொகுத்திருக்கிறார். இதிலும் தெலுங்கு ராமாயணச் செல்வாக்கு உண்டு.

தமிழில் மயில்ராவணன் எனச் சொல்லப் பட்டாலும் பேச்சுவழக்கில் மயிராவணன் என்றே சொல்லப்படுகிறான். மஹி – மயி – பாதாளம் என்பதைக் குறிக்கும் சொல் மயில் ஆகிவிட்டது. தமிழில் இந்த அம்மானை வடிவம் மட்டுமல்ல 'ஹனுமந்த விஜயம்' என்னும் ஒரு கதையும் உண்டு; இது தெலுங்கு மொழியின் தமிழ் வடிவம்; அச்சில் வரவில்லை.

மாதவையா என்பவர் தெலுங்கு மொழியில் இயற்றிய மைராவணன் சரித்திரம் மூன்று காண்டங்களை உடையது; கி.பி.15ஆம் நூற்றாண்டினது. இதன் பாதிப்பு மயில்ராவணன் கதையில் முழுதும் உண்டு என்கிறார்கள். மாதவையா தமிழகத்தில் வாழ்ந்தவர். பி.பி. சாமிநாதன் என்பவர் தெலுங்கு மொழியில் மைராவணன் கீர்த்தனை ஒன்று இயற்றியுள்ளார். இவர் தமிழ்நாட்டில் வாழ்ந்தவர்; தமிழக நாயக்கர் காலத்தவர்.

தமிழகத்தில் தோல்பாவைக் கூத்திலும் மயில்ராவணன் கதை நிகழ்த்தப்பட்டது; சுப்பையா ராவ் மயில்ராவணக் கதை

என்னும் பேரில் நடத்தினார். பெரும்பாலும் மற்ற கலைஞர்கள் மச்சவல்லபன் போர் என்னும் போரில் மயில்ராவணன் கதையை நடத்துகிறார்கள். அனுமானுக்கும் கடலில் உள்ள ஒரு மச்சத்திற்கும் பிறந்தவன் மச்சவல்லபன். அனுமன் தன் மகன் எனத் தெரியாமலே மகனுடன் மோதுகிறான்.

சுப்பையா ராவ் “தஞ்சாவூரிலிருந்து எங்கள் சாதிக்காரர்கள் குடிபெயர்ந்தபோது மதுரையில் ராமாயணக் கதையை மட்டும் அல்ல மச்சவல்லபன் கதையையும் நடத்தினார்கள். நாயக்க சாதிக்காரங்க விரும்பி அதை நடத்தச் சொல்லுவார்கள்” என்றார்.

தமிழகத்திற்கு ராமாயணம் மட்டுமல்ல கதைப்பாடல்கள், நாடகம், போன்றவற்றிக்கும் ஆந்திரர்களின் நன்கொடை உண்டு. உதாரணத்திற்கு இரண்டு பார்க்கலாம். சாரங்கதாரா என்ற நாடகம் தமிழகத்தில் பரவலாக அறியப்பட்டது; இது திரைப்படமாகவும் வந்தது.

தமிழகத்தில் சிவன் கோவில்கள் சிலவற்றில் சாரங்கதாரா நாடகம் தேவதாசிகளால் நடிக்கப்பட்டது என்ற செய்தியை மிகச் சிலரே சொல்லியிருக்கிறார்கள். சுசீந்திரம் கோவில் என்னும் பி.எச்டி. ஆய்வேட்டில் (1953) டாக்டர் கே.கே. பிள்ளை இந்தக் கோவிலில் சாரங்கதாரா நாடகம் தேவதாசிகளால் நடத்தப்பட்டதைக் குறிப்பிடுகிறார். இதே காலத்தில் வேறு கோவில்களிலும் நடிக்கப்பட்டிருக்கிறது.

தமிழக அரசு ஓலைச்சுவடி நூலகத்தில் சாரங்கதாரா யட்சகானம் ஏடு உள்ளது. இது அச்சில் வரவில்லை. சாரங்கதாரா அம்மானையை ஏகாம்பரநாத முதலியார் என்பவர் பதிப்பித்திருக்கிறார் (1906). வாசகப்பா வடிவிலும் இக்கதை வந்திருக்கிறது (1909). சாரங்கதாரா இசை நாடகம் ஒன்று (1908) வந்திருக்கிறது. இது முழுதும் இசைப்பாடல் வடிவிலானது.

சங்கரதாஸ் சுவாமிகள் சாரங்கதாரா நாடகத்தை மேடை ஏற்றியிருக்கிறார். தஞ்சை தமிழ்ப் பல்கலைப் பேராசிரியர் இராமாநுஜம் என்னிடம் சாரங்கதாரா நாடகப் பிரதி ஒன்றைத் தந்தார். அது ஸ்பெஷல் நாடகக் கம்பெனியாருக்குரியது. தெலுங்கு நாடகப் பிதாமகரான கிருஷ்ணமாச்சாரியார் சென்னையில் இந்த நாடகத்தை நடத்தியிருக்கிறார். முழுக்கவும் தெலுங்கு மொழியில் நடந்த இந்த நாடகத்தைப் பம்மல் சம்பந்த முதலியார் பார்த்திருக்கிறார். இந்த உத்வேகத்தில் இந்நாடகத்தைத் தமிழில் மேடை ஏற்றினார் (1912). இது 198 முறை மேடையில் நடிக்கப்பட்டிருக்கிறது.

சாரங்கதாரா திரைப்படம் இந்தி, தமிழ் இரண்டிலும் ஒரே சமயத்தில் வந்தது (1936). அப்போது இப்படம் படு தோல்வி யடைந்தது. 1956இல் தமிழில் சாரங்கதாரா படம் வந்தது. சிவாஜி, பானுமதி நடித்த இப்படம் 100 நாட்கள் ஓடியது. இப்போது நாம் அடிக்கடி கேட்கும் 'வசந்தமுல்லை...' என்னும் பாடல் இப்படத்தில் வருவது.

இந்த சாரங்கதாரா கதை தமிழுக்கு ஆந்திர மக்கள் வழி 17ஆம் நூற்றாண்டிலேயே அறிமுகமாகிவிட்டது. தெலுங்கு யட்சகானம் வழி தமிழகத்திற்கு வந்திருக்கலாம். சாரங்கதாரா கதை ஆந்திராவில் 16ஆம் நூற்றாண்டில் வழக்கில் இருந்தது. இக்கதையைத் தெலுங்கு மொழி நூலான துவிபத பாகவதம் கூறுகிறது. இந்நூல் 16ஆம் நூற்றாண்டினது. சாரங்கதாரா தெலுங்கு மூலத்தில் வரும் இடங்களில் பழைய வேங்கியான ராஜமுந்திரியும் ஒன்று. இதில் குறிப்பிடப்படும் அரசர்களில் ஒருவன் ராஜேந்திரன்.

ஆந்திரர்களின் தமிழகக் கொடையில் முக்கியமான கதை நல்லதங்காள் கதை. புகழேந்திப் புலவர் பேரில் உள்ள நல்லதங்காள் அம்மானையை கருணானந்த சுவாமிகள் 1869இல் முதலில் அச்சிட்டு வெளியிட்டார். தொல்லியல் துறை அதிகாரி தெ. கோபாலன், விருதுநகர் மாவட்டம் வத்திராயிருப்பிலிருந்து நல்லதங்காள் கதை ஏடு ஒன்றைச் சேகரித்தார்; இது பாடல் வடிவிலானது. இதற்கு வேறு ஏடுகளும் உண்டு. இது அச்சில் வரவில்லை. வாய்மொழி வடிவிலும் நல்லதங்காள் கதை பாடப்படுகிறது. ஹிட்இன்ஸ் நாடகக் கம்பெனியார் தயாரித்த இசைத்தட்டு ஒன்று உண்டு. இது பெருமளவு பாடல்களைக் கொண்டது. இதை நான் பதிப்பித்திருக்கிறேன். (நல்லதங்காள். காவ்யா. 2004). இக்கதை திரைப்படமாகவும் வந்துள்ளது.

தமிழகத்தில் நல்லதங்காள் கதை பரவலானதற்குத் தோல்பாவைக் கூத்துக் கலையும் ஒரு காரணம். இக்கூத்தில் இராமாயண நிகழ்ச்சி முடிந்த மறுநாள் நல்லதங்காள் கதை நடத்துவது ஒரு மரபு. கூத்து நடக்கும் மொத்த நாட்களில் அதிக வசூல் நல்லதங்காள் கூத்துக்குதான். சில சமயம் பார்வையாளர்களின் வேண்டுகோளால் இரண்டாம் முறையும் நல்லதங்காள் கதையை நடத்துவதுண்டு.

நல்லதங்காள் நாட்டில் மழை இல்லாமல் பஞ்சம்; வறுமை; அதனால் அவள் தன் ஏழு குழந்தைகளுடன் அண்ணன் வீட்டிற்குச் செல்லுகிறாள். அங்கே அண்ணன் இல்லை. அண்ணனின் மனைவி அவளைக் கொடுமைப்படுத்துகிறாள்.

அதனால் நல்லதங்காள் ஏழு குழந்தைகளையும் கிணற்றில் தள்ளிவிட்டுத் தற்கொலை செய்து கொள்ளுகிறாள். தங்கையின் சாவிற்கு பழி தீர்க்க மனைவியைக் கொல்லுகிறான் அண்ணன்.

தமிழகத்தில் நல்லதங்காளுக்கு விருதுநகர் மாவட்டம் வத்திராயிருப்பு அருகே ஒரு கிராமத்தில் கோவில் உள்ளது; வழிபாடு உண்டு. நல்லதங்காள் கதை ஆந்திர மாநிலத்திற்கு உரியது என்ற கருத்தை முதலில் முன்வைத்தவர் பேரா.நா. வானமாமலை.

நா.வா. ஒருமுறை ஹைதராபாத் நாட்டார் வழக்காற்றியல் அறிஞர் நாராயண கிருஷ்ணனிடம் தமிழக நல்லதங்காள் கதையைச் சொல்லியிருக்கிறார். நாராயணன் ஆந்திர மாநிலத் தெருப்பாடர்கள் பாடும் நல்லதங்காள் கதையைச் சொல்லி இதன் மூலம் ஆந்திரா என்றாராம். அதோடு கம்மவர்கள் தமிழகத்திற்குக் குடிபெயர்ந்தபோது இந்தக் கதையும் வந்தது என்றாராம். நா.வா. இக்கதை 1946இல் கம்மவர்களால் பேசப்பட்ட தற்குச் சான்று தேடியிருக்கிறார்.

தமிழக நல்லதங்காள் கதைக்கும் ஆந்திர நல்லதங்காள் கதைக்கும் வேறுபாடுண்டு. முக்கியமாக விவசாயக் குடும்பங்களின் பாதிப்பு இக்கதையின் மையம். இதே கதை கன்னடத்தில் "ஹைன்னோத்து ஹெங்கலு" என்னும் பெயரில் வழங்கியது. இது ஆந்திரக் கதையிலிருந்து வேறுபட்டது; என்றாலும் மூலக்கதை ஆந்திராவுக்குச் சொந்தமானது. கேரளத்தில் இக்கதை இல்லை.

தெலுங்குமொழியைத் தாய்மொழியாகக் கொண்டு வாழ்ந்து அகால மரணமடைந்து தெய்வமானவர்கள் தமிழ்நாட்டில் வழிபடு தெய்வங்களாக உள்ளனர். இவர்களைப் பற்றித் தமிழ் வில்லுப்பாட்டுகள் உள்ளன. கேரளத்துப் பிராமணனான முத்துப்பட்டன் என்பவன் பொம்மக்கா திம்மக்கா என்னும் இரண்டுபேரை மணந்தான். இருவரும் தெலுங்குமொழி பேசியவர்கள். முத்துப்பட்டன் கொலைப்பட்டபின் மனைவியர் சிதையில் ஏறினர். மூவரும் தெய்வமாயினர். இவர்களைப் பற்றிய கதைப்பாடல் உண்டு. இவர்களைத் தமிழர்கள் வழிபடு கிறார்கள். இவர்களைப்போல் மாகாளி அம்மன் (பொள்ளாச்சி நாயுடு), சௌண்டீஸ்வரி (தேவாங்கர் செட்டி), சென்னாதேவி (வேலூர்), துளசி (ஆந்திர தமிழ் எல்லை), ஜக்கம்மா (கம்பளத்தார்) என இப்படியாக ஒரு பெரிய பட்டியலைக் கூறலாம்.

வில்லுப்பாட்டுக் கதைகளில் ஆந்திர மக்களுடன் தொடர்புடையவையும் உண்டு. பொன்னிறத்தாளம்மன் கதை யின் நாயகன் நாயக்கச் சாதியினன். இவனைக் கதைப் பாடல்

மதுரை நாடதிலே திருமலைவாழ்
நாயக்கன் மகன்
தளவாய் நாயக்கன் மகன் தக்க
இணை சூரனுமோ

என்று கூறும். இக்கதையின் நாயகன் மதுரை திருமலை நாயக்கரின் (1923–1658) உறவினன். இவனது மனைவி பொன்னிறத்தாள். இவன் திருடர்களால் கொல்லப்பட்டுத் தெய்வமாகிறாள். இவளைத் தமிழ்பேசும் நாடார் மக்களே வழிபடுகிறார்கள். இதே கதையின் மலையாள வடிவமும் உண்டு.

தமிழர்களின் கோவில் கட்டுமானம், சிற்பம், ஓவியம் என்பவற்றில் நாயக்க அரசர்களின் நன்கொடைகள் பண்பாட்டு அடிப்படையில் விரிவாக ஆராயப்படவில்லை. குறிப்பாக ராமாயணம் தொடர்பான சுவரோவியங்களைச் சொல்லலாம்.

செங்கம் (திருவண்ணாமலை மாவட்டம்) ஸ்ரீவேணுகோபால பார்த்தசாரதி கோவில் 700 ஆண்டுகள் பழமையானது. இங்கு, மகா மண்டபத்தில் ராமாயண ஓவியங்கள் உள்ளன. தளவாய் நாயக்கன் என்னும் குறுநில மன்னன் காலத்தது இந்த ஓவியங்கள். இவற்றில் அங்கதனும் அனுமனும் மண்டோதரியின் துகிலை உரிந்து அவமானப்படுத்தும் ஓவியம் உள்ளது. இராவணனின் தவத்தைக் கலைக்க மண்டோதரியின் துகிலையும் மார்புக் கச்சையையும் உரிவது என்ற கதை நிகழ்ச்சி வடஇந்தியாவிலிருந்து ஆந்திரம் வந்தது; பின் தமிழகம் வந்தது.

ஆனந்த ராமாயணம், அத்யாத்ம ராமாயணம் ஆகியவற்றில் உள்ள இந்த நிகழ்ச்சி ஆந்திர ரங்கநாத ராமாயணத்திலும் வருகிறது. இதே நிகழ்ச்சி தமிழக வாய்மொழி மரபிலும் வில்லுப்பாட்டிலும் வருகிறது. (ராமசாமி கதைப்பாங்கு) இது போன்று எவ்வளவோ உள்ளன; அவை விரிவாக ஆராயப்பட வேண்டியவை.

பின் இணைப்புகள் எண்–1

கீழை நாட்டுமொழிகளில்

திபெத்திய மொழி

துன்ஹீவாங் கி.பி.9ஆம் நூற்.

உரைநடை வடிவம் கி.பி. 13ஆம் நூற்.

இந்தோனேசியா மொழி

(பழைய ஜாவானிய மொழியில் கி.பி. 10–11ஆம் நூற்றாண்டில் ஒரு ராமாயணம்)

ஜப்பானிய மொழி

ஹொபுத்க்ஷூ கி.பி.12 நூற்.

சம்போ எகொடோபா கி.பி.12 நூற்.

பர்மிய மொழி

ராமவத்து கி.பி.17ஆம் நூற்.

மலாய் மொழி

ஹகாயத்செரிராமா கி.பி. 13ஆம் நூற்.

பிலிப்பைன்ஸ் மொழி

மகாரடிய லாவன கி.பி.17ஆம் நூற்.

தாய் மொழி

ராமகியேன் கி.பி. 18ஆம் நூற்.

லாவோஸ் மொழி

குவாய்துபாரபி கி.பி.18ஆம் நூற்.

பிராலச் பிரலாம் கி.பி.ஆம் நூற்.

பி.இ.எண்–2

சமஸ்கிருத மொழியில் உள்ள மூலங்கள்

வால்மீகி ராமாயணம் கி.மு. 4–5ஆம் நூற்.

இரகுவம்சம் கி.பி. 5ஆம் நூற்.

பட்டிகாவியம் கி.பி. 7ஆம் நூற்.

(இராவணவதம்)

ஜானகிஹரன் கி.பி.8, 9ஆம் நூற்.

இராமசரிதம் கி.பி.10ஆம் நூற்.

சம்பு ராமாயணம் கி.பி.11ஆம் நூற்.

இராமாயண மஞ்சரி கி.பி. 12ஆம் நூற்.

புசுண்டி ராமாயணம் கி.பி.12ஆம் நூற்.

அத்யாத்ம ராமாயணம் கி.பி.15ஆம் நூற்.

ஆனந்த ராமாயணம் கி.பி. 15ஆம் நூற்.

ராமாயணக் கதையைக் கூறும் வேறு சமஸ்கிருத புராணங்கள்

வியாச பாரதம் கி.மு. 4–5 நூற்.

நரசிம்மபுராணம் கி.மு. 5 நூற்.

பாகவதம் கி.பி.7ஆம் நூற்.

பத்மபுராணம் கி.பி.12ஆம் நூற்.

பி.இ.எண்–3

பாலி மொழியில் அமைந்த ராமாயணம்

தசரத ஜாதகம் கி.மு. 5ஆம் நூற். (பவுத்தம் சார்பு)

அளாமக ஜாதகம் கி.மு. 3ஆம் நூற்.

தசரத சதானம் கி.மு. 1ஆம் நூற்.

பிராகிருத மொழியில்

பௌமசறியு கி.மு.4–5ஆம் நூற். (சமணம்)

வாசுதேவ ஹிண்டி கி.பி. 5ஆம் நூற். (சமணம்)

இராவண வதை அல்லது கி.பி.6ஆம் நூற்.

உத்திரபுராணம் கி.பி.9ஆம் நூற் (சமணம்)

உங்கள் நூலகம், அக்டோபர் 2021

4

ஜாம்பவான்

"அவன் அந்த விஷயத்தில் பெரிய ஜாம்பவான்" என்ற வழக்காறு இப்போதும் நிலவுகிறது. பழைய அகராதிகள் இதற்கு நெடுங்காலம் வாழ்ந்தவன், வயதானவன், கரடியின் அரசன் எனப் பொருள் கொள்கின்றன. ஒரு துறையில் அதிக அனுபவமும் தேர்ச்சியும் உடையவன் என க்ரியா அகராதி பொருள் கூறுகிறது. இப்போது இந்த வழக்காறு அருகி வருகிறது. முந்தைய படைப்பாளிகளும் கதாகாலட்சேபக்காரர்களும் இச்சொல்லைச் சாதாரணமாகப் பயன்படுத்தியுள்ளனர்.

ஜாம்பவான் ராமாயணக் காவியத்தில் வருபவன்; ராம ராவணப் போரில் ராமனின் பக்கம் நின்று போர் செய்தவன்; இவன் கரடிகளின் தலைவன். ராமாயணக் காவியத்தில் மிகக் குறைவான இடங்களில் வருகிறான். ஆனால் பரவலாக எல்லோரும் அறிந்த பாத்திரமாக உள்ளான். இதற்கு இவனைப் பற்றி வேறு புராணங்களில் வருகின்ற கதைகளும் ஒரு காரணம்.

இவன் ஜாம்பவித் (சமஸ்கிருதம்), ஜாம்ப வந்தா (அசாமி), ஜாம்பசந்தா (கன்னடம்), ஜாம்புலன் (வங்காளி), சாம்புவன் (தமிழ்) என வெவ்வேறு பெயர்களிலும் அழைக்கப்படுகிறான். குரங்குகளின் முதல்வன் என்னும் பொருளில் அபிஸ்ரேஷ்டா என்றும் அழைக்கப்படுகிறான்.

கம்பன் ஜாம்பவானை விரிஞ்ஞுகன் மகன் (பிரம்மகுமாரன்), நாலு முகத்தான் உதவுற்றான் (நான்கு முகங்களை உடைய பிரம்ம தேவனால்

பெறப்பட்டவன்), அயன் மைந்தன் (பிரம்மனின் மகன்) எனக் குறிப்பிடுகிறான்.

ஜாம்பவான் விஷ்ணுவின் முதல் அவதாரம் பிறப்பதற்கு முன்பு தோன்றி ஒன்பதாம் அவதாரத்தில் ராமனுக்கு உதவியவன். விஷ்ணுவின் எல்லா அவதாரங்களிலும் வாழ்ந்தவன், இப்போதும் அவன் வாழ்கிறான் என்பது தொன்மம். இவன் திரேதாயுகம், துவாபரயுகங்களில் வாழ்ந்தவன். கலியுகத்திலும் வாழ்கிறான் என்கிற நம்பிக்கை உண்டு.

விஷ்ணுவின் வாமன அவதாரத்தின்போது உலகை ஏழு முறை சுற்றி வந்ததாக ஜாம்பவானே அனுமனிடம் சொல்லுகிறான். ஜாம்பவானின் பிறப்பு பற்றி பாகவதம், சிவபுராணம், ராமாயணம் போன்றவற்றில் செய்திகள் உள்ளன. இந்தக் கதைகள் வேறுபட்ட வடிவங்களை உடையவை.

விஷ்ணு பாற்கடலில் அறிதுயில் கொண்டிருந்தபோது அவரது நாபிக்கமலத்தில் இருந்து பிரம்மா பிறந்தார். சிறிது நேரத்தில் ஜாம்பவான் பிறந்தார். விஷ்ணுவின் கொட்டாவியில் ஜாம்பவான் (ஜரிட்டன்) பிறந்ததாகவும் கதைகள் உண்டு.

சிவனும் பார்வதியும் ஆண் கரடியும் பெண் கரடியுமாக உருமாறி உறவுகொண்டபோது ஜாம்பவான் பிறந்தான் என்று ஒரு கதை. இந்தக் கதைகள் வழி ஜாம்பவான் பிரம்மாவின் அம்சமாகவும் சிவனின் அம்சமாகவும் கொள்ளப்படுகிறான்.

தேவர்களும் அசுரர்களும் கடலைக் கடைந்தபோது தேவர்களுக்கு ஜாம்பவான் உதவினான். தேவர்கள் சோர்ந்து போய் அமர்ந்தபோது ஜாம்பவான் அசுரர்களுக்கு எதிர்ப் பக்கம் தனியாக நின்று கடலைக் கடைந்ததாகவும் ஒரு கதை உண்டு. ராம ராவணப் போரில் இந்திரஜித்தின் பாணத்தால் எல்லோரும் மயக்கம் அடைந்தபோது ஜாம்பவான் விழித்துக் கொண்டிருந்தான். கிருஷ்ணனுடன் சண்டையிட்டுத் தோற்றவன், அனுமனுக்கு அவன் பலத்தை நினைவுபடுத்தியவன். ஜாம்பவானுக்கு ஜாம்பவி என்ற மகள் உண்டு.

விஷ்ணு புராணத்தில் ஜாம்பவான் பற்றி விரிவான ஒரு கதை வருகிறது. சியாமந்தக மணி தொடர்பான இந்தக் கதை ஜாம்பவானின் வீரத்தை வர்ணிக்கிறது. சூரியனுக்கு, சியாமந்தக மணி என்னும் சக்திமிக்க ரத்தினம் ஒன்று கிடைக்கிறது. யார் இதை அணிகிறார்களோ அவரது நாட்டில் மழை பெய்யும்; பஞ்சம் வராது.

ஒருமுறை சூரியன் யாதவ குலத்தைச் சார்ந்த சத்ரஜித் என்பவனுக்கு இந்தச் சியாமந்தக மணியைக் கொடுத்தான்.

யாதவ குல கிருஷ்ணன் ரத்தின மணியைத் துவாரகை அரசன் உக்கிர சேனனுக்குக் கொடுக்கும்படி சத்ரஜித்திடம் சொன்னான். அவன் மறுத்துவிட்டான்.

சத்ரஜித் தன் தம்பி பிரசேனனிடம் அந்த அபூர்வ மணியைக் கொடுத்தான். அவன் ஒரு முறை காட்டுக்கு வேட்டையாடச் சென்றபோது சிங்கத்தால் கொல்லப்பட்டான். அப்போது அங்கே தற்செயலாக வந்த ஜாம்பவான் அவனது கழுத்தில் உள்ள ரத்தினத்தை எடுத்துச் சென்றான். அதைத் தன் மகள் ஜாம்பவியிடம் கொடுத்தான்.

விலைமதிப்பற்ற அந்த ரத்தினம் தொலைந்ததற்கும் பிரசேனன் இறந்ததற்கும் கிருஷ்ணனே காரணம் என்ற குற்றச்சாட்டு வந்தது. தன் பழியைத் துடைக்க சியாமந்தக மணியைத் தேடிச்சென்றான் கிருஷ்ணன். ஒரு குகையில் உள்ளே சென்றபோது ஜாம்பவியைக் கண்டான். அவள் கழுத்தில் இரத்தின மணி இருந்தது. அதை எடுக்க முயன்றபோது ஜாம்பவான் வந்தான். கிருஷ்ணனுடன் ஜாம்பவான் சண்டையிட்டான். நீண்ட நேரத்திற்குப் பிறகு ஜாம்பவான் தோற்றான். தன்மகள் ஜாம்பவியைக் கிருஷ்ணனுக்குத் திருமணம் செய்துவைத்தான்.

கிருஷ்ணனுக்கு எட்டு மனைவிகள்; அவர்கள் ருக்மணி, சத்தியபாமா, ஜாம்பவி, காளிந்தி, மித்ரவிந்தா, நாகநதி, பத்ரா, லக்குமணை ஆகியோர். ஜாம்பவி மூன்றாவது மனைவியாவாள். அவளை இலட்சுமியின் அவதாரமாகக் கூறுவர். இவளை ரோகிணி என்றும் கூறுவர். மகாபாரதத்தில் ஜாம்பவி வருகிறாள்.

ஜாம்பவான் மகன் ஜம்பா துரியோதனனின் மகள் இலக்குமணையை மணந்தான். ஜாம்பவானின் பேரன் ஒருவன் யது குலம் அழிவதற்குக் காரணம் ஆனான் என்றும் ஒரு கதை உண்டு.

விஜயநகர அரசர் கிருஷ்ண தேவராயர் 'சாம்பவி கல்யாணம்' என்ற ஒரு நூலை எழுதியிருக்கிறார். ஏக ராமானந்தரின் சாம்பவி பரிநயனம் என்ற ஒரு நூலும் உண்டு. இவ்விரு நூல்களும் தமிழகத்தில் செல்வாக்குப் பெற்றவை. இவற்றின் அடிப்படையில் தமிழில் சாம்பவி கல்யாணம் என்ற நாடகம் வந்திருக்கிறது, இது மராட்டியர் காலத்தது, ஆரம்பகாலத்தில் இது சினிமாவாகவும் வந்தது.

ஜாம்பவான் ராமாயணத்தில் ஆரண்ய காண்டத்திலும் சுந்தர காண்டத்திலும் வருகிறான். சீதையைத் தேடி அங்கதன், ஜாம்பவான், அனுமன் ஆகியோர் வானரப் படைகளுடன் சென்றனர். இலங்கையில் அவள் ராவணனின் சிறையில்

இருப்பதை சம்பாதி என்னும் கழுகு அரசன் வழி அறிந்தார்கள். இலங்கைக்கு யார் செல்வது என்ற கேள்வி எழுகிறது. (வால்மீகி ராமாயணத்தின் ஆரண்ய காண்டத்தில் சருக்கம் 65, 66இல் இந்த நிகழ்ச்சி வருகிறது).

வானர வீரர்கள் தங்களின் வலிமையைச் சொல்லி இலங்கைக்குச் செல்லத் தங்களால் இயலாது என்று நாகரீகமாகச் சொல்லிவிடுகிறார்கள். அப்போது ஜாம்பவான் அனுமனிடம் பேசுகிறான்.

வானர வீரரே! எல்லாம் அறிந்தவரே! சர்வ சாத்திரத்தில் வல்லவரே! நீர் பலம், தேஜஸ், புத்தி, ஸத்வ குணம் ஆகியவற்றில் மேலானவர். ஒரு காலத்தில் நான் திரிவிக்கிரம அவதார காலத்தில் இந்தப் பூமியை இருபத்தொரு தடவை சுற்றி வந்தேன். இப்போது முதியவனாகி வீரியம் இழந்துவிட்டேன். நீ இறப்பு இல்லாதவன். சர்வ குண சம்பன்னன். சீதையைத் தேடிச் செல்வதற்கு உனக்குத் தகுதி உள்ளது என்று கூறுகிறான்.

நான்கு முகங்களையுடைய பிரம்மாவால் பெறப்பட்டவனான ஜாம்பவான் அனுமனிடம் ‘ஆஞ்சனேயா! நான் வாமன அவதாரத்தில் எட்டுத் திசைகளுக்கும் சென்றேன். அப்போது மேருமலையில் மோதியதால் வலிமை குன்றிக் கால் ஊனமுற்றேன். அதனால் இப்போது என்னால் கடலைத் தாண்ட முடியாது. இதற்கு நீயே தகுதி உடையவன்’ என்று சொன்னான் என்கிறார் கம்பன், இதைப் பத்துப் பாடல்களில் விவரிக்கிறான்.

யுத்தகாண்டத்தில் ஜாம்பவானின் இடம் முக்கியமானது. இவனது பெருமை இங்கே மறைமுகமாகக் கூறப்படுகிறது. ஜாம்பவான் இல்லையென்றால் ராமன் ராவணனை வென்றிருக்க முடியாது என்பது மறைமுகமான உண்மை. யுத்தம் தீவிரமாக நடந்துகொண்டிருக்கிறது. கிஷ்கிந்தை அரசன் என்பதால் சுக்ரீவனுக்கு விபீஷணனும் ஜாம்பவானும் கரடி வீரர்கள் பலரும் பாதுகாப்பாக நிற்கிறார்கள். இந்திரஜித் பிரம்மாஸ்திரத்தை விட்டதும் வானர கரடி வீரர்கள் எல்லோரும் மயங்கி விழுகிறார்கள். விபீஷணனும் அனுமானும் மயங்கவில்லை. அவர்கள் ஜாம்பவானைத் தேடிவருகிறார்கள். அப்போது அனுமன், “ஜாம்பவானைக் கண்டுபிடித்தால் எல்லோருடைய மயக்கத்தையும் தீர்த்துவிடலாம் உயிர்பிழைக்கவைத்து விடலாம்” என்று சொல்லுகிறான்.

அவர்கள் இருவரும் ஜாம்பவானைக் கண்டுபிடித்தனர். விபீஷணன் ஜாம்பவானிடம், “பூஜ்யரே பாணங்களால் உமக்கு ஆபத்து இல்லையே” என்று கேட்கிறான். ஜாம்பவான், “பாணங்கள் என் கண்களை மறைத்துவிட்டன. உடலுக்கும்

உயிருக்கும் சேதம் இல்லை. உமது குரலை அடையாளம் கண்டு பேசுகிறேன்; விபீஷணரே அனுமான் நலமாக இருக்கிறானா," என்று கேட்கிறான். உடனே அனுமான் நான் இங்கேயேதான் இருக்கிறேன் என்று சொல்லிவிட்டு ஜாம்பவானை வணங்குகிறான்.

விபீஷணனுக்கு ஜாம்பவானின் பேச்சு புரியவில்லை. இராம இலட்சுமணரை நலமா என்று கேட்கவில்லையே, அனுமனை மட்டும் ஏன் கேட்கிறான் என்று நினைக்கிறான். அதைக் கேட்டும் விடுகிறான். ஜாம்பவான், "அனுமான் இருந்தால் மட்டுமே எல்லோரும் பிழைக்க முடியும்; பகைவருடன் போர் செய்ய முடியும். ராவணனை வென்று சீதையை மீட்க முடியும். இவை எல்லாமே அனுமனின் கையில் இருக்கிறது" என்று சொல்லுகிறான்.

ஜாம்பவான் அனுமனைப் பார்த்து, "நீ வீராதி வீரன். வானர வீரர்களைக் காப்பாற்ற மேருமலைக்குச் செல்லுவாய். மலையின் உச்சியில் நான்கு மூலிகைச் செடிகள் உள்ளன. அவை மிருத ஸஞ்ஜீவினி (இறந்தவரைப் பிழைக்கவைக்கும் மூலிகை), விகல்யகரணி (காயங்களை ஆற்றும் மருந்து), ஸாவர்ண்ய கரணி (உடம்புக்குப் பொலிவைத் தரும் மூலிகை), ஸந்த்தான கரணி (உடைந்த எலும்பை ஒட்டும் மருந்து மூலிகை) ஆகிய இவற்றை யெல்லாம் சேகரித்துக் கொண்டு வர வேண்டும்" என்றான்.

கம்பனிடம் இந்த நிகழ்ச்சி மருத்துமலைப் படலத்தில் வருகிறது (யுத்தகாண்டம் பிற்பகுதி வை.மு.கோ.ப171). ஜாம்பவான் அனுமனிடம் அந்த மருந்தைக் காண்பதற்கு வழியும் சொல்லுகிறான். அதுவந்த வரலாற்றையும் சொல்லுகிறான். பாற்கடலைக் கடைந்தபோது கிடைத்த பொருட்களில் இந்த நான்கு மருந்துகளும் உண்டு. இதை இமயமலையில் மறைத்து வைத்தனர். வாமனஅவதார காலத்தில் ஜாம்பவான் உலகைச் சுற்றிவந்தபோது இந்த மருந்தைக் கண்டிருக்கிறான்.

இப்படியாகச் சிறப்புகளையுடைய ஜாம்பவான் இன்று தமிழகத் தோல்பாவைக் கூத்தில் நகைச்சுவைப் பாத்திரமாக, பிறர் எள்ளிநகையாடும் பாத்திரமாக இருக்கிறான். சுமார் 70 ஆண்டுகளுக்கு முன்புவரை கோபால ராவ் தோல்பாவைக் கூத்து நடத்தியபோது மரியாதைக்குரிய கதாபாத்திரமாக இருந்த ஜாம்பவானிடம் அனுமன், சுக்ரீவன், அங்கதன் என எல்லோரும் மரியாதையுடன் பேசினார்கள். ஆனால் கலைமாமணி பரமசிவ ராவ் காலத்தில் ஜாம்பவான் மரியாதையை இழந்து விட்டான்.

உச்சிக்குடுமி, உளுவத்தலையன் என்னும் இரண்டு நகைச்சுவைப் பாத்திரங்களும் ஜாம்பவானை, "ஓய் சம்பா அரிசி

கிழட்டுப் பிணமே; கட்டேல போறவனே" என அழைப்பார்கள். அங்கதன், விபீஷணன் போன்றவர்கள் தாத்தா என்று சொல்லுவார்கள். இப்போது பெரும்பாலான தோல்பாவைக் கூத்து நிகழ்ச்சிகளில் ஜாம்பவான் கிண்டலாகவே பேசப் படுகிறான்.

தமிழகத்தில் திருவாரூர் மாவட்டம் திருத்துறைப்பூண்டியில் உள்ள மந்திரபுரீஸ்வரர் தலபுராணம் மூலவரை ஜாம்பவான் வழிபட்டுப் பேறு அடைந்ததாகக் கூறும். ஆந்திராவில் ஜாம்பகா என்ற ஒரு இனக்குழுவினர் இருக்கிறார்கள். இவர்கள் தங்களை ஜாம்பவானின் வம்சாவளியினர் என்று கூறுகிறார்கள்.

குஜராத் போர்பந்தர் பகுதியில் உள்ள ஒரு மலையில் காணப்படும் நீண்ட குகையைக் கிருஷ்ணனும் ஜாம்பவானும் சண்டையிட்ட இடம் என்று கூறுகிறார்கள். இந்தக் குகை இப்போது தொல்லியல் துறையினரிடம் உள்ளது.

உங்கள் நூலகம், பிப்ரவரி 2023

5

ராமாயணம் எத்தனை ராமாயணம்

அனுமன் சீதையைக் கண்டு சூடாமணியைப் பெற்றான். இலங்கையை எரித்துவிட்டு ராமேஸ்வரம் கடற்கரையில் கால் வைத்தான். அவனுக்குப் பசியும் தாகமும் சோர்வும். சுற்றுமுற்றும் பார்த்தான். வயதான முனிவர் ஒருவர் கடற்கரையில் அமர்ந்திருந்தார். அனுமன் அவரிடம், "அய்யா பசியும் தாகமும் தாங்க முடியவில்லை. பக்கத்துக் காட்டுக்குச் சென்று பசி தீர்த்து வருகிறேன்; அதுவரை இந்தச் சூடாமணியைப் பாதுகாப்பாக வைத்திருக்க முடியுமா" என்று கேட்டான்.

கிழவர் அனுமனிடம், "இதோ இந்தக் கமண்டலத்தில் சூடாமணியைப் போடு திரும்பி வந்ததும் எடுத்துக்கொள்" என்றார். அனுமன் அப்படியே செய்தான். கொஞ்ச நேரத்தில் அனுமன் திரும்பி வந்தான். முனிவரிடம் "அய்யா சூடாமணியை எடுத்துக்கொள்ளலாமா" என்று கேட்டான். அவர் சரி என்றார். அனுமன் கமண்டலத்தினுள் கையை விட்டான். அங்கே நிறைய சூடாமணிகள் இருந்தன. அவனுக்கு ஒன்றும் புரியவில்லை. கமண்டலத்தைக் கீழே கவிழ்த்தான். நிறைய சூடாமணிகள். முனிவரைப் பார்த்து,

"அய்யா நான் கொண்டு வந்த சீதையின் சூடாமணி எது" என்று கேட்டான்.

"எந்தச் சீதை?" – முனிவர்.

"ராமனின் மனைவி" – அனுமன்.

"எந்த ராமன்" – முனிவர்.

எந்த ராமனா? அனுமனுக்குக் கோபம் வந்தது. முனிவரை அங்கே காணவில்லை. பிரம்மா நின்றுகொண்டிருந்தார் "அனுமனே, எத்தனை ராமன்? எத்தனை சீதை? எத்தனையோ ராமாயணம்?" என்றார். பிரம்மா மறைந்துவிட்டார்.

ராமாயணம் ஒருபடித்தானதல்ல என்பதற்குப் பலரும் சொல்லுகின்ற கதை இது. நாட்டார் வழக்காற்றியல் கோட்பாட்டின்படி நிகழ்த்துதலின் பனுவல் ஒன்றல்ல; அது பல வடிவமுடையது. நிகழ்த்துதல்தோறும் வடிவம் மாறிக் கொண்டிருக்கும். தமிழகத்தில் கண்ணகி கதைக்கு மட்டும் ஏழுக்கு மேல் வடிவங்கள் உள்ளன. கேரளத்தில் பதினாறு வடிவங்கள். ராமாயணக் கதையின் வடிவங்கள் எவ்வளவு என இன்னும் தீர்மானிக்கப்படவில்லை.

உலக மொழிகளில் திபெத், இந்தோனேஷியா, பர்மா, மலேசியா, பிலிப்பெயின்ஸ், தாய்லாந்து, பங்களாதேஷ், ஸ்ரீலங்கா, லாவோஸ் போன்ற ஒன்பது கீழை நாடுகளில் 13 ராமாயண வடிவங்கள் உள்ளன. இவை 9ஆம் நூற்றாண்டி லிருந்து 19ஆம் நூற்றாண்டுக்குட்பட்டவை.

வழக்கிழந்த இந்திய மொழிகளில் சமஸ்கிருதத்தில் 11 வடிவங்களுக்கு மேல் உள்ளன என்கிறார்கள். இவை கி.மு. 4ஆம் நூற்றாண்டிலிருந்து கி.பி. 15ஆம் நூற்றாண்டுவரை உள்ள காலகட்டத்தவை. பிராகிருத மொழியில் உள்ள இரண்டு வடிவங்களும் கி.மு. 4ஆம் நூற்றாண்டுக்கு முற்பட்டவை. பாலி மொழியில் உள்ள மூன்று வடிவங்களும் கி.மு. 5ஆம் நூற்றாண்டை ஒட்டியவை. பழங்குடியினர்களின் பேச்சு மொழியில் உள்ள இராமாயணக் கதைகளின் எண்ணிக்கை உறுதிப்படுத்தப்படவில்லை.

இந்திய மொழிகளில் காஷ்மிரி, வங்காளம், ஒரியா, பார்சி, அசாமி, மராட்டி, தமிழ், தெலுங்கு, மலையாளம், கன்னடம் ஆகிய 11 மொழிகளில் பல்வேறு வடிவங்களில் ராமாயணக் கதைகள் உள்ளன. இவற்றில் ராமாயணத்திற்கு அதிக வடிவம் இருப்பது தெலுங்கு மொழியில்தான்.

வட இந்தியச் செவ்வியல் மரபில் ராமாயணக் கதைத் தன்மை ஒரே போக்கில் அமையவில்லை. அவற்றில் வேறுபட்ட வடிவங்கள் உருவாவதற்கு வட இந்திய வாய்மொழி மரபும் ஒரு காரணம். சமஸ்கிருத காவியகர்த்தாக்களாகிய காளிதாசனும் பவபூதியும்கூட வாய்மொழி மரபைப் புறக்கணிக்கவில்லை. போஜராஜனின் அவையில் இருந்த காளிதாசன் (கி.பி. 6ஆம் நூற்)

வாய்மொழி ராமாயணக் கதைகளை அலைந்து சேகரித்திருக்கிறான் என்னும் செய்தி உண்டு. இதனால் காளிதாசனிடம் செவ்வியல் தொடர்பான அறநெறி மதிப்பீடு குறைவு. இவனிடம் நாட்டார் வழக்காறுகளால் ஆன நிகழ்வுகள் அதிகம் என்கிறார்கள்.

வட இந்திய பாணர் பழங்குடிகளின் மரபில் வழங்கிய ராமாயணக் கதை புத்த ஜாதகக் கதைகளுக்குச் சென்று பின் சமஸ்கிருத செவ்விலக்கியத்திற்கு வந்தன என்கிறார்கள். நாட்டார் வழக்காற்றிலிருந்து பல செய்திகளைத் தொகுத்து உருவாக்கப்பட்டது உத்தரகாண்டம் என்ற கருத்தும் உண்டு.

தமிழகத்தில் சங்ககாலத்தில் ராமாயணம் வழக்கில் இருந்ததற்குச் சங்கப்பாடல்களில் சான்று உண்டு. உவமை. உருவகம், பெயரடை வழி ராமாயண நிகழ்ச்சிகள் துணுக்குகளாகச் சங்கப் பாடல்களில் குறிக்கப்படுகின்றன. தமிழகத்தில் பரவலாகப் பல்வேறு வடிவங்களில் வழங்கும் ராமாயணக் கதைகள் முழுவதும் சேகரிக்கப்படவில்லை. குறிப்பாக ஏட்டு வடிவிலும் கையெழுத்துப் பிரதிகளிலும் உள்ள அச்சில் வராத ராமாயணக் கதை வடிவங்கள் முழுதும் தொகுக்கப்படவில்லை.

தமிழகக் கோவில்களிலும் அரண்மனைகளிலும் உள்ள சுவர்களில் வரையப்பட்ட ராமாயண ஓவியக் கதைகள் முழுதுமாக நுட்பமான ஆய்வுக்கு உட்படுத்தப்படவில்லை. குறிப்பாக இந்த ஓவியங்களைப் பற்றி எழுதியவர்களில் பெரும்பாலோர் ராமாயண நிகழ்ச்சிகளை மட்டும் சுட்டிக்காட்டிவிட்டு நகர்ந்துவிடுகிறார்கள். இவற்றில் தமிழக நாட்டார் மரபு, பிறமொழிகளின் செல்வாக்கு, சமகாலப் பண்பாட்டின் போக்கு ஆகியன குறிக்கப்படுகின்றன. இந்தக் கட்டுரையில் ராமாயணச் சுவரோவியங்கள் சில பரிசீலனை செய்யப்படுகின்றன.

ராமாயணக் காவியத்தில் வரும் அகலிகை கதை குறித்த சுவரோவியங்கள் தமிழகக் கோவில்களிலும் அரண்மனைகளிலும் பரவலாக உள்ளன. இவற்றில் சுசீந்திரம், கும்பகோணம், ராமநாதபுரம் ஆகிய மூன்று இடங்களில் உள்ள ஓவியங்களைப் பார்ப்போம்.

ராமாயணம், மகாபாரதம் என்னும் இரண்டு காவியங்களிலும் அகலிகை குறிப்பிடப்படுகிறாள். பொதுவாக இந்தியக் காவியங்களிலும் புராணங்களிலும் எல்லோருக்கும் தெரிந்த கதை அகலிகையின் கதை. இந்தக் கதை வராத காவியங்கள் மிகக்குறைவு. கன்னட பம்ப ராமாயணம், பவுத்த ஜைன ராமாயணம், குணபத்திரரின் உத்திர புராணம் எனச் சிலவற்றில் மட்டுமே அகலிகை கதை இல்லை.

அகலிகையைச் செழிப்பின் அடையாளம் எனக் கூறும் மரபு உள்ளது. ரவீந்திரநாத் தாகூர் இவளை நித்தியகன்னி என்று கூறுகிறார். ஐந்து கன்னியரில் ஒருத்தியாக அகலிகை குறிப்பிடப்படுகிறாள். பிற கன்னியர்கள் சீதை, திரௌபதி, தாரை, மண்டோதரி ஆகியோர்.

கம்பன் 17 பாடல்களில் இவளது கதையைக் கூறுகிறான். தாடகையின் வதம் முடிந்த பிறகு விதேக நாட்டிற்குப் போகும் வழியில் கோட்டைக்கு வெளியில் ஒரு கல்மேட்டை ராமன் பார்க்கிறான். அந்த மேட்டில் அவனது கால் பட்டு அகலிகை சாபவிமோசனம் பெறுகிறாள். விசுவாமித்திரர் அவளது பழைய கதையைக் கூறுகிறார். ராமன் அகலிகையை அன்னையே என்று அழைக்கிறான்.

வால்மீகி பாலகாண்டத்தில் அகலிகைக்கு இந்திரனிடம் விருப்பம் உண்டு என்று சொல்லுகிறார். உத்தரகாண்டத்தில் அவள் குற்றம் அற்றவளாகக் காட்டப்படுகிறாள். துளசிதாசரின் அகலிகை ராமனைக் கடவுளாகவே துதிக்கிறாள். தெலுங்கு, கன்னடம், மலையாளம் ஆகிய மொழிகளில் உள்ள காவியங்கள் வால்மீகியை ஒத்துப்போகின்றன.

வெள்ளக்கால் சுப்பிரமணிய முதலியார் அகலிகை வெண்பா என்னும் சிறு காப்பியத்தை இயற்றியிருக்கிறார். இந்தக் காப்பியம் நாட்டார் வழக்கைப் பெரிதும் ஒத்துப்போகிறது.

நாட்டார் வழக்காற்றில் அகலிகையின் கதை வேறுவேறு வடிவங்களில் வழங்குகிறது. அகலிகையின் பெண்குறியில் இந்திரன் வண்டு உருவெடுத்து மறைந்திருந்தான் என்று ஒரு கதை.

தேசிய அருங்காட்சியகத்தில் அகல்யா, கவுதமர், ராமன், விசுவாமித்திரன் ஆகியோரின் சிற்பங்கள் உள்ளன. இவை குப்தர் காலத்தவை (பொ. ஆ. 637).

கன்னியாகுமரி மாவட்டம் சுசீந்திரம் தாணுமாலயப் பெருமாள் கோவில் கோபுரத்தின் இரண்டாம் நிலையில் அகலிகையின் கதை நிகழ்வுகள் ஓவியங்களாக உள்ளன. இங்கு. அகலிகை, விசுவாமித்திரர், லட்சுமணன், கவுதமர் ஆகியோர் உள்ளனர். அகலிகை முழு உருவக் கற்சிலையாக நிற்கிறாள். சேலை அணிந்து இருக்கிறாள். ராம லக்ஷ்மணர்கள் அரச குடும்பத்திற்குரிய ஆடை ஆபரணங்கள் அணிந்திருக் கிறார்கள். கவுதமர் அகலிகையைப் பின்புறம் நின்று அணைத்துக் கொண்டிருக்கிறார். ராமன் அகலிகையிடம் தொன்னையில் பழங்கள் கொடுக்கிறான்.

கவுதமனிடம் சாபம் பெற்ற அகலிகை கற்சிலையாக மாறினாள் என கம்பனிலோ வால்மீகியிலோ தெலுங்கு ராமாயணங்களிலோ இல்லை. ஆனால் தென் மாவட்டங்களில் இப்போதும் வழக்கில் உள்ள அயோத்தி ராமாயணம், ராமசாமி கதைப் பாங்கு என்னும் கதைப்பாடல்களில் அகலிகை கற்சிலையாகி நின்றாள் என்ற செய்தி வருகிறது. ராமன் அகலிகையின் சிற்பத்தை மேல்துண்டால் துடைக்கிறான். அப்போது அவள் சாப விமோசனம் பெறுகிறாள். இதை ராமசாமி கதைப்பாங்கு என்னும் அச்சில் வராத கதைப்பாடல்:

கானகத்தில் குடிசையைத்தான் கண்டவனும் உள்நுழைந்தான்
கல்லாலே பெண் உருவம் கண்டதும் தான் அதிசயித்தான்
மேல் துண்டால் தூசு தும்பு அடித்து அடித்துப் போக்கினதும்
அழகான பெண் உருவம் பார்த்துக் கையால் தொட்டானே
கல்லுருவம் காரிகையாய்க் கண்ணிமைப்பில் மாறியதாம்

அகலிகைக்கு ராமன் தொன்னையில் பழம் தரும் நிகழ்ச்சி வால்மீகியிலும் கம்பனிலும் இல்லை. ஆனால் கதைப்பாடலில் உள்ளது.

பல நாள் பசித்திருந்து பரிதவித்த பாவியானேன்
ரகுநாதன் தான் வணங்கிப் பசியாற பழம் தாயேன்
பசி அடங்கி மனம் குளிர தொன்னையிலே பழம் எடுத்து

என்று அப்பாடல் சொல்லிக்கொண்டே போகிறது.

தோல்பாவைக் கூத்து நிகழ்ச்சியில் சாப விமோசனம் பெற்ற அகலிகை ராமா பசிக்குது என்கிறாள். ராமன் லட்சுமணனைப் பார்க்கிறான். அவன் ஓடிப்போய்ப் பெரிய தொன்னையில் பழம் கொண்டு வருகிறான்.

தெலுங்கு கம்மவர் ஜோதிட ஏட்டில் நூல் பார்க்கும் நிகழ்ச்சியில் அகலிகை படத்தின் கீழ் ராமன் ஓவியம் உள்ளது. மதுரை கம்மவர் ஜாதியினிடமிருந்து தோல்பாவைக் கூத்து நடத்திய மராட்டிய மண்டிகர்கள் இதைப் பெற்றிருக்கலாம்.

தமிழின் சிறந்த படைப்பாளியான புதுமைப்பித்தன் எழுதிய சாப விமோசனம் (கலைமகள் 1943) என்னும் சிறுகதையில் ராமன் அகலிகைக்குப் பழம் கொடுப்பதான நிகழ்ச்சி வருகிறது.

இதனால் சுசீந்திரம் கோபுரமாடிச் சுவரில் உள்ள அகலிகையின் ஓவியம் நாட்டார் வழக்காற்றிலிருந்து முழுதும் எடுக்கப்பட்டது என்று ஊகிக்கலாம்.

கும்பகோணம் ராமசாமி கோவில் தஞ்சை ரகுநாத நாயக்கர் கட்டியது (1620). இங்கு உள்பிரகாரத்தில் மூன்று வரிசையில்

முழு ராமாயணக் கதை ஓவியமாக உள்ளது. இங்கு அகலிகையின் அருகே ராமன் நிற்கிறார். அரசனுக்குரிய ஒப்பனையுடன் இரு கைகளாலும் மகிழ்ச்சியுடன் ஆசீர்வதிக்கிறார். விசுவாமித்திரர் பின்புறம் நின்று வாழ்த்துகிறார். அருகில் கவுதமர் நிற்கிறார். அகலிகை தமிழ்ப் பெண் சாயலில் சேலை உடுத்திருக்கிறாள்.

வான்மீகியிலோ கம்பனிலோ அகலிகையை இப்படி வாழ்த்தும் காட்சி கிடையாது. அகலிகையின் சாப விமோசனம் முடிந்த பிறகுதான் கவுதமர் வருவார். கும்பகோணம் கோவிலில் உள்ள ஓவியம் நாட்டார் ராமாயண மரபிலிருந்து வந்திருக்க வேண்டும்.

ராமநாதபுரம் இராமலிங்க விலாசம் உள் மண்டபத்தில் உள்ள ராமாயணம் சுவர் ஓவியங்கள் முத்து விஜய ரகுநாதன் சேதுபதியின் காலத்தவை (1706–1730). ராமன், லட்சுமணன், கவுதமர், அகலிகை ஆக நான்கு பேரும் நிற்கிறார்கள். அகலிகை ராமனின் கால்களில் சாஷ்டாங்கமாக விழுந்து வணங்குகிறாள். எல்லோரும் அவளை ஆசீர்வதிக்கிறார்கள். இந்த ஓவியத்தில் ராமன் சேது நாட்டு வீரரைப் போல் உடையணிந்து காணப் படுகிறான். சீதையோ நாயக்கப் பெண் சேலை உடுத்தது போல் காட்சி அளிக்கிறாள். அகலிகை ராமனை விழுந்து வணங்குவதும் மற்றவர்கள் ஆசீர்வதிப்பதுமான காட்சி செவ்வியல் ராமாயணங்களில் இல்லை. இது நாட்டார் வழக்காற்றின் செல்வாக்கால் வந்தது.

கம்மவரின் ஜோதிட ஏட்டில் அகலிகை ராமன் காலில் விழுவது போன்ற காட்சி உண்டு. நாட்டார் மரபிலும் இது குறித்த பாடல் உண்டு.

> வாராரே மூன்று பேரும் அகலிகா வனமதிலே
> அவசரமாய் வாற பேரு கருங்கல்லின் மேலே அல்லோ
> கார் வண்ணன் பாதம் பட்டிடுமாம் அந்தக் கல்லும் ஒரு பெண்ணாகி
> பால் வண்ணன் கால் தனிலேயே விழுந்தாளே மயில் அனையாள்

[கோமதி நாயகம் தமிழ் வில்லுப்பாட்டு (ப.220–222)]

திருவண்ணாமலை செங்கம் ஸ்ரீ வேணுகோபால பார்த்த சாரதி கோவில் மகா மண்டபத்தில் ராமாயண ஓவியம் உள்ளது. இது தளவாய் நாயக்கன் என்னும் குறுநில மன்னனின் காலத்தது.

இக்கோவிலின் சுவர் ஓவிய ராமாயணத்தில் அனுமனும் அங்கதனும் மண்டோதரியை அவமானப்படுத்தும் காட்சி உள்ளது. மண்டோதரி குனிந்து நிற்கிறாள். அவளது மார்புக்

கச்சை முழுதுமாய் அவிழ்ந்து கிடக்கிறது. அவள் அரை நிர்வாணத்தில் இருக்கிறாள். அவளது அணிகள் நிலைகுலைந்து வீழ்ந்து கிடக்கின்றன. அருகே ராவணன் தவம் செய்து கொண்டு இருக்கிறான்.

இப்படியான நிகழ்ச்சி வால்மீகியிலோ கம்பனிடமோ இல்லை. தமிழ் மரபிலும் இது கிடையாது. ஆனால் ரங்கநாதர் ராமாயணம் (கி.பி. 14 நூற்.), அத்யாத்ம ராமாயணம், (கி.பி. 15ஆம் நூற்.) ஆனந்த ராமாயணம் ஆகிய மூன்றிலும் இப்படி ஒரு காட்சி வருகிறது. டாக்டர் ராகவன், மண்டோதரியை அங்கதன் அவமானப்படுத்தும் நிகழ்ச்சி கிரிவ ராவணா என்னும் நாடகத்திலும் வருகிறது என்கிறார்.

மண்டோதரியை அங்கதன் அவமானப்படுத்தியதைச் சுக்ரீவனின் வீரர்கள் விமர்சிக்கிறார்கள். அப்போது ஜாம்பவான் அவர்களைச் சமாதானப்படுத்துகிறான். இப்படி ஒரு நிகழ்ச்சி ராவணனைத் தலைவனாக வைத்து வழிபடப்படும் கோயிலூரட்டம்மை வழிபாட்டு மரபில் உள்ளது. இதற்கென்று சிறு கதைப்பாடலும் உள்ளது.

அச்சில் வராத ‘ராமசாமி கதைப் பாங்கு’ என்னும் நூலில் அங்கதன் மண்டோதரியை அவமானப்படுத்தும் நீண்ட பாடல் வருகிறது

> தசமுகன் புலன் அடக்கி ஆமை போல் இருந்த போது
> அங்கதன் முதலான வானர கரடிகள் எல்லாம்
> பஞ்ச கன்னி வடிவாய் தான் ஒளிரும் மண்டோதரி
> பிடித்து வந்தான்; முடி இழுத்தான்; அடி கொடுத்தான்
> கச்சு அவிழ்த்தான்; துணி உரிந்தான்; அணி சிதைத்தான்

என்று இந்தப் பாடல் நீண்டுகொண்டே போகிறது.

மண்டோதரியை அவமானப்படுத்தும் நிகழ்ச்சிக்கு ஒரு பின்னணி உண்டு. இந்திரஜித் இறந்த பின்பு ராவணன் சுக்ராச்சாரியாரைச் சந்திக்கிறான் . அவர் அவனிடம், “ரகசியமாக நீ ஒரு யாகம் செய் . உனக்கு வெற்றி கிடைக்கும்” என்று சொல்லி விட்டு ஒரு மந்திரத்தை உபதேசிக்கிறார். ராவணன் நம்பிக்கை யுடன் அரண்மனை பாதாள அறையில் யாகம் செய்கிறான். ராமனின் வீரர்கள் ராவணனைத் தேடுகிறார்கள்.

விபீஷணனின் மனைவி சரமை ராவணன் யாகம் செய்யும் இடத்தை அனுமனுக்கு அடையாளம் காட்டிவிடுகிறாள். அனுமனும் அங்கதனும் யாகசாலைக்குச் செல்கிறார்கள். ஆனால் இராவணன் அசையாமல், அமர்ந்திருக்கிறான். அவனது

கவனத்தைத் திருப்ப வேண்டுமானால் மண்டோதரியை அழைத்து வர வேண்டும் என்று முடிவு கட்டுகிறான்.

அங்கதன் அந்தப்புரத்திலிருந்து அவளைப் பிடித்து இழுத்து வருகிறான். அவளது துகிலை உரிந்து அவமானப்படுத்து கிறான். மண்டோதரி ராவணனிடம் "தேவர்களை அழித்தவனே குரங்குகள் என்னை அவமானப்படுத்தி விட்டன; உனக்கு மானம் இல்லையா" என்று ஓலக்குரல் எழுப்புகிறாள். உடனே ராவணன் அங்கதனை அடிக்கப் போகிறான். தவம் கலைந்து விடுகிறது. அங்கதனின் நோக்கம் நிறைவேறியது. இருவரும் அந்த இடத்தை விட்டுச் சென்று விடுகிறார்கள்.

பேராசிரியர் ராகவன் மண்டோதரியை அவமானப் படுத்தும் காரியத்தை அங்கதன் மட்டுமே செய்கிறான் என்கிறார். ஆனால் அனுமனுக்கும் இதில் தொடர்பு உண்டு என்ற செய்தி நாட்டார் வழக்காற்று ராமாயணங்களில் மட்டுமே உள்ளது.

செங்கம் வேணுகோபால பார்த்தசாரதி கோவில் ஓவியத்தில் வரும் காட்சி ரங்கநாதர் ராமாயணம், ஆனந்த ராமாயணம் அத்யாத்ம ராமாயணம், நாட்டார் ராமாயணம் ஆகியவற்றின் கலவை என்று கூற முடியும்.

கும்பகோணம் ராமசாமி கோவில் உள்பிரகாரத்தில் ராமாயணக் கதை வரிசையில் விபீஷணன் ஸ்ரீரங்கம் கோபுரத்தை எடுத்து வரும் காட்சி ஓவியமாக உள்ளது. இதில் விபீஷணனின் மகுடம் இடுப்பில் தொங்குகிறது. கதை, வாளுடன் இருக்கிறான்; கோபுரத்தைக் கையிலே ஏந்தியிருக்கிறான். கோபுரத்தின் நடுவே ரங்கநாதன் பூதேவி ஸ்ரீதேவி சகிதம் பள்ளி கொண்டிருக்கிறான். இந்த உருவம் அர்ச்சனா விக்ரகம் போல் உள்ளது. இதன் வலது பாழியில் ஆண்டாள் இருக்கிறாள்.

வால்மீகியிலோ கம்பனிலோ வேறு ராமாயணங்களிலோ இல்லாத நிகழ்ச்சி இது. ஸ்ரீரங்கம் கோவில் பற்றிய கோவில் ஒழுகு நூலில் இது பற்றிய சிறு குறிப்பு உண்டு. ஓவியம் முழுக்கவும் நாட்டார் மரபுச் செய்தியை அடிப்படையாகக் கொண்டது.

இராவண வதை முடிந்த பிறகு விபீஷணன் இலங்கையில் அரசனாக முடிசூட்டிக்கொண்டான். அப்போது அவன் ஸ்ரீ ரங்க நாதனைத் தரிசிக்க விரும்பினான். தன் ஆசையை ராமனிடம் வெளியிட்டான். ராமன், "நானே ரங்கநாதன் – என்னை இப்போதே தரிசிக்கலாம்" என்று காட்சி கொடுத்தான். இதன்பிறகு விபீஷணன் வருஷத்துக்கு ஒரு முறை ஸ்ரீரங்கத்திற்குச் சென்று வந்தான். தொடர்ந்து போக முடியாமல் ஆனது.

ஒருமுறை விபீஷணன் ஸ்ரீரங்கத்தில் கருவறையிலிருந்து வழிபாட்டுப் படிமத்தை எடுத்து வந்தான். வழியில் ஓரிடத்தில் தரையில் வைத்தான். ஆனால் அது அப்படியே பதிந்து விட்டது. திரும்பி எடுக்க முடியவில்லை. மறுபடியும் ஸ்ரீரங்கம் போனான். அங்கே கருவறையில் அந்தப் படிமம் இருந்தது, வேறு வழி இல்லை. கோபுரத்தைக் கொண்டு செல்வோம் என்று நினைத்துக் கோபுரத்தை எடுத்துச் சென்றான்.

இதே நிகழ்ச்சியைத் திருவானைக்கா புராணமும் கூறும். அதில் கருவறைப் படிமத்தை எடுக்க முடியாததால் கோபுரத்தை விபீஷணன் எடுத்துச் சென்றான் என்று அந்தப் புராணம் கூறும். தமிழகத் தோல்பாவைக் கூத்து நிகழ்ச்சியில் ஜாம்பவான் ஸ்ரீரங்கம் கோவில் குறித்துப் பேசுவதான ஒரு நிகழ்ச்சி வரும். "ஸ்ரீரங்கம் கோபுரமும் இலங்கையும் ஒரே நேர்க்கோட்டில் இருக்கின்றன; கோபுரத்தின் மேல் ஏறி நின்றால் இலங்கை அரண்மனை தெரியும்; அந்த அரண்மனையின் மேல்மாடியில் நின்று விபீஷணன் ஸ்ரீ ரங்கநாதனைத் தரிசித்தான்" என்று கூறுகிறான் ஜாம்பவான்.

ராமன், லட்சுமணன், பரதன், சத்துருக்கனன் ஆகிய நால்வரின் பிறப்பு நிகழ்ச்சி ஓவியம் கேரள மட்டான்சேரி கொச்சி ராஜாவின் அரண்மனையிலும் கும்பகோணம் ராமசாமி கோவிலிலும் உள்ளது.

கேரளம் எர்ணாகுளத்தில் இருந்து 12 கிலோமீட்டர் தொலைவில் உள்ள மட்டாஞ்சேரியில் கொச்சி மன்னரின் அரண்மனை உள்ளது. இது போர்ச்சுக்கீசியரால் கட்டப்பட்டது (1545). இந்த அரண்மனையின் பள்ளியறையில் 300 சதுர அடி பரப்புள்ள சுவரில் 48 ராமாயண ஓவியங்கள் உள்ளன. இவை ராமாயணத்தின் முழுக் கதைகளையும் சுருக்கமாக விவரிப்பவை. இந்த ஓவியங்களில் உள்ள ராமன் முதலானவர்களின் பிறப்பு குறித்த காட்சி மரபுவழி ராமாயணங்களில் இல்லாதது.

இடதுபுறம் கோசலை, சுமித்திரை, கைகேயி ஆகிய மூவரின் ஓவியங்கள். இவர்கள் குழந்தை பெறுகின்ற நிலையில் இருக்கிறார்கள். வலது கையை அடுத்த பெண்ணின் கழுத்தில் கோத்து உள்ளனர். சுமித்திரை, இரண்டு கைகளாலும் இரு பக்கப் பெண்களைஅணைத்திருக்கிறாள். நிர்வாண நிலையில் இருக்கின்ற இவர்களது யோனியிலிருந்து விழும் குழந்தையைத் தாங்குவதற்கு நான்கு பெண்கள் நிற்கிறார்கள். இந்தக் குழந்தை யைத் தரையில் விழாமல் பிடித்துக்கொள்ள வேண்டும் என்ற கவனத்தில் இருக்கிறார்கள்.

கும்பகோணம் ராமசாமி கோவிலிலும் இதுபோன்ற ஒரு காட்சி உண்டு. ஆனால் அவர்கள் நின்றுகொண்டிருக்கிறார்கள். இடமிருந்து வலம் கோசலை, கைகேயி, சுமித்திரை முறையே நின்ற கோலம். இடுப்புக்கு மேல் நிர்வாணம். இடுப்பின் கீழ் திரை. கீழே குழந்தையைத் தாங்கச் சிலர் இருக்கலாம். மூன்று பெண்களுக்கு இடையே நான்கு சுமங்கலிப் பெண்கள். பிரசவிக்கும் பெண்களின் வலியை ஆற்றுவிக்க அமர்ந்திருக்கிறார்கள்.

ராமன் முதலியோர் தெய்வக் குழந்தைகள். அதனால் அவர்களைத் தரையில் படாதவாறு தாங்குவதைக் காட்டும் ஓவியங்கள் இவை. பழங்குடியினர் சிலரிடம் இது போன்ற முறை உண்டு. கன்னியாகுமரி மாவட்டம் திருவட்டாறு ஆதிகேசவப் பெருமாள் கோவிலில் இப்படியாகப் பிரசவிக்கும் பெண்ணின் சிற்பம் உள்ளது.

கலைக்கோட்டு முனிவரின் கதை ராமாயணத்தில் முக்கியமான கிளைக்கதை. ராமன் முதலியவரின் பிறப்பிற்குக் காரணமான கதை. கலைக்கோட்டு முனிவர் தொடர்பான ஓவியங்கள் போடிநாயக்கனூர், ராமநாதபுரம், கும்பகோணம், அழகர் கோவில் ஆகிய இடங்களில் உள்ளன. இவற்றில் போடியில் உள்ள ஓவியங்கள் தெளிவாகவும் அழகுணர்ச்சி யுடனும் உள்ளன.

தேனி மாவட்டம் போடிநாயக்கனூரில் பாளையக்காரரின் அரண்மனை உள்ளது. இதன் மூன்றாவது மாடியில் ஓவியங்கள் இருக்கும் பகுதி லட்சுமி விலாசம் எனப்படுகிறது. இந்த ஓவியங்கள் பங்காரு திருமலை நாயக்கர் (1849–1862) காலத்தவை. இந்த நாயக்கர்கள் கலைக்கோட்டு முனிவர்களின் வழிவந்தவர்கள் என்று சொல்லிக்கொள்கிறார்கள்.

காசியப முனிவரின் மகன் விபண்டகர், இவர் ரிஷ்யசிருங்கர் என அழைக்கப்பட்டார். இவர் பெண்களைப் பார்க்காமலே வளர்ந்த பிரம்மச்சாரி. ஒரு சமயம் அங்கதேசத்தில் மழை இல்லாமல் வறண்டபோது, “வேதம் படித்த ரிஷ்ய சிருங்கர் இந்த நாட்டில் கால்வைத்தால் பெரும் மழை பெய்யும்; அதோடு இந்த நாட்டு மன்னன் ரோமபாத ராஜனின் மகள் சாந்தாவை ரிஷ்யசிருங்கருக்குத் திருமணம் செய்து வைத்தால் நாட்டுக்கு நல்லது” என்று சொன்னார்கள்.

ரோமபாத மன்னன் ரிஷ்யசிருங்கரை வரவழைக்கச் சாமர்த்தியமும் பேரழகும் உடைய தாசியர் சிலரைத் தேர்ந்தெடுத்துக் காட்டுக்கு அனுப்புகிறான். அவர்கள் அந்த முனிவரை அங்க தேசத்துக்கு அழைத்து வருகின்றனர். மழை

பெய்கிறது. மன்னன் தன்மகள் சாந்தாவை அவருக்கு மணம் செய்து வைக்கிறான். இது வான்மீகியின் கதை.

பிற்காலத்தில் இந்தக் கதை சற்று மாற்றம் அடைந்திருக்கிறது. ரிஷ்யசிருங்கர் கலைக்கோட்டு முனிவர் எனப்படுகிறார். அங்க தேசத்திற்கு அழைத்துச் செல்லும் தாசிகளின் திட்டம் விரிவாகவே சில ராமாயணங்களில் வருகிறது. அங்கதேச இளவரசி சாந்தாவை மணம் செய்வதுகூட விரிவாகச் சொல்லப் படுகிறது. தமிழ் தெலுங்கு இரண்டிலும் ரிஷ்யசிருங்கர் சாந்தா கல்யாண நிகழ்ச்சி யட்சகானமாகவும் நாடகமாகவும் உள்ளது. 19ஆம் நூற்றாண்டு இறுதியில் சாந்தா கல்யாண நாடகம் பல மேடைகளில் நடத்தப்பட்டிருக்கிறது. இருபதாம் நூற்றாண்டில் திரைப்படமாகவும் வந்தது.

அயோத்தி அரசன் தசரதன் தனக்குக் குழந்தைப் பேறு வேண்டிக் கலைக் கோட்டு முனிவரைக் கொண்டு புத்திரகாமேஷ்டி யாகம் செய்தான். இந்த நிகழ்ச்சி ராமநாதபுரம், சுசீந்திரம், கும்பகோணம், போடிநாயக்கனூர் ஆகிய இடங்களில் சுவரோவியங்களாக உள்ளன.

ரிஷ்யசிருங்கரை அங்க தேசத்துக்கு அழைத்துச் செல்ல தாசிகள் கூட்டமாய் வருகிறார்கள். எல்லோரும் நிர்வாணமாக இருக்கிறார்கள். நிர்வாணமாக இருக்கும் கலைக்கோட்டு முனிவரைத் தாசிகள் சந்திக்கிறார்கள். அவருக்குப் பழம் கொடுத்து உபசரிக்கிறார்கள். அவரைத் தந்திரமாகத் தங்கள் நாட்டுக்கு அழைத்துச் செல்கிறார்கள். ரோமபாத அரசர் முனிவரை எதிர்கொண்டு ஆலிங்கனம் செய்கிறார். இப்போது கலைக் கோட்டு முனிவர் ஆடையுடன் இருக்கிறார். அரசர் தன் மகள் சாந்தாவை ரிஷ்யசிருங்கருக்குத் திருமணம் செய்து வைக்கிறார். இந்தக் காட்சிகள் வரிசையாக உள்ளன.

ராமநாதபுரம் அரண்மனை ஓவியம் சற்று வித்தியாச மானது. தாசிகள் கலைக்கோட்டு முனிவரை அழைத்துச் செல்வதற்குச் சிறிய தோட்டம் போன்ற ஒரு ஓடத்தைத் தயார் செய்து வைத்திருக்கிறார்கள். நிர்வாணத் தாசிகள் முனிவரிடம் தங்கள் ஆசிரமத்திற்கு வாருங்கள் என்று கூறி ஏமாற்றி அழைத்துச் செல்கிறார்கள். தாசியர் நான்குபேரும் பல்லக்குபோல் கைகோத்துக்கொண்டு முனிவரை இருத்தி அணைத்து அழைத்துச் செல்கிறார்கள். நாட்டில் மழை பொழிகிறது. முனிவர் சாந்தாவைத் திருமணம்செய்துகொள்ளுகிறார்.

கும்பகோணம் ராமசாமி கோவிலில் உள்ள ராமாயண ஓவியங்களில் கலைக்கோட்டு முனிவரைத் தாசிகள் அழைக்கும்

காட்சி சற்று வேறுபட்டது. இதில் தாசிகள் இசைக்கருவிகள் மீட்டிச் செல்லுகிறார்கள். இரண்டு வேசிகள் அவரிடம் நெருங்குகிறார்கள். இந்த நிர்வாணத் தாசிகள் கைகளைக் கோத்து கலைக்கோட்டு முனிவரை அமர்த்திச் செல்கிறார்கள். எல்லோருமே நிர்வாணமாக உள்ளனர்; அணிகள் அணிந்திருக்கிறார்கள்.

கலைக்கோட்டு முனிவருக்கும் சாந்தாவுக்கும் திருமணம். அங்கதேச அரச குடும்பத்தினர் நீண்ட சடை அணிந்திருக்கிறார்கள். இங்கு கலைக்கோட்டு முனிவருக்கு மான் முகம் இல்லை.

கலைக்கோட்டு முனிவரை அழைக்கும் நிகழ்ச்சி வால்மீகி, கம்பன், ரங்கநாத ராமாயணம் என எல்லாவற்றிலும் கூறப்பட்டாலும் அவற்றில் வரும் வர்ணனை இந்த ஓவியத்திற்கு வித்தியாசமானது. முனிவரைத் தந்திரமாக அழைத்துச் செல்ல ஆசிரமம் போன்ற ஒரு படகைத் தயார்செய்து அதில் அவரைக் கொண்டு செல்லுவது என்ற காட்சி வான்மீகி உட்பட சில ராமாயணங்களில் உள்ளது. அங்க தேசத்தில் கால்வைத்ததும் பெருமழை பொழிகிறது. அரசன் இதன்பிறகு தாசிகளை உதாசீனம் செய்கிறான்.

இந்தக் காட்சிகளில் முனிவரை அழைத்துச் செல்வதற்கு தாசிகள் நிர்வாணமாகச் செல்வது, ஓடத்தில் ஆசிரமத்தை உருவாக்குவது, அவரைக் கட்டி அணைப்பது, அவர் முதல் முதலில் ஸ்பரிசம் பட்டுப் புளகாங்கிதம் அடைவது, அதனால் உந்தப்பட்டு அவர்களுடன் செல்வது என்பவை கற்பனைச் செய்திகள். போடி அரண்மனை, கும்பகோணம் கோவில் ஆகியவற்றில் உள்ள ஓவியங்களில் இவை அற்புதமாகக் காட்டப்பட்டு இருக்கின்றன. பெரும்பாலும் இந்த ஓவியங்களின் மையம் நாட்டார் நாடகங்களிலிருந்து எடுக்கப்பட்டு இருக்கலாம்.

குழந்தைப் பேறு இல்லாத தசரதனிடம் முனிவர்கள் பரிமக யாகம் செய்யச் சொல்லுகிறார்கள். அதற்கு அங்க தேசத்தில் இருக்கும் ரிஷ்யசிருங்கரை அழைக்க வேண்டும் என்று முடிவு செய்கிறார் வசிட்டர். ரிஷ்யசிருங்கர் யாகம் செய்கிறார். யாகத்திலிருந்து பூதம் ஒன்று பாயசத்தைக் கொண்டுவந்தது வான்மீகியும் கம்பனும் யாகக்குண்டத்திலிருந்து பூதம் வந்ததாகக் கூறுகிறார்கள்.

அத்யாத்ம ராமாயணத்தில் பொன் நிறமுடைய அக்னி பகவான் யாகத்திலிருந்து பாத்திரத்தைக் கொண்டு வருகிறார். துளசி ராமாயணம், மலையாள எழுத்தச்சன் ராமாயணம்

இரண்டிலும் இதே காட்சிவருகிறது. கன்னட மொழியில் அமைந்த பம்ப ராமாயணத்தில் யாகம் நடக்காமல் இயற்கை யாகவே தசரதனின் மனைவிகள் மகப்பேறு அடைகிறார்கள்.

நாட்டார் கதை மரபில் யாக பாத்திரம் ஆகாயம் வழி வருகிறது. ஒரு கதைப்பாடல் பாத்திரத்தை இளம் கன்னி கொண்டுவருவதாகக் கூறும். வாய்மொழி மரபு ஒன்று தேவன் ஒருவன் மாம்பழத்தைத் தசரதனிடம் கொடுத்ததாகக் கூறும்.

தசரதன் செய்த யாக நிகழ்ச்சிக் கதைகள் ராமநாதபுரம், கும்பகோணம், சுசீந்திரம், போடிநாயக்கனூர், அழகர் கோவில் ஆகிய இடங்களில் சுவர் ஓவியங்களாக உள்ளன.

ராமநாதபுரம் அரண்மனை ராமாயண ஓவியங்களில், தசரதன் ரோமபாத முனிவரைக் கண்டு கலைக்கோட்டு முனிவரைத் தன் நாட்டுக்கு அனுப்ப வேண்டுகோள் விடுக்கும் காட்சி உள்ளது. இதில் வீரர்கள் நாயக்க வீரர் உடையுடன் உள்ளனர். நகரா என்ற இசைக்கருவி ஒட்டகத்தின் மேலே இருக்கிறது. தேரில் சுமந்திரனும் கலைக்கோட்டு முனிவரும் உள்ளனர். இந்த ஓவியம் ராமநாதபுரம் மண்ணைப் பிரதிபலிப்ப தாக உள்ளது.

கும்பகோணம் கோவில் ஓவியத்தில் கலைக்கோட்டு முனிவருக்கு மான் முகம் இல்லை. இந்த யாகத்தில் அக்னி தேவன் வருகிறான்.

போடிநாயக்கனூர் அரண்மனை ஓவியத்தில் கலைக் கோட்டு முனிவர் வரும் பல்லக்கு, நாயக்கரின் பாணியில் உள்ளது. அருகே வரும் வீரர்கள் நாயக்க வீரர்களின் உடையுடன் தொப்பியும் அணிந்திருக்கிறார்கள். இங்குள்ள ஓவியத்தில் யாகத்தில் அக்னியே பாத்திரம் சுமந்து வருகிறான்.

அழகர்கோவில் ஓவியத்தில் உள்ள காட்சிகள் ராமநாதபுரம் அரண்மனைபோல் உள்ளது. சுசீந்திரம் கோவில் கோபுர ஓவியத்தில் யாகம் நடக்கும் இடத்தில் இருக்கும் சுமந்திரனும் மற்றவர்களும் மலையாள நாயர் உடையில் காட்சியளிக்கிறார்கள்.

புத்திர காமேஷ்டி யாகம் தொடர்பான ஓவியங்களில் கதை நிகழ்வில் பெரும் மாற்றமில்லை. கலைக்கோட்டு முனிவரை மான் முகம் இல்லாதவராகக் காட்டும் முயற்சி ராமநாதபுரம் ஓவியத்தில் உள்ளது. இந்த ஓவியங்கள் பெரும்பாலும் மண்ணின் பண்பாட்டை, உடையை, பாவனைகளை வெளிப் படுத்துகின்றன.

போடிநாயக்கனூர் அரண்மனையில் உள்ள ராமாயண ஓவியங்களில் கூனி மந்தரையின் ஓவியம் நாட்டார் வழக்காற்றுக் கதைகளுக்கு ஒத்துப்போகிறது. கூனி அரண்மனைக்குச் செல்வதற்குப் படி ஏறுகிறாள். சரிந்த மார்பு; தளர்ந்த நடை; ராமன் சிறிய வில்லை வளைத்து அவளது முதுகில் களிமண் உருண்டையைச் செலுத்துகிறான். அவள் முதுகிலே ஒரு உருண்டை இருக்கிறது. அது விளையாட்டு; லட்சுமணன் பின்னே செல்லுகிறான்; அப்போது கூனி உங்கள் இருவரையும் 14 வருஷங்களுக்குக் காட்டுக்கு அனுப்புவேன் என்று சபதம்செய்கிறாள். சுசீந்திரம் கோவில் கோபுரச் சுவரோவியத்தில் கூனி மந்தரை கம்பை ஊன்றிக்கொண்டு நடந்துசெல்கிறாள். குனிந்த உடல். முதுகின் மேல் பகுதியில் பெரிய உருண்டை. சிவப்புச் சேலை கட்டியிருக்கிறாள்.

வான்மீகியில் இப்படி ஒரு காட்சி இல்லை. பத்ம புராணம், கூனியை அப்சர பெண்ணாகக் கூறும். அருணாச்சலக் கவிராயரின் இராமகீர்த்தனம், கூனி முதுகின் மேல் உள்ள சுமையைத் தாங்க மாட்டாமல் அலைபவள் என்று கூறுகிறது. தோல்பாவைக் கூத்து நிகழ்ச்சியில் கோமாளி வேடதாரி, அவள் தன் முதுகில் பெரிய உருண்டையை வைத்திருக்கிறாள் என்று கூறுவான்.

வாய்மொழி மரபு இராமாயணத்தில் ராமன் களிமண்ணை உருட்டி வில்நுனியில் வைத்து கூனியின் முதுகில் படும்படி அடிப்பான். லட்சுமணன் அம்பை எய்து அந்தக் களிமண்ணை அப்புறப்படுத்தி விடுவான். இது ஒரு விளையாட்டு. அப்போது தான் அவள் இருவரையும் காட்டுக்கு அனுப்புவதாகச் சபதம் செய்கிறாள். கம்மவர் ராமாயண ஏட்டில் போடிநாயக்கனூர் அரண்மனை போன்ற ஓவியம் இருக்கிறது. தோல்பாவைக் கூத்து ஓவியம்கூட போடிநாயக்கனூர் அரண்மனை ஓவியத்தை ஒத்தது. பெரும்பாலும் கம்மவர் ஏட்டிலிருந்து தோல்பாவைக் கூத்துக்குக் கூனியின் ஓவியம் வந்திருக்கலாம். இந்த அரண்மனை ஓவியமும் சுசீந்திரம் கோவில் மாடி ஓவியமும் இந்தச் செல்வாக்கால் வரையப்பட்டது என்று ஊகிக்கலாம்.

தமிழகத்துக் கோவில்களிலும் அரண்மனைகளிலும் உள்ள ராமாயணச் சுவரோவியங்களை விரிவான ஆய்வுக்கு உட்படுத்தலாம். இதன்வழி வட்டாரரீதியான ராமாயணச் செல்வாக்கை மீட்டெடுக்க முடியும். இவை எழுத்து வடிவிலோ அச்சிலோ இல்லாதவை.

தொல்லியல்கழகம், ஐராவதம் மகா தேவன் அறக் கட்டளைச் சொற்பொழிவு 2022; புதுக்கோட்டை

6

ராமன் பேரைச் சொல்லிப் பிழைத்துக்கொண்டிருக்கிறோம்

"ராமன் பெயரைச் சொல்லிப் பிழைத்துக் கொண்டிருக்கிறோம்" என்ற இந்தக் கட்டுரையின் அச்சுப்பிழையைத் திருத்த என் நண்பர் பேராசிரியரிடம் கொடுத்தபோது அவர் பட்டிமன்றம், வழக்காடு மன்றம், தனிச்சொற்பொழிவுகள் போன்றவற்றில் கம்பனைப் பேசுவதற்குப் பேரம் பேசுகின்ற தமிழ்ப் பேச்சாளர்களைப் பற்றிதான். இந்தக் கட்டுரை இருக்கிறது என்று முதலில் நினைத்து விட்டேன். ஆனால் நீங்கள் சொல்லும் இந்தக் கலைஞர்களும் யாசகர்களும் வியாபாரிகள் அல்லர்; ஆத்மார்த்தமாக ராமன் பெயரைச் சொல்லி ஜீவனம் நடத்துகின்ற ஏழைகள் என்பதைப் படித்தபோது வெட்கப்பட்டேன்; கட்டுரையைப் படித்ததும் வேறு ஒரு தளத்திற்குச் சென்றுவிட்டேன்" என்றார்.

தமிழகத்தில் ராமாயண வடிவங்களைப் பற்றிய கட்டுரைகளும் நூல்களும் குறைவாகத்தான் வந்திருக்கின்றன. ராமாயணக் கதைகள் வாய்மொழி மரபிலும் நாட்டார் எழுத்து மரபிலும் நிறையவே உள்ளன. ஆனால் ராமாயணத் துணுக்குகள் முழுவதும் தொகுக்கப்படவில்லை என்று தோன்றுகிறது.

ராமனை அல்லது ராமாயணத்தைத் தங்கள் தோற்றத் தொன்மமாகச் சொல்லிக்கொள்ளும் நாடோடி மக்களிடம் ராமாயணத் துணுக்குகள்

வாய்மொழி வடிவில் உள்ளன. இவர்களில் சிலர் ராமனின் பெயரைச் சொல்லிப் பிழைத்து வருகிறார்கள்.

தமிழக நாட்டார் நிகழ்த்துக் கலைகளில் சிலவும் கூத்துகளில் சிலவும் ராமாயணத்தைத் தங்களுக்கு மூலமாகக் கொண்டுள்ளன. இந்த நிகழ்த்துக் கலைகளில் வில்லிசைக் கலை, கணியான் ஆட்டம் என்னும் இரண்டு கலைகளில் 40க்கும் மேற்பட்ட ராமாயண வடிவங்கள் உள்ளன. களியலாட்டம், சேவையாட்டம், ஒயிலாட்டம், ஒயில்கும்மி, கும்மிப் பாட்டு, ஒயில் நாடகம் ஆகியன. ஆட்டப் பாட்டு வகைகள், தெருக்கூத்து (கொங்கு பகுதி) பகல் வேடம், பொம்மலாட்டம், தோல்பாவைக் கூத்து போன்ற கலைகளில் வேறுபட்ட ராமாயண வடிவங்கள் உள்ளன.

இந்தக் கட்டுரையின் முதல் பகுதியில் ராமாயணக் கதைகளைத் தங்களின் தோற்றத் தொன்மமாகக் கூறும் நாடோடிகளைப் பற்றிய செய்திகள் வருகின்றன. இவர்களில் சிவனை வழிபடுகின்றவர்களும் உண்டு. இவர்களுக்குப் பெண் தெய்வங்கள் முக்கியம். இரண்டாம் பகுதியில் நாட்டார்க் கலைகளின் ராமாயணச் செல்வாக்கு சுருக்கமாகக் குறிப்பிட்ப படுகிறது.

ஒன்று

"அந்த ராமர் படத்தை நட்டு வச்சிட்டுப் பேசலாம்" என்றார் கலைமாமணி பரமசிவ ராவ்.

"பெரியப்பா பெட்டியிலிருந்து ராமர் படத்தை எடுத்துவா" ஒருவர் முத்து கோபாலிடம் சொன்னார்.

கோபால் பெரிய ராமர் படத்தை எடுத்து வந்தான். மண்டிகர் பஞ்சாயத்து நடந்த இடத்தில் மண்ணைக் குவித்து நட்டு வைத்தான்.

பணம் கொடுக்கல் வாங்கலில் தகராறு வந்து பஞ்சாயத்தில் முறையிட்டவர்கள், பாதிக்கப்பட்டவர்கள் கூடியிருந்தார்கள். அவர்களின் அருகே ராமர் படம் இருந்தது. பஞ்சாயத்தில் தலைமை தாங்கிய மண்டிகர் அல்லாத சவான் ஒருவர் நடு நாயகமாகப் பாயில் அமர்ந்திருந்தார். நான் சற்றுத் தொலைவில் இருந்தேன். எனக்கு அவர்களுடன் சரிசமமாக இருக்க அப்போது அனுமதி கிடைக்கவில்லை.

ராமச்சந்திர ராவ் எடுத்த எடுப்பிலேயே, "ராமர் படத்த நட்டு வச்சிட்டு வாய்க்கு வந்தபடி பேசக்கூடாது. உண்மையைப் பேசணும்" என்று எல்லோரையும் பார்த்து உரக்கச் சொன்னார்.

பஞ்சாயத்து காரசாரமாக நடந்தது. முடியும்போது பிரச்சினை சுமூகமாக முடிந்தது. பணம் வாங்கியவர், "நான் எப்படிப் பொய் சொல்லுவேன்" ராமர் படத்தை நட்டு வச்சுக்கிட்டுப் பேச்ச மாத்த முடியுமா" என்று சொன்னார்.

அன்றைக்குப் பஞ்சாயத்து நடந்த இடத்தில் நிறுத்தி வைக்கப்பட்டிருந்த ராமர் படம் பஞ்சாயத்துக்காரர்களுக்கு ஆதர்சமாக மதிப்பிற்குரியதாக இருந்தது. பஞ்சாயத்து முடிந்ததும் படத்தை எடுத்துத் துடைத்து எடுத்துச் சென்றான் முத்து கோபால்.

பஞ்சாயத்து முடிந்ததும் எல்லோரும் களக்காட்டு ஊருக்குச் சாப்பிடச் சென்றோம் திரும்பும்போது பரமசிவ ராவ் "ராமக்குளுவன்னா என்ன கொக்கா, ராமர் படத்துக்கு அவ்வளவு மவுஸ். நாங்க நாடோடியா இருக்கலாம் ஆனா எங்களுக்கும் ராமாயணக் கதையில இடம் உண்டு" என்றார்.

ராமலக்குவர் வனவாசம் செல்லும்போது அயோத்தி மக்கள் சிலர் அவர்களுடன் சென்றனர். ராமன் அந்த மக்களிடம் பேசி சமாதானப்படுத்தி அயோத்திக்குத் திருப்பியனுப்பினான்.

ஒரு ஜாதியினர் மட்டும் கங்கைக்கரைவரை சென்றனர். ராமனின் சமாதானத்தை அவர்கள் ஏற்கவில்லை. ராமன் கட்டாயமாக அவர்களைத் திரும்பிப் போகச் சொன்னான். அவர்கள் மௌனமாக இருந்தனர்; போகவில்லை. அவர்கள் குகனிடம் எங்களையும் கங்கையைக் கடக்க உதவி செய்யுங்கள் என்றார்கள். குகன் மறுத்துவிட்டான்.

ராமன் கங்கையைக் கடந்தபின் அந்த மக்கள் கங்கைக் கரையில் உள்ள காட்டிலே தங்கிவிட்டனர். காட்டிலுள்ள காய்கறி கிழங்குகளைத் தின்று வாழ்க்கையைக் கழித்தனர். 14 ஆண்டுகள் கடந்தன.

ராமன், லட்சுமணன், சீதை ஆகியோர் திரும்பி வந்தனர். அந்த மக்கள் ராமனைப் பார்த்து வணங்கினர். தங்கள் சந்தோஷத்தை வெளிப்படுத்தினர். ராமனுக்கு அவர்களை அடையாளம் காண முடியவில்லை. தாடி மீசையுடன் பழங்குடியினர் தோற்றத்தில் இருந்த அவர்களிடம் நீங்கள் யாவர் எனக் கேட்டான். அவர்கள் மனம்நொந்து போனார்கள்.

எந்த ராமனுக்கு 14 ஆண்டுகள் காத்திருந்தார்களோ அவனே தங்களை யார் என்று கேட்டுவிட்டானே என மனம் வருந்தினர். ராமன் நடந்ததை அறிந்தான். "சரி நீங்கள் என்னுடைய கதையை ஊர்ஊராய்ச் சென்று பாடுங்கள். கூத்தாக நடத்துங்கள். நான் இருப்பதுவரை என்னுடைய காவியம்

இருப்பதுவரை உங்களின் பெயரும் நிலைக்கட்டும். மக்கள் உங்களை இராமக்குளுவன் என்று அழைக்கட்டும்” என்றான்.

இதன் பிறகு அவர்கள் இராமனின் கதையைக் கூத்தாக நடத்தினர். அந்த இனமே கணிகர்களின் உட்பிரிவான மண்டிகர் என்ற இனம் ஆகும். இது இந்த இனத்தின் தோற்றக்கதை. இந்தக் கதையை என்னிடம் பரமசிவ ராவும் சுப்பையா ராவும் பலமுறை சொல்லியிருக்கிறார்கள்.

ஒரு காலத்தில் நாடோடிகளாக இருந்த மனிதர்கள் தாங்கள் நிகழ்த்திய தோல்பாவைக் கூத்துக் கதையை ஜீவனத்திற்கான தொழிலாக நினைக்கவில்லை. தாங்கள் வாழ்ந்த சமூகத்தின் பெருமையான கூறாக, வாழ்க்கை வட்டச் சடங்குகளை ஒட்டிய கருவியாகக் கருதினர்.

மண்டிகர்கள் ராமாயணப் பாவைகளைத் தங்களின் தொழில்கருவியாக நினைக்கவில்லை. பாவைகள் தொடர்பான சில நம்பிக்கைகள் இவர்களிடம் நிறையவே உள்ளன. பாவைகள் இருக்கும் பெட்டியின் அருகே தீட்டான பெண்கள் செல்லக்கூடாது. கணவனும் மனைவியும் பாவைப் பெட்டியின் அருகே ஒன்றாகப் படுக்கக் கூடாது. ராமனின் பாவையை நட்டுச் சத்தியம் பண்ணும்போது சில ஒழுக்க முறைகளைக் கையாள வேண்டும். சிதைந்த பாவைகளை எரிக்கக் கூடாது. ஆற்றுநீரில் தான் எறிய வேண்டும். இப்படிப் பல நம்பிக்கைகள் இவர்களிடம் இப்போதும் உள்ளன.

தோல்பாவைக் கூத்து தமாஷ் பாத்திரங்களில் உச்சிக்குடும்பன் என்ற ஒரு பாத்திரம் உண்டு. இதைப் பற்றிய செய்தியைக் கணபதிராவ் ஒருமுறை என்னிடம் சொன்னார். இந்தப் பாத்திரத்தின் பழைய பெயர் குண்டோதரன். இவன் ராமாயணப் போரில் கலந்துகொண்டவன்.

இராம ராவணப் போர் மும்முரமாக நடந்துகொண்டிருந்த போது குண்டோதரன் போர்செய்யாமலேயே தமாஷ் பேசிக் கொண்டே ராவணனின் உறவினர்களை, நண்பர்களை, போர்வீரர்களைக் கிண்டல் அடித்துக்கொண்டும் ராமனின் பக்கம் உள்ள வீரர்களை உற்சாகப்படுத்திக்கொண்டும் இருந்தானாம். ராமனின் வீரர்கள் குண்டோதரனின் கிண்டல் பேச்சால் மேலும் உற்சாகம் அடைந்தார்களாம்.

போரில் வடுப்படாமல், காயம்படாமல், ஆயுதங்களைப் பயன்படுத்தாமல் இறுதிவரை நகைச்சுவை பேசியே காலத்தைக் கழித்தவன் குண்டோதரன். ராமன் இவனை நேரில் அழைத்தானாம். “குண்டோதரா, நீ நிரந்தரமாகவே

என்னுடைய காவியத்தில் இடம் பெறுவாய். அயோத்தி மக்களில் ஒருவரான ராமக்குளுவர்கள் என் கதையைக் கூத்தாக நடத்துவார்கள். அப்போது நீ ஒரு கதாபாத்திரமாக வருவாய்" என்று வரம் அளித்தானாம். ஆரம்பகாலத்தில் உச்சிக்குடும்பனின் பெயர் குண்டோதரன் என்று தன் தந்தை கோபால ராவ் சொன்னதாக பரமசிவராவ் ஒருமுறை என்னிடம் சொன்னார்.

இப்படியான தோற்றப் பின்னணியுடைய மராட்டியைத் தாய் மொழியாகக் கொண்ட மண்டிகர் வைணவ மரபைச் சார்ந்தவர் அல்லர். இவர்கள் இப்போது (2023) தூத்துக்குடி மாவட்டம் குலசேகரன்பட்டினம் முத்தாரம்மன்மீது மிகுந்த ஈடுபாட்டுடன் உள்ளனர். இந்தத் தெய்வம் தவிர வேறு வழிபாடு இவர்களிடம் இல்லை.

தமிழகத்தில் பூம்பூம் மாட்டுக்காரனைத் தெரியாத குழந்தைகள் இருக்காது. இந்த மாட்டுக்காரர்கள் பூவுடையார்கள் என்று தங்களை அழைத்துக்கொள்கின்றனர். இவர்களின் தாய்மொழி தெலுங்கு. இவர்களும் நாடோடியாய் வாழ்கின்றனர்.

பெருமாள் மாட்டுக்காரர் என்று பொதுவாக அழைக்கப் படும் இவர்கள் பெருமாளின் பெயரைச் சொல்லும் யாசகர்கள். ஒரு மாட்டைக் காட்டி அதைக் காரணமாக வைத்து அரிசி, துணி போன்றவற்றை யாசகமாகப் பெறுகின்றனர். இவர்கள் வைணவச் சின்னமான நாமத்தை அணிந்திருப்பர். கலியபெருமாள் திருப்பதி மாடு என்று சொல்லிக் கொண்டு சுரைக்குடுக்கையில் யாசகம் பெறுவர். இவர்களின் தோற்றக் கதை ராமனுடன் தொடர்புடையது.

ஒரு காலத்தில் பூவுடையார்கள் விவசாயிகளாக இருந்தனர். எல்லோருமே நிலச்சுவான்தர்களாக வாழ்ந்தார்கள். அவர்கள் ஒரு முறை தங்கள் நிலத்தைப் பண்படுத்திக்கொண்டிருந்த போது ராமன் அவர்களிடம் யாசகனாக வந்தான்.

நில உடைமையாளர்களிடம் ராமன், "நீங்கள் பயிரிட்டு அறுவடை முடிந்ததும் எனக்கு ஏதாவது தாருங்கள்" என்று கேட்டான். பூவுடையார்கள், "அறுவடை சமயத்தில் வா" என்றனர். ராமன், "பயிர் விளைந்ததும் தந்தால் போதும்" என்றான். பூவுடையார்கள் தந்திரமாக, பயிரின் மேல்பகுதியில் பங்கு வேண்டுமா மண்ணின் கீழ்ப்பகுதியில் பங்கு வேண்டுமா என்று கேட்டனர். ராமன் மேல்பகுதி என்றான்.

அவர்கள் அந்த முறை கடலையைப் பயிரிட்டனர். கடலை விளைந்ததும் ராமன் வந்தான். பூவுடையார்கள் நீ கேட்ட

படியே மேல் பகுதியை எடுத்துக்கொள் என்றார்கள் . அவர்களே கடலையின் தழையை வெட்டிக் கட்டி அவனிடம் கொடுத்தனர். ராமன் அவர்களிடம் அடுத்த பயிருக்கு எனக்கு மண்ணின் கீழ்ப் பகுதிதான் வேண்டும் என்று கேட்டான். அவர்கள் ஆகா தாராளம் தருகிறோம் என்று வாக்குறுதி கொடுத்தனர். ராமன் போய்விட்டான்.

அந்த முறை பூவுடையார்கள் நெல்லைப் பயிரிட்டனர். அறுவடையின்போது ராமன் வந்தான். அப்போது அவனுக்கு வைக்கோல் மட்டுமே கிடைத்தது. ராமனுக்குக் கோபம் வந்தது. "என்னை ஏமாற்றிய நீங்கள் சுரைக்குடுக்கையை ஏந்தி மாட்டின் பின்னே போய் யாசகம் செய்யுங்கள்" என்று சாபம் கொடுத்தான். இதன்பின்னர் இவர்கள் நாடோடிகளாக ஆகிவிட்டனராம்.

இந்தக் கதையைப் பூவுடையார்கள் இப்போதும் கூறுகின்றனர். இவர்கள் தங்களை ராமனோடு இணைத்துக் கொண்டு அவன் பெருமை பேசவே நாங்கள் அலைகின்றோம் என்று சொல்கின்றார்கள்.

இன்னொரு கதையை எட்கார் தர்ஸ்டன் சொல்லுகிறார். இந்தக் கதை திருப்பதிக் கடவுளுடன் தொடர்புடையது. பூவுடையார்கள் திருப்பதி கோவிலுக்கு மாலைகளைக் கொடுக்கும் பணியைச் செய்து வந்தனர். கோவிலுக்கு நான்கு கொம்பு, ஐந்து கால்கள், மூன்று கண்கள் கொண்ட பலவிதமான மாடுகள் பக்தர்களால் கொடுக்கப்பட்டன.

பூவுடையார்கள் இந்தக் குறையுள்ள மாடுகளை மேய்க்க வேண்டும் என்று நிர்வாகம் கூறியது. அவர்களுக்கு இதில் விருப்பமில்லை. ஏழுமலையானிடம், "எங்களை இந்த மலையை விட்டுச் செல்வதற்கு அனுமதி தாருங்கள்," என்று கேட்டார்கள். ஏழுமலையான், "நீங்கள் கறவை மறந்த மாட்டை மேய்த்து என் பெயரைச் சொல்லி யாசகம் செய்து பிழைத்துக்கொள்ளுங்கள்" என்று சொன்னான். இதனால் இவர்களின் மாடு பெருமாள் மாடு என வழங்கலாயிற்று என்று ஒரு கதை வழங்குகிறது.

தெலுங்கு மொழி பேசும் இவர்கள் நாடோடிகள். வைணவச் சார்பான கடவுளர்களையே வணங்குகின்றனர். வெங்கடேச பெருமாள், கலியபெருமாள், ராமன் ஆகியோர் இவர்களின் வழிபடு கடவுள்கள்ஆவார். நெற்றியில் நாமம் அணிவது இவர்களின் வழக்கம். பூம் பூம் மாட்டைக் கொண்டு யாசகம் பெறும்போது கிருஷ்ணன் தொடர்பான பாடல் களையும் பாடுவதுண்டு. இவர்களில் சிலர் மாரியம்மன் கோவிலுக்கும் போகின்றனர்.

தமிழகத்தின் தென்மாவட்டங்களில் வாழும் குழுவர் என்ற ஒடுக்கப்பட்ட மக்களிடம் தோற்றத்தொன்மம் ஒன்று உள்ளது. கன்னியாகுமரி மாவட்டத்தில் இவர்கள் ஏழுக்கும் மேற்பட்ட குடியிருப்புகளில் வாழ்கின்றனர். இவர்களைப் பற்றி நான் 40 ஆண்டுகளுக்கு முன்பே கள ஆய்வு செய்து இருக்கின்றேன். இவர்களிடம் வழங்கிய சில கதைகளைப் பதிவுசெய்திருக்கிறேன்.

...ராமன் வனவாசத்தின்போது பலவகையான சாதி யினரைக் காட்டிலே சந்தித்தான் என்று ஒரு கதை. அப்படிச் சந்தித்த சகோதர குடும்பம் ஒன்றை ராமன் பார்த்தான். அவர்களில் ஒருவனிடம் குடிப்பதற்குத் தண்ணீர் கேட்டான். தன் அருகில் நின்ற பசுவின் பாலைத் தொன்னையிலே கறந்து ராமனுக்குக் கொடுத்தான். ராமன் அதைக் குடித்துவிட்டு, “இங்கே கீழே கிடக்கும் மாடுகள் உனக்கு வேண்டுமா, நிற்கும் மாடுகள் வேண்டுமா” என்று கேட்டான். அவன் கிடக்கும் மாடுகள் போதும் என்றான். அப்படியானால் இறந்த மாடுகளை வெட்டும் தொழிலை நீ செய் என்றான். அந்தச் சகோதரன் சக்கிலியன் என அழைக்கப்பட்டான்.

இன்னொருவனிடம் பூசணி விதையைக் கொடுத்து இதை நீ வளர்த்துப் பலன் பெறுவாய் என்றான். அவன் அந்த விதையை விதைத்தான். பூசணி வளர்ந்து கொடியாக ஆகும்போது அதைக் கவனிக்கத் தவறிவிட்டான். ஒரு குரங்கு அந்தக் கொடியை ஒடித்து விட்டது. ராமன் இந்தச் செய்தியைக் கேட்டு நீ குரங்கை ஆட்டிப் பிழைப்பாய் என்றான்.

இன்னொருவனிடம் சிறியாநங்கை என்ற வேரைக் கொடுத்து பாம்பாட்டிப் பிழைப்பாய் என்றான். இன்னொருவரிடம் குடுகுடுப்பை என்னும் சிறிய இசைக்கருவியைக் கொடுத்து இதை மக்களிடம் அடித்து எதிர்காலப் பலனைச் சொல்லிப் பிழைப்பாய் என்றான். இவன் நித்திரவாா் சாதிப் பெயர் பெற்றவன்.

இந்தச் சகோதரர்களில் குரங்காட்டிய குழுவர் தென் மாவட்டப் பகுதியிலே வந்து தங்கினர். காட்டிலிருந்து குரங்கைப் பிடித்து அதற்கு வித்தை கற்பித்தனர். கர்ணம் போடுவது, கம்பில் ஏறுவது, நடனம் ஆடுவதற்கு எனப் பயிற்சி கொடுத்தனர். யாசகம் செல்லும்போது வீட்டு நடைக்கு முன்னால் குரங்கு வித்தை காட்டினர். ராமா கர்ணம் போடு என்பர். அவர்கள் சொன்னது போல் குரங்கு செய்யும். குரங்கை ராமன் என்ற பெயர் சொல்லியே அழைப்பர். 70களில் கூட இந்தக் குரங்காட்டிகள் இருந்தனர். விலங்குப் பாதுகாப்புச் சட்டம் தீவிரமான பின்னர் இந்தக் குரங்குகளுக்கு விடுதலை கிடைத்துவிட்டது.

இரண்டு

இப்படியாக ராமன் தொடர்பான தோற்றத் தொன்மக் கதைகளைக் கூறும் நாடோடிகள் வேறு சிலரும் உண்டு. அதுமட்டுமல்ல ராமனின் கதையைப் பாடி அல்லது நிகழ்ச்சி நடத்தி யாசகம் பெறுகின்ற கலைஞர்களும் உண்டு.

தென்மாவட்டங்களில் சுடலை மாடன், முத்தாரம்மன் கோவில்களில் பரவலாக நிகழும் கலைகள் வில்லுப்பாட்டும் கணியான் ஆட்டமும் ஆகும். இவற்றின் பாடுபொருட்கள் நாட்டார் தெய்வக் கதைகள் என்றாலும் ராமாயணக் கதை எல்லாப் பகுதிகளிலும் பரவலாகப் பாடப்படுகின்றன. முக்கியமாக உத்தரகாண்டக் கதைகளே இவர்களின் பாடு பொருட்கள்.

வில்லுப்பாட்டுக் கதைகளில் சில அச்சில் வந்துள்ளன. இந்த ராமாயணக் கதைகளின் பல நிகழ்ச்சிகள் கம்பனின் காவியத்தில் கூறப்படாதவை அல்லது வேறுபட்டவை. வேறுபடும் இடங்கள் நாட்டார்க் கலைஞரின் கற்பனை என்று எடுத்துக் கொள்ளலாம்; அல்லது அவன் வாய்மொழியாகக் கேட்டதாக இருக்கலாம். இந்தக் கலைஞன்தான் எந்தப் பகுதியில் ராமாயணக் கதையைப் பாடுகின்றானோ அப்பகுதியில் உள்ள ராமாயணம் தொடர்பான கதைகளையும் இடங்களையும் தன் நிகழ்ச்சியினூடே சொல்லுவான்.

இதைப் பார்வையாளர்கள் விரும்புகின்றனர். உதாரணமாக, கன்னியாகுமரி மாவட்டத்தில் வில்லுப்பாட்டு பாடுகின்றவர் அனுமன் தொடர்பான காட்சியில் அவனோடு தொடர்புள்ள மருந்துவாழ் மலைக் கதையைக் கூறுகின்றனர். இந்த நிகழ்ச்சி போன்ற சில கதைகள் வால்மீகியிலும் கம்பனிலும் இல்லாதவை. இவற்றை ஒப்பிட்டுப் பார்க்கும்போது வட்டாரரீதியான ராமாயணத் தொடர்பு தெரியவரும்.

தென்மாவட்டங்களில் இன்றும் நடைமுறையிலுள்ள தோல்பாவைக் கூத்து நிகழ்வு பால காண்டம் ஆரம்பித்து ராமன் பட்டாபிஷேகம் முடியப் பத்து நாட்கள் நடக்கிறது. தொடர்ந்து ராமாயணம் தொடர்பான மச்ச வல்லவன் போர், மயில் ராவணன் கதை , ராமர் அசுவமேத யாகம் அல்லது லவகுசா, அரிச்சந்திரன் கதை ஆகிய நான்கு கதைகளும் 14 நாட்கள் நடக்கிறது.

ஒருநாளைக்கு ஒன்றரை முதல் இரண்டுமணிநேரம் என்ற கணக்கில் 25 மணி நேரம் ராமாயணக் கதையை

நடத்துகின்றனர். தோல்பாவைக் கூத்து வால்மீகி ராமாயணத்தில் இருந்து சற்று வேறுபட்டது. தெலுங்குமொழியில் அமைந்த ஆனந்த ராமாயணத்தைப் பின்பற்றியது. வட்டார ரீதியான ராமாயணச் செய்திகளை உள்ளடக்கியது. இந்த ராமாயணம் கூத்துக் கலைஞரின் மனோதர்மப்படிச் சேர்க்கப்படுவது. சில சமயம் கதை மாறவும் செய்யும்.

தோல்பாவைக் கூத்து நிகழ்வில் உள்ள ராமாயணக் கதைகளை வால்மீகி கம்பனுடன் கொஞ்சம் ஒப்பிட்டுப் பார்ப்போம். ராமன் தன் மாயத்தோற்றத்தைக் கங்கைக் கரையிலே நிறுத்திவிட்டு வனவாசம் போகிறான். ராமன் சூர்ப்பனகையின் முதுகில் "இவளை நம்பாதே, இவளது காதையும் மூக்கையும் அரிந்து விடு" என்று எழுதி அனுப்புகி றான். சூர்ப்பனகையின் மேல் லட்சுமணனுக்கு ஆசை வந்துவிட்டதோ என்று ராமனுக்குச் சந்தேகம் வருகிறது. இப்படியான நிகழ்ச்சிகளெல்லாம் யாருடைய கற்பனை?

சேவையாட்டம் தெலுங்குமொழி பேசும் கம்பளத்து நாயக்கரால் ஆடப்படுகிறது. தருமபுரி, கிருஷ்ணகிரி பகுதிகளிலும் மதுரை மாவட்டம் உத்தம பாளையம் பகுதியிலும் இக்கலை நிகழ்கிறது. இந்த ஆட்டத்தில் ராமாயணப் பாட்டு முக்கியம். இந்த ஆட்டம் முழுக்கவும் பெருமாள் வழிபாடு தொடர்பானது. இந்த ஆட்ட ராமாயணம் தெலுங்கு, தமிழ் என இரு மொழி களிலும் உள்ளது.

சேவையாட்டத்தில் பாடப்படும் தெலுங்கு ராமாயணக் கதை ஆனந்த ராமாயணத்தைப் பெரிதும் பின்பற்றியது. கம்பனில் கூறப்படாத பல விஷயங்கள் இதில் வருகின்றன.

ராமாயண ஒயில் நாடகத்தில் நாட்டார் ராமாயணச் செல்வாக்கு அதிகம்.

ஒயிலாட்டத்தில் பாடப்படும் ராமாயணத்தைப் பேராசிரியர் ஒ. முத்தையா சேகரித்திருக்கிறார். இந்த ராமாயணமும் தெலுங்கு செல்வாக்கு உடையது. ஒயிலாட்ட ராமாயணத்தில் சொல்லப்பட்ட பல நிகழ்ச்சிகள் வால்மீகியிலோ கம்பனிலோ இல்லாதவை. பெருமளவில் தெலுங்கு மொழியில் உள்ள ஆனந்த ராமாயணத்தைப் பின்பற்றியவை ஒயிலாட்ட ராமாயணம்.

தமிழகத்தில் ராமாயணக் கதையைக் கும்மிப் பாடலாகப் பாடும் வழக்கம் திண்டுக்கல் ராமநாதபுரம் பகுதிகளில் உள்ளது. இப்பாடல் வாய்மொழியாக உள்ளது. இதைப் பிரதிசெய்துவைத்திருக்கின்றனர். வாய்மொழி வடிவிலிருந்த இந்த ராமாயணக் கதை பல மாற்றங்களைப் பெற்றிருக்கிறது.

தென்மாவட்டங்களில் நிகழும் போர்க்கலை சாயலுடைய களியலாட்டம் என்னும் நாட்டார்க் கலையில் பாடப்படும் பாடல்களில் ராமாயணக் கதையும் உண்டு. பெரும்பாலும் வில்லிசைக் கலைக்குரிய ராமாயணப் பாடல்களையே களியலாட்டத்திற்கும் பயன்படுத்துகின்றனர்.

கொங்கு நாட்டில் தெருக்கூத்தில் ராமாயணக் கதை பாடப்படுகிறது. இந்த ராமாயணம் நாட்டார் தன்மையுடையது. தமிழகத்தில் வடபகுதிகளில் பகல் வேடம் என்ற நாட்டார்க் கலைகளை நிகழ்த்தி யாசிப்பவர்கள் இருக்கிறார்கள். தமிழில் பகல் வேடம் நிகழ்த்துகின்ற கலைஞர்கள் தெலுங்கைத் தாய்மொழியாகக் கொண்டவர்கள்.

ஆந்திரப் பகுதியில் இருந்தும் வட தமிழ் பகுதிகளுக்குப் பகல் வேடக்கலைஞர்கள் வருகின்றனர். இவர்கள் தெலுங்கு பேசும் மக்களிடம் தெலுங்குப் பாடல்கள் பாடிப் பகல் வேடம் நடத்தி யாசகம் பெறுகின்றனர். இந்த இரு வகையான கலைஞர்களும் தங்கள் கலைக்குப் பாடுபொருட்களாகப் புராண இதிகாசங்களைக் கொள்கின்றனர். முக்கியமாக ராமாயணக் கதைகளை இவர்கள் பாடுகின்றனர். இந்த ராமாயணக் கதை நிகழ்ச்சிகளில் சில தோல்பாவைக் கூத்து நிகழ்விலும் வருகிறது.

பொம்மலாட்டத்தில் ராமாயணம் கதைப் பொருளாக இருந்தாலும் தொடர்ச்சியாக முழுதும் காட்டப்படுவதில்லை. சீதா கல்யாணம், வாலி மோட்சம், பாதுகா பட்டாபிஷேகம், ஆஞ்சநேயர் அவதாரம் என்னும் தலைப்புகளில் ராமாயணக் கதையைப் பாடுகின்றனர். இந்த ராமாயணமும் கம்பனுக்கோ வால்மீகிக்கோ முழுதும் கடன்பட்டவை அல்ல.

ராமாயணம்தான் எத்தனை ராமாயணம்?

7

கேரளத் தோல்பாவைக் கூத்தில் கம்பன்

எண்பதுகளின் ஆரம்பம். எனது முனைவர் பட்ட ஆய்விற்காகச் செய்தி சேகரித்துக் கொண்டிருந்த சமயம். என் ஆய்வுத் தலைப்பு 'நாஞ்சில் நாட்டு வில்லுப்பாட்டுப் பாடல்கள்'. என்றாலும் அதற்குத் தொடர்பில்லாத செய்தி களையும் சேகரித்து வந்தேன்.

இந்தக் காலத்தில்தான் தோல்பாவைக் கூத்துக் கலைஞர் கலைமாமணி பரமசிவ ராவிடம் நெருக்கம் வந்தது. நான் 50களின் பாதியில் என் பத்து வயதில் என் கிராமத்தில் தோல்பாவைக் கூத்து நிகழ்ச்சியைப் பார்த்துவிட்டேன். பெரும்பாலும் அப்போது நான் பார்த்த நிகழ்ச்சியை நடத்தியவர் பரமசிவ ராவின் தந்தை கோபாலரா வாக இருக்கலாம் அல்லது அவருடைய மூத்த அண்ணன் கணபதிராவாக இருக்கலாம்.

அதன் பிறகு 80களின் ஆரம்பத்திலிருந்து தோல்பாவைக் கூத்துக் கலை நிகழ்வுகளைப் பலமுறை தனியாகப் பார்த்துவிட்டேன். இதைப் பற்றி விரிவாக ஆயிரம் பக்கங்களுக்கு மேல் எழுதிவிட்டேன். தமிழகத் தோல்பாவைக் கூத்து குறித்த ஆய்வு அறிக்கை தயாரிக்கக் கிடைத்த நிதியைச்சிக்கனமாகப் பயன்படுத்தினேன். அதனால் கேரளம், கர்நாடகம், ஆந்திரம் மாநிலங்களின் தோல்பாவைக் கூத்து நிகழ்ச்சிகளைப் பார்க்க

முடிந்தது. இந்த அனுபவம் தமிழகத் தோல்பாவை தொடர்பான நிகழ்ச்சிகளை ஒப்பிட வசதியாக இருந்தது.

ஒருமுறை என் நண்பரும் இலக்கிய விமர்சகருமான பேராசிரியர் வேத சகாய குமார் என் வீட்டுக்கு வந்தார். அப்போது அவர் பாலக்காடு அரசுக் கல்லூரியில் வேலை பார்த்தார். கேரளம் திரிசூரில் நாடக விழா நடக்கப் போவதாகவும் அதன் பொறுப்பு அவரது நண்பர் மலையாளப் பேராசிரியர் ஒருவருக்கு என்றும் சொன்னார். தோல்பாவைக் கூத்துக் கலைஞர் பரமசிவ ராவை அழைத்துச் செல்லலாம் என்றார். பரமசிவ ராவின் வருகைக்குரிய செலவையும் நிகழ்ச்சி நடத்துவதற்குரிய சன்மானத்தையும் நாடக சபை கொடுக்கும் என்றும் சொன்னார். நான் பரமசிவ ராவின் குழுவைத் திரிசூருக்கு அழைத்துச் சென்றேன்.

பரமசிவ ராவ் அப்போது ராமாயணத்தின் சுந்தர காண்டம் பகுதியை நடத்தினார். ஒன்றரை மணி நேரம். பார்வையாளர்கள் நிறைய பேர் இருந்தார்கள். மிகச் சிலருக்கு மட்டுமே தமிழ் தெரியும். ஆற்றூர் ரவிவர்மா முன்வரிசையில் இருந்தார். எழுத்தாளர் சுந்தர ராமசாமி மூலம் அவரை எனக்குத் தெரியும். அவர் எழுத்தாளர் ஜெயமோகனின் நண்பர். அன்று நிகழ்ச்சி முடிந்ததும் வேதசகாய குமார், பரமசிவராவைப் பற்றியும் அன்று நடந்த பாவைக் கூத்து நிகழ்ச்சி பற்றியும் மலையாளத்தில் சுருக்கமாகப் பேசினார்.

அன்றைய நாடக விழா நிகழ்ச்சியில் கேரளத் தோல்பாவைக் கூத்துக் கலைஞர் கிருஷ்ணன்குட்டிப் புலவர் கூத்து நடத்தினார். நான் ஏற்கெனவே பாலக்காடு சித்தூர் அரசுக் கல்லூரியில் படித்த போது (1970-1972) பாலக்காடு கொல்லங்கோடு ஊரில் பகவதி கோவிலில் தோல்பாவைக் கூத்து நிகழ்ச்சியைப் பார்த்திருக்கிறேன். அந்த ஊரிலிருந்த என் நண்பர் சந்திரசேகரன் கூத்துப் பார்க்க அழைத்துச் சென்றார். அப்போது நிகழ்ச்சி நடத்திய கலைஞர் யார் என்று நினைவில்லை.

திரிசூரில் கிருஷ்ணன்குட்டி புலவரைச் சந்தித்துப் பேசினேன். கொஞ்ச நேரம்தான். அவர் கூத்து நடத்திய பின்பு பேசினார். தாஷ்கண்ட் கலை விழாவில் கலந்துகொண்டு (1979) நிகழ்ச்சி நடத்தியது பற்றி விரிவாகப் பேசினார். அப்போது சங்கீத நாடக அகடமி விருதை அவர் பெற்றுவிட்டார். பாலக்காடு கூத்தாறா குடும்பத்தைச் சார்ந்த அந்தக் கலைஞரின் படிப்பும் அனுபவமும் எனக்குப் பிரமிப்பாக இருந்தன.

அன்று கேரளத்தில் பார்த்த கூத்தைத் தமிழ்த் தோல்பாவைக் கூத்து நிகழ்ச்சிகளுடன் ஒப்பிடக்கூடாது என்று மட்டும் தெரிந்தது; ஒப்பிடுவதற்குத் தேவையும் இல்லை. அன்றைய பேச்சில் கிருஷ்ணன் குட்டிப் புலவர் சென்னையில் ஒரு முறை (1979) நிகழ்ச்சி நடத்தியதைச் சொன்னார். "நான் மலையாளத்தில் நிகழ்ச்சி நடத்தினேன். இடையிடையே கம்பனின் பாடல்களைப் பாடினேன். அன்றைய பார்வையாளர்களுக்கு அது அதிசய மாகப்படவில்லை என்று தோன்றியது. அது பற்றிய பெரிய விவாதமும் வரவில்லை. அவர்கள் அதைப் பெரிதாகக் கண்டு கொள்ளவில்லையோ என்றும் தோன்றியது" என்றார்.

கேரள நாட்டார்க் கலைகளைப் பற்றி மலையாளப் படைப்பாளிகளும் திறனாய்வாளர்களும் அறிந்திருக்கின்றனர். இதுபோன்ற நிலை தமிழ்நாட்டில் இல்லை என்று சொல்ல முடியும். இதைப் பலமுறை நான் உணர்ந்திருக்கிறேன். பாலக்காடு கல்லூரியில் நான் படிக்கும்போது மலையாள, ஆங்கிலப் பேராசிரியர்கள் கேரளக் கலையில் காட்டிய ஈடுபாட்டை நேரடியாகப் பார்த்திருக்கிறேன். தமிழுக்கும் மலையாளத்திற்கும் உள்ள இந்த இடத்திலான வேறுபாடு, இப்போது கொஞ்சம் கொஞ்சமாகக் குறைந்து வருகிறது என்று தோன்றுகிறது.

ooo

தமிழுக்கும் மலையாளத்திற்கும் உள்ள உறவு பிரிக்க முடியாதது. தமிழிலிருந்து மலையாளம் பிறந்தது என்னும் பழைய கருத்தாக்கத்தை இன்று மறுத்துவரும் கூட்டம் பெருகி வருகிறது. 1972இல் நான் ஒருமுறை புகழ்பெற்ற மலையாளப் பேராசிரியர் இளங்குளம் குஞ்சம் பிள்ளை என்பவரை என் பேராசிரியர் ஜேசுதாசன் அவர்களின் அறிவுறுத்தலின் பேரில் சந்திக்கப் போயிருந்தேன். கூடவே சில இலக்கிய நண்பர்களும் உண்டு. இளங்குளம் தமிழ் நன்கு அறிந்தவர். சமஸ்கிருதத்தில் கரைகண்டவர். மலையாளத்தில் நிறையப் புத்தகங்கள் எழுதியவர். தமிழகத்தின் வையாபுரிப் பிள்ளையைப் போன்று கேரளத்திலும் அவர் கருதப்பட்டார்.

அன்று இளம்குளம் என்னிடம் பேச்சுவாக்கில், "என்னிடம் மலையாள அகராதி கிடையாது. ஏதாவது மலையாளச் சொல்லுக்கு அர்த்தம் புரியவில்லையென்றால் சமஸ்கிருத அகராதியைப் பார்ப்பேன் அல்லது வையாபுரிப் பிள்ளையின் தமிழ் லெக்ஸிகனைப் பார்ப்பேன். இரண்டு அகராதியில் ஏதாவது ஒன்றில் அந்தச் சொல் இருக்கும்" என்று சொன்னார்.

இது அவர் பலரிடம் சொன்ன துணுக்கு. இதனால் அவர் பலரின் வெறுப்பைச் சம்பாதித்திருக்கிறார்.

கேரளத்தில் இன்றும் தமிழ் அடையாளங்களை நிறையத் தேட முடியும். மொழி, இலக்கியங்களில் மட்டுமல்ல; பண்பாடு, கலை, வழிபாடுதொடர்பான பல விஷயங்களில் தமிழின் அடையாளங்களைத் தேட முடியும். கேரளத்தில் கண்ணகி வழிபாடு பற்றிய என்னுடைய அறிக்கையைத் தயாரிக்க, கேரளத்தில் அலைந்தபோது நிறையவே எனக்குச் சான்றுகள் கிடைத்தன.

கேரளப் பண்பாட்டில் கலந்திருக்கும் தமிழ் அடையாளங்களில் கேரள நாட்டார்க் கலைகளின் பின்னணியாக உள்ள சில இசைக்கருவிகளும், நெறிப்படுத்தப்பட்ட கலைகளின் பின்னணியாக உள்ள இசைக்கருவிகளும் முக்கியமானவை. அவை தமிழ் மண்ணுக்கு உரிமையுடையவை. இன்றும் இவை கேரளத்தில் வழக்கில் உள்ளன.

கேரள இசைக்கருவிகளை விரிவாக ஆராய்ந்த அறிஞர் எல்.எஸ். ராஜகோபாலன், “சேர நாட்டு இலக்கியமான சிலப்பதிகாரத்தில் சொல்லப்பட்ட இசைக்கருவிகள் இன்றும் கேரளத்தில் வழக்கத்தில் உள்ளன. இடக்கா, மத்தளம், உடுக்கை, திமிலை, மிளவு, பறை போன்றவை சில உதாரணங்கள்,” என்கிறார்.

கேரளத்தில் இன்றும் வழக்கிலுள்ள தோல்பாவைக் கூத்து, கையுறைப் பாவைக் கூத்து, பொம்மலாட்டம் ஆகிய மூன்றும் ஒரே போக்கில் அமைந்த கலைகள். இதே கலைகள் தமிழகத்திலும் உள்ளன. தமிழகத்திலிருந்துதான் இவை கேரளத்திற்குச் சென்றதற்குச் சான்றுகள் இருந்தாலும் கேரளக்கலை ஆய்வாளர்கள் பெருமளவினர் இதை ஒத்துக்கொள்வதில்லை.

❍❍❍

கையுறைப் பாவைக்கூத்து பரவலாக அறியப்படாத கலை. சிறிய கூட்டில் இரண்டு கைகளையும் விட்டு அவற்றை அசைத்து நிகழ்ச்சியை நடத்துவது இதன் நடைமுறை. பொம்மையின் இரண்டு கைகளிலும் கலைஞரின் பெருவிரலும் நடுவிரலும் இருக்கும். ஆட்காட்டி விரலைப் பொம்மையின் தலையில் நுழைத்து வைத்திருப்பார். பொம்மையின் கீழ்ப் பகுதியில் சிறிய பாவாடையோ வேறு ஆடையோ காட்சியளிக்கும். ஒன்றுமுதல் எட்டுப்பேர்வரை இந்த நிகழ்ச்சியில் கலந்துகொள்வர்.

இந்தியாவில் இந்தக் கலை உத்திரப்பிரதேசம், ஒரிசா, கேரளம், தமிழ்நாடு ஆகிய மாநிலங்களில் நடக்கிறது. இந்தக்

கலை கோவிலையோ சடங்கையோ சார்ந்து நிகழ்வது அல்ல. ஆனால் மதம், புராணம்சார்ந்த கதைகளையே இந்தக் கலைக்குப் பாடுபொருளாக எடுத்துக்கொள்கின்றனர்.

தமிழகத்தில் இக்கலை நாகப்பட்டினம் மாவட்டம் மயிலாடுதுறை பகுதியில் நடக்கிறது. கருவாபட்டி என்ற கிராமத்தை முக்கியமாகச் சொல்லுகின்றனர். புரட்டாசி, சித்திரை, வைகாசி மாதச் சனிக்கிழமைகளில் இந்தக் கலையை நடத்த வேண்டும் என்ற ஒரு பழைய மரபுண்டு. அந்த வழக்கம் இன்றும் தொடர்கிறது. இங்கு புராணச்சார்புக் கதைகளே பின்னணியாக உள்ளன. பொம்மையை இயக்கி உரையாடுவது இதன் நடைமுறை. இந்த மரபு இன்றும் தொடர்கிறது.

கேரளத்தில் கோவில் விழாக்களிலும் தனிப்பட்ட விழாக்களிலும் மாநாடுகளின் சிறப்பு நிகழ்வுகளிலும் இந்தக் கலை நிகழ்கிறது. இதற்குப் பின்னணியாகச் செண்டை, சேகண்டி, இலைத்தாளம், சங்குபோன்ற இசைக்கருவிகளைப் பயன்படுத்துகின்றனர். இவற்றில் எல்லா இசைக்கருவிகளும் இருக்க வேண்டும் என்ற கட்டாயம் இல்லை.

இந்தக் கலை நிகழ்வில் குறைவான கலைஞர்களே பங்கு கொள்கின்றனர். கலை நிகழ்வில் நிறுத்தப்பட்டிருக்கும் நில விளக்கும் கதகளி நிகழ்ச்சிக்குரிய இசைக்கருவிகள் இசைக்கப்படும் முறையும் இந்தக் கலையை மதச்சார்புடையதாகவே காட்டு கின்றன. பார்வையாளர்களும் இக்கலையை அப்படித்தான் நினைக்கின்றார்கள் என்று ஒரு விமர்சகர் கூறுகின்றார்.

கையுறைப் பாவைக்கூத்து நிகழ்த்துகின்றவர்கள் கலை நிகழ்த்துவதற்குப் பெறும் சம்பளத்தை அரங்கப் பணம் என்னும் சொல்லால் குறிக்கின்றனர். இந்தக் கலைகுறித்த சொல்லாட்சி இதை மதச்சார்புடன் காட்டுகிறது. பெரும்பாலும் இக்கலை நிகழ்ச்சி இரண்டுமணிநேரம் நடக்கிறது.

இந்தக் கலை கேரளத்தில் கோட்டக்கல், வல்லஞ்சேரி, தேசமங்கலம், குருவாயூர், பேரூர் ஆகிய கிராமங்களில் நடக்கிறது என்கின்றனர். நான் பாலக்காடு கல்லூரியில் மாணவனாக இருந்த போது குருவாயூர் கோவிலில் கையுறைப்பாவைக் கூத்து நிகழ்ச்சியைப் பார்த்தேன். அப்போது இதைப் பற்றிய எந்தப் புரிதலும் இல்லாததால் இதுபற்றிய கண்ணோட்டம் இல்லாமலே பார்வையாளனாக இருந்தேன்.

முந்தைய கலைஞர்களில் ஆண்டி வேலன், குட்டியப்ப வேலன், சின்னான், வேலாயுதம், வீரன், சாமி ஆகியோரின்

பெயர்களைக் கேரள நாட்டார் கலை விமர்சகர்கள் குறிப்பிடு கின்றனர்.

கேரளத்தில் கையுறைப் பாவைக் கூத்தினைக் கதகளி கலை பாதித்திருக்கிறது. கையுறைப் பாவைக் கூத்துப் பொம்மைகளின் ஒப்பனை கதகளி பாத்திர ஒப்பனைகள் போல் இருக்கும்; ஆடைகளும் அப்படித்தான். திருவிதாங்கூர்ப் பகுதிகளில் 17ஆம் நூற்றாண்டில் கதகளி வழக்கில் இருந்தது. இது ராமன் ஆட்டத்தின் மறுவடிவம். கொட்டாரக்கரை அரசர் இதன் புரவலராக இருந்தார். 17ஆம் நூற்றாண்டின் இறுதியில் இந்தக் கலை வட கேரளத்துக்குச் சென்றது.

இதே காலகட்டத்தில் பாலக்காட்டில் கையுறைப் பாவைக் கூத்து வழக்கில் இருந்தது. அப்போது இது கோவில்சார்புக் கலையாக இருந்திருக்க வேண்டும் என்கின்றனர். ஆபரண ஒப்பனையெல்லாம் கோவில் சிற்பங்களின் அமைப்பை ஒத்து இருந்தது. 17ஆம் நூற்றாண்டுக்குப் பிறகு இந்த ஒப்பனை கதகளி சார்ந்து மாறியிருக்க வேண்டும்.

இந்தக் கலைக்குரிய பாவைகள் 30 செ.மீ முதல் 40 செ.மீ. வரை உயரம் இருக்கும். தலையின் கீழுள்ள உடல் பகுதி ஒப்பனையுடன் இருக்கும். அதன் கீழ் அணியப்பட்டிருக்கும் ஆடை பளபளப்பாக இருக்க, பாவை நல்ல அடர்த்தியான நிறத்தில் இருக்கும். பாவையின் தலையலங்காரம் கதகளிச் சார்புடையதாய் இருக்கும். பாவையின் துணிப் பைக்குள் கையை விட்டு நிகழ்ச்சி நடத்துவது நடைமுறை.

இந்தக் கலையை ஆண்டிப் பண்டாரம் என்னும் ஜாதியினர். நடத்தினர். இவர்களின் தாய்மொழி தெலுங்கு. பாலக்காடு மாவட்டத்தில் சில கிராமங்களில் இவர்கள் வாழ்கின்றனர். இவர்கள் ஆந்திர வீர சைவ சமயிகள். கழுத்தில் லிங்கம் கட்டியவர்கள். இவர்கள் முதலில் தமிழ்நாடு வந்து பின்னர் கேரளம் வந்திருக்க வேண்டும் என்று ஊகிக்கின்றார் இக்கலை பற்றி எழுதிய வேணு.

இந்த ஆண்டிப் பண்டாரங்கள் தமிழகத்திலும் உள்ளனர். ஆனால் இவர்கள் கையுறைப் பாவைக்கூத்துக் கலையை நிகழ்த்துவதில்லை. கேரள ஆண்டிப் பண்டாரங்கள் எல்லோருமே முருக பக்தர்கள். வீட்டில் தெலுங்கு மொழியிலும் வெளியிலே மலையாளத்திலும் பேசுகின்றனர். பழனி மலைக்குப் பக்தர்களை அழைத்துச் செல்வது, காவடி கட்டிப் பழனிக்குப் போகின்றவர்களுக்கு உதவுவது என்னும் காரியங்களைச் செய்து வந்தனர். இன்று நிலை மாறி வருகிறது.

கையுறைப் பாவைக் கூத்துக் கலை நிகழ்வில் மகாபாரதக் கதையின் பல பகுதிகள் நடத்தப்படுகின்றன. முக்கியமாக கல்யாண சவுந்திகம் உத்திரா சுயவரம், தட்ச யாகம், துரியோதன வதம் ஆகிய கதைகளும் நிகழ்த்திக் காட்டப்படுகின்றன. 15ஆம் நூற்றாண்டில் தமிழகத்திலிருந்து இக்கலை கேரளத்திற்குச் சென்றிருக்க வேண்டும் என்று கூறுகின்றனர். தமிழகத்தில் அப்போது கையுறைப் பாவைக்கூத்தில் ஆரியமாலா கதை நிகழ்த்தப்பட்டது. ஆரியமாலா கதை காத்தவராயன் கதைதான். ஆனால் நாளடைவில் ஆரியமாலா கதை கேரளத்தில் வழக்கில் இல்லாமல் ஆகிவிட்டது.

கல்யாண சவுந்திகம் என்னும் கதை மகாபாரதத்தில் உள்ளது. ஒருமுறை திரௌபதி ஆற்றில் குளித்துக்கொண்டிருந்தாள். அப்போது அபூர்வமான ஒரு மலர் தண்ணீரில் மிதந்து வந்தது. அதைக் கண்டு அவள் அதுபோன்று வேறு மலர் வேண்டும் என்று ஆசைப்பட்டாள். பீமனால்தான் அதைத் தேடிக் கண்டு பிடிக்க முடியும் என்று அவளுக்குத் தெரியும். அவனிடம் அதைச் சொன்னாள்.

பீமன் அந்த மலரைத் தேடிச் சென்றான். வழியில் அனுமனைச் சந்தித்தான். அவன் தன்னுடைய அண்ணன் என்று அறியாமல் அவனுடன் சண்டையிட்டுத் தோற்றான். அப்போதுதான் அவனுக்குத் தன்னை வென்றவன் அனுமன் என்ற விபரம் தெரிந்தது. தான் வந்த விஷயத்தைச் சொன்னான். அனுமன் அவனுக்கு உதவினான். அந்த மலர் குபேரனின் தோட்டத்தில் இருப்பதை அறிந்தான். அங்கிருந்த காவலர்களுடன் போரிட்டான். இறுதியில் குபேரனே பீமனுக்கு அந்த மலரைக் கொடுத்தான்.

இன்னொரு கதை உத்ரா சுயவரம்; விராடன் மகளுக்குச் சுயவரம். அதற்கு அர்ஜுனனின் மகன் அபிமன்யு செல்கிறான். இந்தக் கதை விரிவாக வருகிறது. இன்னொரு கதை துரியோதனன் வதை. இது மகாபாரதத்தில் வரும் காட்சி. அப்படியே மாற்றம் இன்றிக் காட்டப்படுகிறது. தட்ச யாகம் கதை சிவபுராணத்தில் வருவது. தட்சன் நடத்திய யாகத்தில் சிவனுக்கு அழைப்பில்லை. அழைப்பில்லாமல் அங்கு வந்த சிவனின் மனைவியான சதிதேவி தன் தந்தை தட்சனால் அவமானப்படுத்தப்படுகிறார். இறுதியில் வீரபத்திரன் தட்சனை அழிக்கிறான். இந்தக் கதைகள் எல்லாமே இரண்டுமணிநேரம் நடக்கும்.

கேரளத்தில் கையுறைப் பாவைக் கூத்து அழியும் நிலையில் இருந்தபோது அதைக் காப்பாற்றும் பொருட்டுப் பெரும்

முயற்சி எடுத்தார் கேரள நாட்டார்க் கலை ஆய்வாளர் ஜி வேணு. அவர் சங்கீத நாடக அகாடமியின் செயலாளர் கமலா சட்டோபாத்தியாயாவுடன் தொடர்புகொண்டார். கையுறைப் பாவைக் கூத்து மேம்பாட்டுக்கு என்ன செய்வது என்று ஆலோசித்தார். அவரின் வேண்டுகோளின்படி கேரளத்தில் கையுறைப் பாவைக்கூத்து நடத்திய பழைய மரபுச் சார்ந்த கலைஞர்களைத் தேர்வு செய்தார்.

அவர்களுக்கு இசைக்கருவிகளை இசைப்பது பாவை களை அசைப்பது பற்றிய பயிற்சியைக் கொடுத்தனர். அவர்கள் முதலில் கல்யாண சவுந்தரியம் என்னும் கதையை நடத்தினர். கலை பண்பாட்டுத் துறை கொடுக்கும் நிதியுதவியை இந்தக் கலைஞர்களுக்கும் வாங்கிக் கொடுத்தார். இந்தக் கலைஞர்கள் தங்களைப் புதுப்பித்துக்கொண்டனர். இதன்பிறகு இவர்கள் துரியோதனன் வதம், உத்ரா சுயவரம், வாலிவதை, தட்ச யாகம் போன்ற கதைகளை நடத்துவதற்குத் திறன்பெற்றனர்.

இந்தக் கலைஞர்கள் போலந்து நாட்டில் 1987இல் நடந்த உலகளாவிய பாவைக்கூத்து விழாவிற்குச் சென்றனர். அங்கே நிகழ்ச்சி நடத்திப் பெருமை பெற்றனர். 1986இல் ஜப்பானில் நடந்த கலை விழாவில் கலந்துகொண்டனர். பின் நேதர்லாந்து தலைநகர் ஆம்ஸ்ட்ராங்கில் நடந்த கலை விழாவிலும் பங்கு கொண்டனர். இப்படியாக உலகளாவிய நிலையில் இவர்கள் தங்கள் கலையைக் கொண்டு சென்றனர்.

○○○

இந்தியாவில் மட்டுமல்ல, உலகளாவிய நிலையில் பரவலாக அறியப்பட்ட கலை பொம்மலாட்டம். 2000 ஆண்டுகள் பழமையுடையது. தமிழகத்தில் இன்றும் வழக்கில் உள்ளது. கேரளத்தில் அபூர்வமாக நிகழ்கிறது. பொதுவாக நாயர் சமூகத்தினர் நடத்துகின்றனர் என்கின்றனர். எர்ணாகுளம் மாவட்டத்தில் சில கிராமங்களில் இது நடக்கிறது.

கேரளப் பொம்மலாட்டப் பொம்மை 50 முதல் 60 சென்டிமீட்டர் உயரமுடையது. நல்ல நிறம் பூசப்பட்டது. முக்கியமாக நகைச்சுவைக் காட்சிக்கு இக்கலை பேர் போனது. மிக அண்மையில் கேரள நடன கைராளி அமைப்பினர் இக்கலை பற்றிய செய்திகளைச் சேகரித்துள்ளனர்.

எர்ணாகுளம் மாவட்டம் திருப்பணித்துறா ஊர் கேரளக் கலைகளுக்கு மையமான இடமாகக் கருதப்படுகிறது. இங்கு நடக்கும் கலை விழாவில் எட்டு நாட்கள் கேரளத்தில் உள்ள

மொத்தக் கலைகளும் நடத்தப்படுகின்றன. கலைஞர்கள் தங்கள் திறமையைக் காட்ட இந்த ஊருக்கு வருகின்றனர். கதகளிக் கூடியாட்டம், மோகினி ஆட்டம் என எல்லாக் கலைகளும் இங்கு நடக்கும்.

திருப்பணித்துறா கலை விழாவில் கடந்த நாற்பது ஆண்டு களாகப் பொம்மலாட்டம் நடந்துகொண்டிருக்கிறது. இந்த ஊரில் பொம்மலாட்டக் கலைஞர்கள் மலையாள மரபுப்படி மட்டுமல்ல, செவ்வியல் பார்வையில் ராமாயணம், மகாபாரதக் கதையையும் நடத்துகின்றனர்.

8

காளி பார்க்கும் கூத்து

தோலில் வரையப்பட்ட வண்ணப் படங்களை விளக்கின் ஒளி ஊடுருவும் திரையில் பொருத்திக் கதைப்போக்கிற்கு ஏற்ப உரையாடிப் பாடி ஆட்டிக் காட்டுவது தோல்பாவைக்கூத்து. தோலால் ஆன பாவை என்னும் கருவியின் பெயரால் இக்கலை பெயர் பெற்றது. இது இசை, ஓவியம், பல குரலில் பேசுவது, நடனம், நாடகம் ஆகியவற்றுடன் உரையாடலும் இணைந்தது.

தோல்பாவைக் கூத்து நிகழ்ச்சியில் பாவையின் அசைவு, உரையாடல், இசை ஆகியவற்றைவிட ஒளி முக்கிய இடம் வகிக்கிறது. தோல்பாவையில் ஒளி ஊடுருவுவதால் மட்டுமே அதன் முழுப் பரிமாணத்தையும் பார்வையாளர்கள் பார்க்கும் நிலையில் இருப்பதால் இது முக்கியத்துவம் பெறுகிறது. உரையாடலும் இசையும் பின்னணி யாக நின்று ஒளியின் ஊடுருவலை வேறு தளத்துக்கு மாற்றிவிடுகின்றன.

பார்வையாளர்கள் இருட்டில் இருந்துகொண்டு ஒளியின் நடுவே அசையும் பாவைகளைப் பார்த்துக் கொண்டிருப்பார்கள். பார்வையாளர்களின் நோக்கும், பாவைகளின் ஒளி ஊடுருவிய சூழ்நிலை யும் முரண்பாட்டை உண்டாக்குவதால் ஏற்படும் ரசனை இந்தக் கலைக்கு மெருகூட்டுகிறது. தோல்பாவையை அசைக்கும் கலைஞர்களுக்குப் பார்வையாளர்களின் உணர்ச்சி நேரடியாகத் தெரியாது.

அ.கா. பெருமாள்

பாவையாட்டிகள் பாவைகளை அசைக்ும்போது அனுமானத்தோடு அசைக்கிறார்கள். பாவைகளின் அசைவிற்கு ஏற்பத் தாங்களும் அசைகின்றார்கள். இந்தச் சமயத்தில் தங்களை நடிகர்களாகவே பாவித்துக்கொள்ள வேண்டிய சூழ்நிலை உள்ளது. இப்படி இவர்கள் நடிப்பது பார்வையாளர் களுக்குத் தெரியாது.

தோல்பாவைக் கூத்து இந்தியா, இந்தோனேசியா, சீனா, மலேசியா, கம்போடியா, தாய்லாந்து, துருக்கி, பர்மா, ஜப்பான், பாலித்தீவு, கிரேக்கம், தைவான், சயாம் ஆகிய நாடுகளில் நிகழ்கிறது. இரண்டாம் உலகப் போருக்குப் பிறகு ஐரோப்பாவில் சில நாடுகளிலும் பரவியது. முந்திய கால சோவியத் ரஷ்யாவின் பல பகுதிகளிலும் போலந்து, பல்கேரியா, ருமேனியா, ஹங்கேரி, கிழக்கு ஜெர்மனி போன்ற நாடுகளுக்கும் இது சென்றது. ஐரோப்பாவில் 18, 19ஆம் நூற்றாண்டுகளின் நடுப்பகுதியில் இக்கலை பரவியது என்றும் கூறுகின்றனர்.

உலகளாவிய கலையான தோல்பாவைக் கூத்தின் தோற்றம் பற்றிய செய்தி ஆய்வாளர்களால் விரிவாகவே முன்வைக்கப் பட்டுள்ளது. இந்தக் கலை முதலில் சைனாவில் தோன்றி உலகெங்கும் பரந்தது என்ற கருத்து பல காரணங்களால் மறுக்கப்பட்டிருக்கிறது. அதற்கு இலக்கிய, புராணச் சான்றுகள் மேற்கோளாக முன்வைக்கப்பட்டுள்ளன.

இந்தியாவில் இது மிகப் பழங்காலத்திலேயே நிகழ்ந்து வந்திருப்பதற்கு ஆய்வாளர்கள் பல சான்றுகளைத் தருகிறார்கள். பாவைக்கூத்துக்காரனின் கயிற்றின் இயக்கத்தை ஓர் உவமை யாகக் கூறுவதான செய்தி மகாபாரதத்தில் வருகிறது. இந்திய நாடகங்களில் வரும் சூத்திரதாரி என்னும் கதாபாத்திரத்தின் பெயர் மூலமே பாவைக்கூத்தில்தான் இருக்கிறது என்கின்றனர். இந்தச் சான்றுகள் பொம்மலாட்டத்துக்கு உரியவை என்று சொன்னாலும் தோல்பாவைக் கூத்து என்னும் கலைக்கும் இதைப் பொருத்திப் பார்க்க முடியும்.

மகாபாரதம் சாந்தி பர்வத்திலும் பசவ புராணத்திலும் தத்துவார்த்தமான கருத்துகளைக் கூறும் இடங்களில் தோல்பாவை உவமையாகக் கூறப்படுகிறது. இப்படியாக, பல சான்றுகளைக் கூறுகின்றவர்கள் தோல்பாவைக் கூத்துக் கலையை இந்தியா வேறு நாடுகளிலிருந்து பெறவில்லை என்று உறுதிப்படுத்துகின்றனர்.

தமிழ் இலக்கியங்களில் பாவை அல்லது பொம்மைகளின் ஆட்டம் குறித்த செய்திகள் சங்க காலத்திலிருந்து பதினெட்டாம்

நூற்றாண்டுவரை தொடர்ந்து கிடைக்கின்றன. அகநானூற்றுப் பாடல் ஒன்று பாவையைப் போன்ற அழகு தலைவிக்கு உரியது என்று குறிப்பிடுகிறது. இங்கு மரப்பாவை பொம்மை என்று குறிப்பிடப்படுகிறது.

திருக்குறளும் பாவையை மரப்பாவை என்ற பொருளில் கையாளுகிறது. திருவாசகத்தில் தோலின் பாவைக் கூத்து என்னும் தொடர் வருகிறது. ஆகவே தமிழக மரபின்படி இந்தக் கலை பழங்காலம் தொட்டே இங்கு இருக்கிறது என்று ஊகிக்க முடியும்.

கேரளத்தில் பாலக்காடு மாவட்டக் கிராமங்களில் பத்ரகாளி கோவில்களில் சடங்கு என்ற நிலையில் தோல்பாவைக் கூத்து நடக்கிறது. காளி கோவில் விழாக்களில் கூத்து மாடத்தில் இது சடங்காகவே நடக்கிறது. பாலக்காடு பகுதிகளில் நடக்கும் சடங்குரீதியான இந்தக் கலை பற்றிய முழுமையான புரிதல் திருவிதாங்கூர் மக்களுக்குத் தெரியாது.

தென் கேரள மலையாளிகளிடம் உள்ள தமிழ் வெறுப்பு வட கேரள மலையாளிகளிடம் கிடையாது. பாலக்காட்டில் இரண்டு ஆண்டுகள் படித்தபோதும் மலபார் பகுதிகளில் என் தங்கையின் வீட்டில் சில மாதங்கள் இருந்தபோதும் இதை உணர்ந்திருக்கிறேன்.

பாலக்காட்டுப் பகுதியில் நடந்த தோல்பாவைக்கூத்து பற்றி மத்திய கேரளப் பார்வையாளர்களோ தென்கேரளக் கலை விமர்சகர்களோ பெரும்பாலும் அறியாமல் இருக்கின்றார்கள். ஒருவகையில் தமிழனின் தலைசிறந்த தெருக்கூத்துக் கலையைத் தென்மாவட்ட நடுத்தரப் பார்வையாளர்களும் அறிவார்ந்த படிப்பாளிகளும் அறியாதது எப்படியோ அது போன்றதுதான் இதுவும்.

இந்தியச் சுதந்திரத்திற்கு முன்பு சென்னை ராஜதானியின்கீழ் பாலக்காடு இருந்ததால் தென் கேரளத்துக்காரர்களுக்கு அங்கு உள்ள பல அருமையான செய்திகள் தெரியாமல் போனதும் ஒரு காரணம்.

கேரளத் தோல்பாவைக் கூத்து பற்றி முதலில் ஒரு நூல் எழுதியவர் கே.பி. ஐயர். இவரது *The Shadow play in Malabar* என்ற நூல் 1930இல் வெளிவந்தது. இது ராமவர்மா ஆராய்ச்சி நிறுவன வெளியீடு. இதே நூலை 1971இல் கேரள சாகித்ய அகாடமி வெளியிட்டிருக்கிறது.

எம்.டி. ராகவன் என்பவர் எழுதிய *Folk plays and dance of Kerala* என்ற நூல் 1947இல் வெளி வந்தது. இதில் கேரளத்

தோல் பாவைக்கூத்து பற்றிய விரிவான செய்திகள் உள்ளன. தமிழகத்தைச் சார்ந்த ஆண்டி சுப்பிரமணியம் என்பவர் கேரளத் தோல்பாவைக் கூத்தை முதலில் தமிழகத்திற்கு அறிமுகப்படுத்தினார்.

ஆண்டி சுப்பிரமணியம் (1897–1981) கன்னியாகுமரி மாவட்டம் பீமநேரியில் பிறந்தவர். வாழ்க்கை முழுக்க நாட்டியம் நாடகம் என அலைந்தவர். மலையாளம் நன்கு அறிந்தவர். இவர் மிகச்சிறு வயதில் கேரளத் தோல்பாவைக் கூத்தைப். பார்த்திருக்கிறார். இதுபற்றிப் பல்வேறு இடங்களில் எழுதியிருக்கிறார்.

தமிழ்ச் சங்கம் நடத்திய பண் ஆராய்ச்சிக் கூட்டத்தில் 1979 ராஜகோபாலன் என்பவர் கேரளத் தோல்பாவைக் கூத்து பற்றி ஒரு கட்டுரை படித்திருக்கிறார். யாத்ரா இதழில் (1987 ஏப்ரல்) செ. ரவீந்திரன் கேரளத் தோல்பாவைக் கூத்துக் கலைஞர் கிருஷ்ணன் குட்டிப் புலவர்பற்றி ஒரு குறிப்பு எழுதி யிருக்கிறார். ஸ்டூவர்ட் பிளாக் பேர்ன் கேரளத் தோல்பாவைக் கூத்துபற்றி விரிவாக ஒரு நூல் எழுதியிருக்கிறார். தமிழகத் தோல்பாவைக் கூத்து பற்றி இந்த அளவுக்குக் கட்டுரைகளோ நூல்களோ வரவில்லை என்ற செய்தியை இந்த இடத்தில் சொல்ல வேண்டியிருக்கிறது.

பாலக்காட்டுப் பகுதியில் 60க்கும் மேற்பட்ட இடங்களில் தோல்பாவைக் கூத்து நிகழ்ச்சி நடந்ததாக ஆய்வாளர்கள் கூறுகின்றனர். கேரளத்தின் 14 மாவட்டங்களில் பெரியது பாலக்காடு மாவட்டம்தான். 4480 சதுர கிலோமீட்டர் பரப்பு உடையது. 1880முதல் 1947வரை மெட்ராஸ் பிரசிடென்சி மலபார் பகுதிக்கு உட்பட்டு இந்த மாவட்டம் இருந்தது. 1957இல்தான் தனி மாவட்டமாக இது உருப்பெற்றது. இப்போதும் இங்கு ஐந்து விழுக்காடு அளவில் தமிழ் பேசுகின்றவர்கள் இருக்கின்றார்கள். பாரதப்புழா ஆறு ஓடுகின்ற இந்த மாவட்டம் செழிப்பானது.

சங்க காலத்தில் இந்தப் பகுதி சேர மன்னர்களால் ஆளப்பட்டது. ஆரம்பகாலப் பல்லவர்கள் இங்கு படையெடுத்து இருக்கிறார்கள். பின்னர் பாண்டியர், சோழர் படையெடுப்பு நடந்தது. பெருமாள்கள், கொல்லங்கோட்டு அரசன் ராமவர்மா, ஹைதர் அலி, திப்பு சுல்தான் எனப் பலரும் இப்பகுதியை ஆட்சி செய்தார்கள். 1872இல் பிரிட்டிஷ்காரர்கள் இதற்கு முற்றுப்புள்ளி வைத்தார்கள்.

தமிழர்கள் பாலக்காட்டுப் பகுதிக்குப் பல கால கட்டங்களில் குடிபெயர்ந்திருக்கிறார்கள். விஜயநகரப் பேரரசு

காலத்தில் காஞ்சிபுரம் பகுதியிலிருந்து செங்குந்த முதலியார் இங்கு குடியேறினர். இவர்கள் இங்கே முருக வழிபாட்டைப் பிரபலப்படுத்தினர். இப்படியாகத் தமிழர்களின் குடியேற்றம் நடந்த காலத்தில் தமிழக நாட்டார் கலைகள் இங்குபரவி இருக்கின்றன. ஆனால் இவற்றுக்கெல்லாம் முன்பே தோல்பாவைக் கூத்து குடிபெயர்ந்துவிட்டது.

தோல்பாவைக் கூத்துபற்றி விரிவாக ஆராய்ந்த ஸ்டூவர்ட் பிளாக் பேர்ன் 1986இல் 96 வயது கலைஞர் ஒருவரைப் பேட்டி கண்டதை எழுதியிருக்கிறார். இவர் தமிழகத்தில் இருந்து கேரளத்திற்கு இந்தக் கலையைக் கொண்டு வந்தவர்கள் வேளாண் செட்டிகள் என்று கூறுகிறார்.

இந்தக் கூத்தின் ஆரம்பகர்த்தாவான சின்னத்தம்பி புலவர் பாலக்காட்டில் தங்கியிருந்ததையும் அவர் வேத, புராணங்களை அறிந்திருந்ததையும் விரிவாகக் கூறுகிறார். மேலும் சின்னத்தம்பி புலவர் பொள்ளாச்சியிலிருந்து குடிபெயர்ந்தார் என்றும் கூறுகிறார் ஸ்டூவர்ட் பிளாக் பேர்ன்.

கேரளத்தில் ஆரம்ப காலத்தில் தோல்பாவைக் கூத்தை நடத்தியவர்கள் வேளாண் செட்டிகள் என்று இந்தக் கூத்துபற்றி ஆராய்ந்தவர்கள் எல்லோருமே ஒத்துக்கொள்கிறார்கள். இன்று நிலை மாறிவிட்டது. நாயர் சமூகத்தினரும் இந்தக் கலையை நடத்துகின்றனர்.

செட்டியார்கள் தமிழகத்திலிருந்து கேரளத்திற்குச் சென்றார்கள். இவர்களே கம்பரின் ராமாயணத்தைக் கொண்டு சென்றதற்குச் சில சான்றுகள் உள்ளன. கன்னியாகுமரி மாவட்டத்தில் வாழ்கின்ற ஏழூர் செட்டிகளின் குடிப்பெயர்ச்சி தொடர்பாக ஒரு கதை வழங்குகிறது.

பூவந்திச் சோழன் என்ற அரசன் பூம்புகாரில் ஆட்சிசெய்த போது செட்டியார்கள் தென்தமிழகத்திற்குக் குடிபெயர்ந்து இருக்கிறார்கள். இதற்கு மணம்மறுப்பு தொடர்பான ஒரு கதை உண்டு. இவர்களில் ஒரு பகுதியினர் வட கேரளத்திற்குச் சென்றனர். அவர்கள் தங்களை வேளாண் செட்டிகள் என்று அழைத்துக்கொண்டனர்.

'செட்டிநாடும் செந்தமிழும்' என்ற நூலில் காவிரிப்பூம்பட்டினத்திற்குச் சென்ற செட்டியார்கள் திசைதப்பி மலையாளம் சென்றனர் என்கிறார் சோமலே. ஏழூர்செட்டி மலரில் உள்ள கட்டுரை ஒன்று (திருவனந்தபுரம் 1978) தமிழகத்தில் இருந்து வைசிய குடும்பம் கேரளத்திற்குச் சென்றபோது கம்பனை எடுத்துச் சென்றனர் என்று கூறுகிறது.

வட கேரளத்தில் குடியேறிய செட்டியார்கள் தமிழகச் செட்டியார்களுடன் தொடர்பு வைக்கவில்லை. வட கேரளத்தில் கண்ணகி அம்மன் வழிபாடு இருக்கும் இடங்களில் இவர்களுக்கு ஏதோ ஒருவகையான தொடர்புண்டு. தமிழகத்தைச் சார்ந்த செட்டிகளும் இவர்களுடன் மண உறவு வைப்பதில்லை (மாணிக்கவாசகம். ப 65).

கேரளத் தோல்பாவைக் கூத்து, சடங்குசார்ந்த கலை. இக்கலை பாலக்காடு மாவட்டத்தில் பகவதி காளி கோவில் களில் ஒரு நாள் அல்லது ஏழு நாட்கள் நடக்கிறது. முந்திய காலங்களில் 21 நாட்கள் நடந்தது. பாலகாண்டத்திற்கு இரண்டு நாட்கள், அயோத்தி காண்டத்திற்கு மூன்று நாட்கள் என விரிவாக நடந்தது; அது பழைய காலம்.

தோல்பாவைக் கூத்து நிகழ்த்தப்படும் தென்னிந்திய மாநிலங்களில் அது நடைபெறும் இடத்தின் காரணமாகச் சிறப்பு பெறுவது கேரளத்தில் மட்டும்தான். கேரளக் கூத்தரங்குகள் தனித்தன்மையுடையன. கூத்து நடக்கும் கோவில்களில் தோல்பாவைக் கூத்து நிகழுவதற்கு என்று நிரந்தரமான கூத்து மாடம் உண்டு. இது பொதுவாக 11 மீட்டர் நீளம் 4 மீட்டர் அகலம் 53 சென்டிமீட்டர் உயரம் என அமைந்திருக்கும். மேற்கூரை தென்னை ஓலை அல்லது ஓடு வேய்ந்ததாக இருக்கும். திரைச்சீலை ஒரு மீட்டர் முதல் ஒன்றரை மீட்டர்வரை நீளம் இருக்கலாம்.

இந்தக் கூத்து மாடம் தரைமட்டத்திற்குச் சற்று உயரமாக இருக்கும். பாலக்காடு மாவட்டத்தில் 1999இல் 61 கூத்து மாடங்கள் இருந்தன என்கிறார் ஆய்வாளர் வேணு. நூற்றுக்கும் மேற்பட்ட கோவில்களில் கூத்து நிகழ்ந்தாலும் நிரந்தர மாடங்கள் 61 தான். பிற கோவில்களில் தற்காலிக மாடம் கட்டப்படும். திரைச்சீலையின் கீழே ஒரு கறுப்புத் துணி தொங்கவிடப்பட்டிருக்கும். இது ஆயப்புடவை எனப்படும்.

திரைச்சீலையை ஒட்டி 30 சென்டிமீட்டர் அகலமுள்ள நீண்ட பலகை பொருத்தப்பட்டிருக்கும். இதில் 21 தேங்காய் சிரட்டை விளக்குகள் இருக்கும். அவற்றில் தேங்காய் எண்ணெய் விடப்பட்டிருக்கும். துணியாலான பெரிய திரி இருக்கும். கேரளத்தில் தோல்பாவைக் கூத்து நிகழ்வில் மின்விளக்கைப் பயன்படுத்துவதில்லை. இதனால் இது விளக்குமாடம் எனப்படுகிறது.

கூத்து நிகழ்ச்சிகள் சிலவற்றில் (அனுமன் இலங்கையை எரிக்கும் காட்சி) எண்ணெய் விளக்கின் மேல் ஒரு மரத்தின் பிசினைத் தூவுவார்கள். அது படர்ந்து எரிவதுபோல்

காட்சியளிக்கும். சில காட்சிகளில் திரைச்சீலைக்கு மாலை அணிவிப்பதும் உண்டு.

முதல்நாளில் கூத்து ஆரம்பிக்கும் முன்பு தனிப்பூசை நிகழ்வு ஆரம்பமாகும். அப்போது கருவறையிலிருந்து வரும் சிறிய தூக்கு விளக்கைக் கூத்து மாடத்தில் தொங்கவிடுவர். இதிலிருந்துதான் மாட விளக்குக்குரிய நெருப்பைப் பற்றவைப்பர்.

கேரளத் தோல்பாவைக் கூத்து நிகழ்ச்சியில் எழுப்பறா, ஜால்ரா, இரண்டு மணிகள் ஆகியவற்றை முக்கியமாகப் பயன்படுத்துகின்றனர். எழுப்பறா என்பது ஒருவகை டிரம். பலாமரத்தில் செய்யப்பட்டுக் கன்றுக்குட்டித் தோலால் போர்த்தப்பட்டிருக்கும். சங்குக் குழல், மாடாலம் ஆகிய இசைக்கருவிகளையும் பயன்படுத்துகின்றனர். நாடகத் தன்மையுடைய உரையாடலிலும் போர்க் காட்சிகளிலும் சிறப்புப் பின்னணி ஒலி கொடுக்க *(sound effect)* இந்த இசைக் கருவிகளைப் பயன்படுத்துகின்றனர்.

கோவிலையோ சடங்குகளையோ சார்ந்து நிகழ்கின்ற கலைகள் நிலைபெற்றுவிடும் என்பது பொதுவான நியதி. தமிழகத்தில் இன்று தொடர்ந்து நிகழ்கின்ற நாட்டார்க் கலை களுக்கு இந்தக் கருத்தாக்கம் மிகவும் பொருந்தும்.

ஒரு காலத்தில் கர்நாடகத்தில் சிவராத்திரி விழாக்களில் சடங்கு நிகழ்ச்சியாகவும் நேர்ச்சைக் கலையாகவும் தோல்பாவைக் கூத்து நடந்தது. கோலார்போன்ற இடங்களில் இது சமயச்சடங்காகவே நடந்தது. மழை வேண்டி நேர்ச்சைக்காக ஊர் மக்கள் கூத்து நடத்த வேண்டிய சமயத்திலும், வெப்பு நோய் தீர நேர்ச்சைக்காக வேண்டியபோதும் இந்தக் கலை நடந்து இருக்கிறது. இதுபோன்ற நம்பிக்கைகள் மெல்லமெல்ல மாற ஆரம்பித்தபோது தோல்பாவைக் கூத்துக் கலைஞர்களின் நிலை மோசமானது.

தமிழகத்தில் தோல்பாவைக் கூத்துக் கலை எப்போதுமே சடங்கு சார்ந்த கலையாக இருக்கவில்லை. ஆனால் மழை பெய்வதற்கும் வெப்பநோய் தீர்வதற்கும் ஊரில் நல்ல காரியம் நடத்துவதற்கும் கூத்தை நேர்ச்சையாக நடத்தினால் நல்லது நடக்கும் என்று நம்பிய காலம் ஒன்று இருந்தது. அப்போது தமிழகத்தில் தோல்பாவைக் கூத்து பரவலாக நிகழ்ந்தது. இந்தக் கூத்தை அப்போது காப்பாற்றியதே இந்த நம்பிக்கைதான். இந்த நம்பிக்கை குறைய ஆரம்பித்த பின்னர் இந்தக் கலையும் அழிவை நோக்கி நகர்ந்தது.

கேரளத்தில் பாவைக்கூத்து பெண் தெய்வத்தின் கோவிலிலேயே நடக்கிறது. காளி பார்வையாளராக அமர்ந்து

கூத்து பார்க்கிறாள் என்ற நம்பிக்கை இப்போதும் உள்ளது. இதன் காரணமாக இங்கு கூத்து நிகழ்வு தொய்வின்றி நடக்கிறது.

யாத்ரா மும்மாத இதழ் 37 கட்டுரையில் சி. ரவீந்திரன் எழுதியது: "பேராசிரியர் டாக்டர் ஜோன்ஸ் என்பவர் கேரள தோல்பாவைக்கூத்து ஆவணப்படம் ஒன்றை எடுத்துள்ளார்; அவர் இதை சமய வழிபாட்டுச் சடங்காகவே கருதுகிறார். சால்ட்மேன் என்பவர் பாலக்காடு ஒற்றைப்பாலம் கோவிலில் நடந்த தோல்பாவைக் கூத்து நிகழ்ச்சியைப் பதிவுசெய்து ஜெர்மன் மொழியில் எழுதியிருக்கிறார். பென்சில்வேனியா பல்கலைக்கழக நிதியுதவியுடன் வாலண்டைன் ஸ்டேச் என்பவர் நடத்திய ஆய்வு முடிவில் இந்தக் கலை முழுக்கவும் சடங்கு சார்ந்தது என்று குறிப்பிடுகிறார்."

கோவில்களில் கூத்து நடத்துவதற்கு அனுமதி கொடுப்பது ஒரு நிகழ்ச்சியாக நடக்கிறது. விழா நடக்கும் கோவிலில் சாமியாடுகின்ற வெளிச்சப்பாடு சிவப்பு ஆடை அணிந்து கொண்டு கொடுவாளைக் கையிலேந்திக் கோவிலை மூன்று முறை சுற்றி வருவார். அவருக்குப் பின்னால் இசைக்கருவிகளை இசைப்பவரும் கோவில் பக்தர்களும் ஊர்வலமாக வருவார்கள். கூத்து மாடத்துக்கு வந்ததும் ஊர்வலம் நின்றுவிடும். சில கோவில்களில் முக்கியத் தெய்வம் இருக்கும் அறையிலிருந்து கூத்து மாடம் சற்றுத் தொலைவில் இருக்கும் (கொல்லங்கோடு, வயலூர்). இதுபோன்ற இடங்களில் ஊர்வலம் வருவதற்குக் கால தாமதமாகும்.

வெளிச்சப்பாடு கூத்துமாடத்திற்கு அருகில் வந்ததும் ஊர்வலத்தை வரவேற்கக் கலைஞர்கள் தயாராக இருப்பர். அப்போது வெளிச்சப்பாடு, "இங்கு நடக்கப் போகும் கம்ப நாடகத் தர்மத்திற்கு (கம்பராமாயணக் கூத்து) யாதொரு குறையும் வராமல் வழக்கப்படி நடக்க வேண்டும். இதற்கு முன்பும் பின்பும் இதைச் சகாய்த்துக் கொள்ளுகிறேன்" என்று கூறுவார். பின்னர் பக்தர்களுக்குத் திருநீறு கொடுப்பார். தன் கையிலிருந்த வீரவாளைக் கூத்துமாடத்தில் வைப்பார். கூத்தின் பார்வை யாளராக அம்மன் அமரப் போகிறார் என்பது இதன் தாத்பரியம்.

வெளிச்சப்பாடுகீழ் வழக்குப்படி நடத்த வேண்டும் என்று கூறுவதற்குக் கூத்து மரபு வழியே முன்னோர்கள் நடத்தியபடி நடக்க வேண்டும் என்று பொருள் கொள்ளலாம். கலைஞர்களோ கோவிலைச் சார்ந்தவர்களோ கூத்தில் ஏதேனும் மாற்றம் கொண்டு வர வேண்டும் என்று விரும்பினால் ஆரூடம் பார்த்து தான் முடிவு செய்வார். இது வழிபாடுசார்ந்த கலை. அதனால் இதற்கு என்று ஒரு கட்டுப்பாட்டு உள்ளது. அதனால்

தோல்பாவைக் கூத்தின் பழமை காப்பாற்றப்பட்டு வருகிறது. தமிழகத்தில் இதை நினைத்துப் பார்க்க முடியாது.

வெளிச்சப்பாடு கூத்து நடத்த அனுமதி கொடுத்த பின்பு இசைக்கருவிகள் இசைக்கப்படும். இதைக் களரி விண்டு என்பர். இப்போது கலைஞர்கள் கணபதி, சரஸ்வதி, விஷ்ணு ஆகிய தெய்வங்களை வாழ்த்திப் பாடுவார்கள். இதன் பிறகு கோவிலில் இருந்து ஊர்வலமாகக் கொண்டுவரப்பட்ட தூக்குவிளக்கு களில் இருந்த தீபத்தை 21 சிரட்டை விளக்கில் பற்ற வைப்பார்கள். பின்னர் கூத்தரங்கு நிர்வாகி முதல் பூசை செய்வார். இது ரங்க பூசை எனப்படும்.

இந்தச் செய்திகள் எல்லாமே கேரளத் தோல்பாவைக் கூத்து சடங்குசார்ந்த கலை என்று வெளிப்படையாகக் காட்டு கின்றன. கூத்து நடக்கும்போது இடையில் நடக்கும் நிகழ்ச்சிகள் சிலவும் இந்தக் கலையை வழிபாட்டுச் சடங்கு சார்ந்தவையாகக் காட்டும்.

ராவண வதை நிகழ்ச்சி முடிந்ததும் திரைச்சீலையைத் தண்ணீரில் அலசுவார்கள். அடுத்த நாள் துவைத்த திரைச் சீலையையே கூத்து மாடத்தில் கட்டுவார்கள். புதிய திரைச்சீலையைக் கோவிலைச் சார்ந்தவர்கள் கொடுப்பதும் உண்டு. ராமர் பட்டாபிஷேக நிகழ்ச்சியிலும் புதிய திரைச்சீலை கொடுக்கும் வழக்கம் உண்டு. மாடப்புலவர் இந்தத் திரைச்சீலையைச் சிறிது சிறிதாகக் கிழித்துப் பக்தர்களுக்குப் பிரசாதமாக வழங்குவார்.

கேரளத்தில் நிகழும் ‘களம் எழுத்தும் பாட்டும்’ என்னும் கலை நிகழ்ச்சியில் களத்தில் வரையப்படும் ஓவியம் சூரியன் உதிக்கும் முன் அழிக்கப்படும். அந்த ஓவியத்திற்குரிய வண்ணப் பொடிகள் பிரசாதமாக வழங்கப்படும். தோல்பாவைக் கூத்திற்குரிய திரைச்சீலைத் துண்டு முக்கியமான பிரசாதமாகக் கருதப்படும். இது இந்தக் கலைகள் சடங்குகளுடனும் தெய்வங்களுடனும் தொடர்புடையதைக் காட்டுகிறது. இந்தக் கலைகள் இன்றும் நிலைத்திருப்பதற்கு இதுவே காரணம்.

ஒரு காலத்தில் கூத்துக்குரிய பாவைகளை மான் தோலில் தயாரித்தனர். மான் வேட்டை தடை செய்யப்பட்ட பின்பு ஆட்டுத் தோலைப் பயன்படுத்துகின்றனர். ஒளி ஊடுருவுவதற் காகத் தோலில் துவாரம் இடுவதும் இயற்கை வண்ணங்களைக் கொடுப்பதும் எல்லாம் தமிழகப் பாவைக்கூத்துத் தொழில் நுட்பத்தைப் போன்றதுதான். இதில் கேரளத்திற்கும். தமிழகத் திற்கும் அதிக வேறுபாடில்லை.

கேரளப் பாவைகளில் துவாரம் அதிகம் இருக்கும். அதனால் பார்வையாளர்கள் பாவைகளைத் தெளிவாகப் பார்க்க முடிகிறது. பொதுவாக ராமாயணத்தை நடத்த 130 பாவைகளை வைத்துள்ளனர். முக்கியக் கதாபாத்திரங்களுக்கு மூன்று முதல் நான்கு பாவைகள் உள்ளன.

உயிருள்ள பாத்திரங்களுக்கு மட்டுமல்லாமல் மாளிகை, அரண்மனை, கருடன், பாம்பு, புலி, மான் ஆகியவற்றிற்கும் பாவைகள் உள்ளன. பொதுவாகக் கேரளத் தோல்பாவைகள் உயரம் குறைவாக இருக்கும். எடுத்துக்காட்டாக ராமன் பாத்திரம் 75 சென்டிமீட்டர் உயரமும் 40 சென்டிமீட்டர் அகலமும் உடையதாக இருக்கும். ராவணன் 80 செ.மீ உயரம், 68 செ.மீ. அகலமுடையது.

பெரும்பாலும் இங்குள்ள தோல்பாவைகள் கேரளக் கோவில்களில் உள்ள சுவர் ஓவியங்கள் அல்லது சிற்பங்கள் போன்றவற்றை மாதிரியாக வைத்து வரையப்பட்டவை. இவற்றில் நூறு ஆண்டுகளுக்கு முற்பட்டவையும் உண்டு.

கூத்து ஆரம்பிப்பதற்கு வெளிச்சப்பாடு அனுமதி கொடுத்ததும் ரங்கபூசை நடக்கும். பின்னர் கணபதி, சரஸ்வதி, நாராயணத் துதிப் பாடல்கள் பாடப்படும். திரையில் விநாயகர் தோன்றுவார். தொடர்ந்து மூத்த பட்டர், சோமாசிப் பட்டர், கங்கை ஆடிய பட்டர், ஆச்சா பட்டர் ஆகிய நான்கு பாத்திரங் களின் படங்கள் திரையில் தோன்றும்.

இந்தப் பாத்திரங்களின் உரையாடலில் அன்று நடக்கப் போகும் கதைப்பகுதி விளக்கப்படும். இவர்களின் படங்கள் திரையிலிருந்து அகன்ற பின்பு 'ஹரி ஹரி கோவிந்தா ராமஜெயம்', 'ராமன் வென்றால் நன்மை கிடைக்கும்' என்னும் பாடல்கள் பாடப்படும்.

இந்தப் பட்டர்கள் ஒவ்வொரு நிகழ்ச்சியிலும் ஆரம்பத்தில் வருவார்கள். அதை வாலிவதையில் ஒரு உரையாடலாகப் பார்ப்போம்.

கங்கைப்பட்டர்: முத்துப்பட்டரே, நேற்று என்ன நடந்தது?

முத்துப்பட்டர்: நிறைய நடந்தது கங்கைப்பட்டரே.

கங்கைப்பட்டர்: சொல்லுசொல்லு.

உடனே முத்துப்பட்டர், வாலி சுக்ரீவன், கதையை மிகச் சுருக்கமாகச் சொல்லுவார். இப்படியாகப் பேசி முடிந்ததும் இந்தப் பட்டர்கள் போய்விடுவார்கள். பின்னர் நிகழ்ச்சி

ஆரம்பமாகும். பார்வையாளர்களுக்குக் கதையைப் புரிந்துகொள்வதில் குழப்பம் இருக்காது. கதகளிப் பார்வையாளனுக்கும் கேரளத் தோல்பாவைக் கூத்துப் பார்வையாளனுக்கும் வேறுபாடு உண்டு என்று ஆய்வாளர்கள் கூறுவது கவனிக்கத்தக்கது.

இந்த நான்கு பட்டர்களும்தான் கேரளத் தோல்பாவைக் கூத்திற்குரிய கம்பராமாயணப் பாடல்களைத் தேர்ந்தெடுத்துக் கொடுத்தார்கள் என்ற ஒரு செய்தி உண்டு. கே.பி.எஸ். ஐயர் தன் கட்டுரையில் கங்கப்புலவர், சதாரா புலவர் என்ற இருவரும் கம்பனை இந்தக் கலைநிகழ்விற்குத் தொகுத்தார்கள் என்று கூறுவதாக சி. ரவீந்திரன் கூறுகிறார்.

பட்டர்கள் சென்ற பின்பு சூத்திரதாரி வருவான் (தமிழகத் தோல்பாவைக் கூத்தில் இவன் கோமாளி) குரு வணக்கம், அவை வணக்கம் கூறுவான். “மயில் ஆடுவதைப் பார்த்து நாங்கள் ஆடுகிறோம். பிழை இருந்தால் பொறுக்க வேண்டும்” என்பான். பின்னர் அன்று கலைஞர்களுக்கு உணவு ஏற்பாடு செய்தவர்களைச் சூத்திரதாரி பாராட்டுவான்.

தென்னிந்தியத் தோல்பாவைக் கூத்து நிகழ்வுகளில் பாவைகளை அசைப்பதிலும் நிகழ்ச்சி நடத்துவதிலும் தமிழ்நாட்டுக் கலைஞனுக்கு மிகுந்த பிரச்சினையும் சிக்கலும் உண்டு. தமிழகத்தில் தோல்பாவைக் கூத்து நிகழ்வை ஒருவரே நடத்துகிறார். பாவைகளை அசைப்பது, பாத்திரங்களின் உரையாடலில் பல குரல் மாற்றிப் பேசுவது, சில சமயம் பாடுவது, கை விரல்களில் அணிந்திருக்கும் கக்கர் கருவியை அசைப்பது, பவ்வார் என்னும் கருவியை இசைப்பது, காலில் பொருத்தப் பட்டிருக்கும் கட்டையைக் காலால் அடிப்பது ஆகிய எல்லாவற்றையும் ஒருவரே செய்கிறார்.

தமிழகத் தோல்பாவைக் கூத்து அரங்கு சிறிதாக இருக்கும். வலது கையிலும் இடது கையிலும் உள்ள பாவைகளைத் திரையில் இரண்டு புறமும் பொருத்தும்போது பிரச்சினை வரும். தமிழகத்தில் கலைஞரின் கை எட்டுகின்ற அளவுக்குத்தான் திரைச்சீலை இருக்க வேண்டும் என்பதும் நியதியாகிவிட்டது.

தமிழகம் தவிர்த்த பிற மாநிலங்களில் தோல்பாவைக் கூத்தை ஒன்றுக்கு மேற்பட்ட கலைஞர்கள் நிகழ்த்துகின்றனர். அரங்கும் பெரிதாக இருக்கும். திரைச்சீலை நீண்டு உயரமாக இருக்கும். பாவைகளும் பெரிதாக இருக்கும். பாடுவதற்கும் இசைக்கருவிகளை மீட்டுவதற்கும் தனி ஆட்கள் இருப்பர். தோல்பாவைக் கூத்து மாடத்தில் மூன்று முதல் நான்கு கலைஞர்கள்

ஒரே சமயத்தில் பாவைகளை அசைத்துக் காட்டுவர். இந்திரஜித் நாகாஸ்த்திரத்தை விடும் காட்சியையும் அப்போது கருடன் வருவது போன்ற காட்சியையும் சிறப்பாகக் காட்டுவதற்குப் பல கலைஞர்கள் கட்டாயம் வேண்டும். கேரளத்தில் இதில் சிக்கல் இல்லை. தமிழகத்தில் வேறு நிலை இருப்பது பெரும் குறைதான்.

ஒரு கலைஞர் மட்டுமே நிகழ்ச்சி நடத்துவதால் பாவைகளை அசைப்பதில் மட்டுமல்ல, பல்வேறு பாத்திரங்களின் உரையாடலை வெளிப்படுத்துவதிலும் பிரச்சினை இருக்கும். கதை நிகழ்ச்சிகளை விளக்குவதிலும் அது உண்டு. தமிழகத்தின் இந்தப் பிரச்சினைகளின் காரணமாகவே பிற மாநிலக் கலைஞர்களிடமிருந்து தமிழகக் கலைஞர் வேறுபட்டிருப்பதுடன் மட்டுமல்லாமல் பின்தங்கியும் இருக்கின்றனர்.

தமிழகத் தோல்பாவைக் கூத்து நிகழ்ச்சிகளில் காட்டப்படும் ராமாயணம் ஆந்திரச் சார்புடையது. ஆந்திரத் தோல்பாவை கூத்து தெலுங்கு ரங்கநாத ராமாயணத்தைத் தழுவி நடத்திக் காட்டப்படுவதாகும். கர்நாடகக் கூத்து குறிப்பிட்ட ராமாயணச் சார்புடையது. கேரளத் தோல்பாவைக் கூத்துக்கு கம்பனின் ராமாயணத்தைப் பின்னணியாகக் கொண்ட ஆடல் பற்று என்ற மூலப்பனுவல் உண்டு. என்றாலும் கலைஞரின் விளக்கம் அவ்வப்போது தரும் உவமை மேற்கோள்கள் முக்கியமாகக் கருதப்படும்.

தசரதனின் மூன்று மனைவிகளும் கர்ப்பமாய் இருக்கும் போது வசிட்டர் அவர்களுக்கு அறிவுரை கூறுவார். இது விளக்கமாகவே பேசப்படும். இந்த இடத்தில் தோல்பாவைக் கூத்துக் கலைஞர் ஆயுர்வேத வைத்தியர் ஆகிவிடுவார். கர்ப்பகாலப் பெண்களின் மருத்துவம் அந்தச் சமயத்தில் செய்ய வேண்டிய முறை ஆகியன பற்றியும் கூறுவார்.

அத்திரி முனிவரின் மனைவி அனுசூயாவைச் சீதை சந்திப்பாள். அப்போது அனுசூயா பெண்களின் நிலை பற்றிப் பொதுவாகப் பேசுவார். இந்த இடத்தில் பெண்கள் வாழ வேண்டிய முறை, ஒழுக்கம் போன்ற செய்திகள் விரிவாகப் பேசப்படும். இதிகாசம், புராணங்களிலிருந்து மேற்கோள் கூறப்படும். இதிகாசக் காலத்தில் மேன்மையாக இருந்த பெண்களின் சிறப்பு விரிவாகப் பேசப்படும். இதுபோலவே ஜோதிடம், கட்டடம், சிற்பம் பற்றிய விவரங்களும் விரிவாகப் பேசப்படும்.

யுத்த காண்டக் காட்சியின் இந்திரஜித் போர் நிகழ்ச்சியில் ராவணனின் மகன் ராமனின் மேல் அஸ்திரத்தை விடுகிறான்.

லட்சுமணனும் வானரங்களும் மயக்கம் அடைகின்றனர். அனுமனுக்கும் ஜாம்பவானுக்கும் நினைவு மங்கவில்லை. ஜாம்பவான் அனுமனிடம், "கைலாயத்தில் ரிஷபத்திரி மலையின் உச்சியில் சஞ்சீவி மருந்து இருக்கிறது. அதைக் கொண்டு வா" என்கிறார். இப்போது ஜாம்பவான் விரிவாகப் பேசுவார்.

ஜாம்பவான் தர்க்க விவாதத்துடன் பழைய விஷயங்களைப் பேசுவார். இவர் மூன்று காலமும் வாழ்கின்ற சிரஞ்சீவியாவார். பாற்கடலைக் கடைந்தபோது கிடைத்த அமுதத்தின் துளிகள் தவறுதலாகக் கயிலைமலையில் விழுந்ததால் சஞ்சீவிச் செடி முளைத்தது என்னும் பழைய கதையைக் கூறுகிறார்.

பின்னர் நாகங்களின் வகை, ராமரின் ஜாதகம், தர்மம், வேதாந்தம் எனப் பல விஷயங்களை ஜாம்பவான் பேசிக் கொண்டே இருப்பார். இப்படியாக ஜாம்பவானின் உரையாடல் நிகழ்ச்சியை நடத்தும் கலைஞரின் படிப்பின் வெளிப்பாடாக இருப்பது முக்கியமான விஷயம். பார்வையாளருக்கு இது பிரச்சினை அல்ல. அவர்கள் ராமாயணக் கதையைக் கேட்க வரவில்லை. எல்லோருக்கும் அந்தக் கதை நன்றாகத் தெரியும். அவர்களுக்குக் கூத்துக் கலைஞரின் விவாதமும் பரந்த அறிவும் தான் பார்க்கத் தேவைப்படுகிறது. அதற்கே வருகிறார்கள்.

இதுபற்றி கே.பி. அய்யர் ஆரம்பகாலத்தில் எழுதிய கட்டுரையை வெங்கட்சாமிநாதன் மேற்கோள் காட்டுகிறார் (தோல்பாவைக் கூத்து பக். 56). "இப்புலவர்களின் பிரசங்கக் கலை, வாசிகா அபிநயத்தைப் பெரிதும் சார்ந்திருப்பது; சாக்கியர்கள் நடத்தும் பிரபஞ்சத்துடன் உறவுகொண்டது மாகும். இன்னும் ஒன்றை அடிக்கோடிட்டுச் சொல்ல வேண்டும். இப்புலவர்கள் சந்தர்ப்பங்களுக்கு ஏற்ப சமஸ்கிருத ஸ்லோகங்களையும் சொல்வதுண்டு."

கேரளத் தோல்பாவைக் கூத்து நடத்துபவர்கள் அறிவார்ந்தவர்கள்; பாரம்பரியம் உடையவர்கள்; இவர்களின் பாவைகள்; அசைவு; பாட்டின் ராகம் போன்றவை கர்நாடகக் கலை நிகழ்வுடன் ஒப்பிட முடியாதன. தமிழ்நாட்டுக் கலைஞருடன் கொஞ்சம்கூட ஒப்பிட முடியாது என்பதில் சந்தேகமே இல்லை. அதே சமயத்தில் தமிழகத் தோல்பாவைக் கூத்து நிகழ்ச்சியைக் கேரளக் கூத்து நிகழ்ச்சியுடன் ஒப்பிட முடியாதது மட்டுமல்ல, அது தேவையற்றது என்றும் தோன்றுகிறது.

தோல்பாவைக் கூத்து ராமாயணக் கதையை நடத்து வதற்கென்றே உருவாக்கப்பட்டது. ராமன் பிறப்பதில் இருந்து முடி சூட்டுவதுவரை கூத்து நடக்கும். முந்திய காலங்களில்

ராமாயணக் கதை 21 நாட்களில் நடந்தது. கேரளப் பாவைக் கூத்திற்குத் தனிக் கதை இருப்பதுபோல தனிப் பார்வையாளரும் உண்டு.

கேரளத்தில் பாலக்காடு மாவட்டக் கிராமங்களிலும் இதைச் சுற்றிய சில பகுதிகளிலும் கோவில்களில் இந்தக் கலை நடக்கிறது. எல்லா இடங்களிலும் ராமாயணக் கதைதான். தமிழகத்தைப் போல் ராமாயணம் அல்லாத நல்லதங்காள் கதையோ கட்டபொம்மன் கதையோ நடப்பதில்லை.

கேரளக் கூத்து நிகழ்ச்சியைப் பார்வையாளராக அமர்ந்து காளி என்ற தெய்வம் பார்த்துக்கொண்டிருப்பதாகக் கூத்து நடத்தும் கலைஞரும் கோவிலைச் சார்ந்தவர்களும் கூத்து பார்க்க வருபவர்களும் நம்புகின்றனர். எண்பதுகளில் கிருஷ்ணன் குட்டிப் புலவரைச் சந்தித்தபோது, "காளி பார்த்துக் கொண்டிருக்கிறாள்; ஆரம்பம்முதல் இறுதிவரை இருப்பாள். அதனால் கதையைக் கொஞ்சம்கூட பிசகாமல் நடத்து கின்றோம்" என்று கூறினார்.

காளி பார்வையாளராக இருப்பதற்குக் காரணமாக ஒரு கதை வழங்குகிறது. காளி, தாருகன் வதையுடன் தொடர்பான கதை. தாருகனை காளி வதைபுரிந்த கதை மொத்தக் கேரளத்தி லும் நாட்டார் வழக்காற்றில் பரந்து கிடக்கிறது. கண்ணகி வழிபாட்டிலும் இது கலந்து கிடக்கிறது.

தாருகன் மக்களுக்கும் தேவர்களுக்கும் தொடர்ந்து துன்பம் கொடுத்துக்கொண்டிருக்கிறான். சிவன் அவனை அழிக்கப் பத்ரகாளியைப் படைத்தார். சிவனின் கண்டத்தில் பிறந்த விஷத்தின் அம்சமே காளி. இவள் தாருகனுடன் நீண்ட நாள் போர் செய்கிறாள். கடைசியில் தாருகனை வதை செய்கிறாள்.

காளி, தாருகனுடன் போர்செய்த சமயத்தில் ராம, ராவணப் போர் நடந்தது. அதனால் காளிக்கு ராமனின் கதை தெரியாது. அவளுக்கு ராமனின் கதையைக் கேட்க ஆசை. இதற்காக ராமாயணக் கதையைத் தோல்பாவைக் கூத்து வடிவில் நடத்த வேண்டும் என்று சிவன் கலைஞர்களைப் பணிக்கிறான். இதனால் காளி இப்போதும் இந்தக் கலையைப் பார்த்துக் கொண்டிருக்கிறாள் என்பது இதன் ஐதீகம்.

9

கூத்து மூலப்பனுவல்

ஆடல்பற்று

நாட்டார் கலைகள் சிலவற்றிற்கு முறைப் படுத்தப்பட்ட பனுவல் உண்டு. (மேலட்டூர் பாகவத மேளா; இரணிய நாடகம் போன்றவை.) தென்னிந்திய தோல்பாவைக் கூத்து நிகழ்ச்சி களில் நடத்தப்படும் ராமாயணக் கதைகள் முழுவதும் வால்மீகியைப் பின்பற்றியதல்ல. ஆந்திர தோல்பாவைக்கூத்து தெலுங்கு ரங்கநாத ராமாயணக் கதையை மூலமாகக் கொண்டு நடத்தப்படுகிறது. கர்நாடகத் தோல்பாவைக் கூத்தில் சிக்கதேவ உடையாரின் ராமாயணம் செல்வாக்குப் பெற்றுள்ளது.

கேரளப் பாவைக்கூத்திற்குக் கம்பனின் ராமாயணம் மூலப்பொருளாக உள்ளது. இது 'ஆடல்பற்று' என்னும் தலைப்பில் எழுதி வைக்கப்பட்டுள்ளது. தமிழகத் தோல்பாவைக் கூத்துக்கு என்று தனியான ராமாயணம் கிடையாது. என்றாலும்; இவர்கள் தெலுங்கு ராமாயணக் கதையையே பெரும்பாலும் பின்பற்றுகின்றனர்.

ஆடல் பற்று கூத்துக்கு உரிய ஒரு மூலப்பனுவல். இதை Acting, Dancing Playing பற்று. Adaptation. Modif. Calio. என்கின்றனர். இதற்கு "ஆடல் நடிப்பு தொடர்பானது" என்று பொருள் கூறலாம். அதாவது ஆடல் பற்று என்றால் கூத்து நடத்துவதற்கு ஏற்ப உருவாக்கப்பட்ட பனுவல் என்று விளக்கம் கொடுக்கலாம்.

ஆடல் பற்றில் கம்பனின் தெரிவுசெய்யப்பட்ட பாடல்களும் அதற்கு விளக்கமும் உள்ளன. சில பாடல்கள் கம்பனில் இல்லாதவை. இவை கூத்துக் கலைஞனால் எழுதப்பட்டவையா அல்லது ஏதாவது மூலப்பிரதிகளில் உள்ளவையா என்று தெரியவில்லை. இவை கூத்தின் போக்குக்கு ஏற்ப தயாரிக்கப்பட்டவை. சூழ்நிலைக்குத் தக்க சில பாடல்கள் எழுதப்பட்டன. இது தொடர்பான விளக்கமும் குறுங்கதைகளும் கம்பனுக்குரிய தமிழக விளக்கத்திலிருந்து வேறுபட்டு நிற்கின்றன.

கம்பனின் பாடல்களுக்கு வை.மு.கோ. முதலானவர்கள் கொடுக்கும் முறையான விளக்கத்திலிருந்து ஆடல் பற்று விளக்கம் வேறுபட்டுள்ளது. கம்பனின் பாடல்களுக்கு ஏற்கெனவே எழுதிவைக்கப்பட்ட எழுத்து வடிவ விளக்கத்தைவிட கூத்து நிகழ்வின்போது கலைஞர் வேறு விளக்கமும் பொருளும் சொல்லுவார். இது மேடைக்கு மேடை, இடத்துக்கு இடம் மாறுபடவும் செய்யலாம். ஆடல் பற்றில் உள்ள கம்பரின் பாடல்களுக்குச் சமகால விளக்கம் கூறுவதும் உண்டு.

எண்பதுகளின் ஆரம்பத்தில் கலை இலக்கிய விமர்சகர் வெங்கட் சாமிநாதனுடன் திரிசூருக்குச் சென்றிருந்தபோது கிருஷ்ணன் குட்டிப் புலவரைச் சந்தித்தேன். அவரிடம் ஆடல் பற்று மூல ஓலைகள் 292 அளவில் இருந்தன என்று சொன்னார். அது 1848இல் பிரதி செய்யப்பட்டது. இதன்பிறகு 1908இல் இதற்கு வேறு ஒரு பிரதியும் எடுக்கப்பட்டது. ஆடல் பற்றில், கம்பனின் மூலத்தில் உள்ள 2300 பாடல்கள் உள்ளன. இவற்றில் 70 விழுக்காடு கம்பனின் பாடல்கள். 20 விழுக்காடு அளவில் பாடபேதமுள்ள கம்பனின் பாடல்களாகும்; எஞ்சியவை கம்பன் எழுதாதவை.

இருபத்தொரு நாட்கள் கூத்து நடத்தும் காலத்தில் மட்டும்தான் கம்பனின் எல்லாப் பாடல்களையும் பாடினார்கள். நிகழ்ச்சி நடக்கும் நாட்கள் சுருங்கிய பின்னர் ஆடல் பற்று மூலத்தில் உள்ள கம்பரின் சில பாடல்கள் மட்டுமே பாடப்பட்டன. இப்போது அந்த எண்ணிக்கை குறைந்துவிட்டது.

தமிழகத் தோல்பாவைக் கூத்தில் இதுபோன்ற ஒரு நிலை உண்டு. நான் 40 ஆண்டுகளுக்கு முன்பு கலைமாமணி பரமசிவ ராவின் நிகழ்ச்சியைப் பதிவுசெய்தபோது ராமாயணத்தின் நுட்பமான சில பகுதிகளுக்கு விளக்கங்கள் கொடுத்தார். தனது இறுதிக் காலத்தில் கதையைச் சுருக்க ஆரம்பித்துவிட்டார். இங்குள்ள பார்வையாளர்களுக்கு இதுபோதும் என்று சொல்லிவிட்டார்.

திரிசூரில் நடந்த பாவைக்கூத்து விழாவிற்குத் தமிழகத் தோல்பாவை கூத்துக் கலைஞர் பரமசிவராவை (கன்னியாகுமரி மாவட்டம் தோவாளை) அழைத்துச் சென்றபோது நடந்த கூட்டத்தில் மலையாளப் பேராசிரியர் ஒருவர் ஆடல் பற்று கம்பன் காலத்தில் எழுதப்பட்டதாகச் சொன்னார்; அதாவது ஆடல் பற்று மூலத்தின் காலம் 12ஆம் நூற்றாண்டு என்றார். அவரது கணக்குப்படி, மலையாள மொழியே சங்க காலத்தில் தோன்றிவிட்டது என்ற தோரணையில் பேசினார்.

அந்தக் கூட்டத்திலேயே சிலர் அவரது கருத்தை மறுத்தார்கள். ஆடல் பற்று 17ஆம் நூற்றாண்டில் எழுதப் பட்டிருக்கலாம் என்ற ஊகத்தை முன்வைத்தார் ஒருவர். ஓரளவு அதைப் பலரும் ஒத்துக்கொண்டார்கள். ஆடல் பற்று மூலத்தைத் தொகுத்தவர் யார் என்பதில் கருத்து வேறுபாடு உள்ளது. பாலக்காடு புத்தூர் சின்னத்தம்பிப் புலவரே ஆடல் பற்று மூலத்தை எழுதினார் என்று ஒரு கருத்து உண்டு. இதற்கு ஒரு காரணமும் இருந்தது.

சின்னத்தம்பிப் புலவருக்குக் கம்பனின் காப்பியத்தைப் படிக்க வேண்டும் என்ற ஆசை இருந்தது. அவர் வாழ்ந்த ஊரில் கம்பனைப் படித்த பிராமணர் ஒருவர் இருந்தார். அவர் கம்பரின் பாடல்களைப் படித்துப் பிராமணர்களுக்கு விளக்கம் சொல்வது என்ற காரியத்தைச் செய்துவந்தார். அந்தப் பிராமணர் சின்னத்தம்பிப் புலவரைத் தன் வீட்டிற்குள் அனுமதிக்கவில்லை. அதனால் சின்ன தம்பிக்குக் கம்பனைப் படித்தே தீர வேண்டும் என்ற உத்வேகம் வந்தது.

கம்பனை எல்லா சாதியினருக்கும் கொண்டு செல்ல வேண்டும் என விரும்பினார் சின்னத்தம்பி. தமிழகத்தில் வழக்கத்தில் இருந்த தோல்பாவைகூத்து வழி கம்பனை அறிமுகப்படுத்தலாம் என்று நினைத்தார். கம்பனிலிருந்து சில பாடல்களைத் தேர்வு செய்தார். அந்தத் தேர்வுக்குத் தமிழ்நாட்டுத் திண்ணைப்பள்ளிக்கூட ஆசிரியர்கள் உதவியிருக்கிறார்கள். அந்தப் பாடல்களைக் கூத்து நிகழ்ச்சியில் பாட வைத்தார். சில காலத்திற்குப் பின்னர் பாடல்களின் விளக்கம் ஆடல் பற்றில் இணைக்கப்பட்டது என்கிறார் ஆய்வாளர் வேணு (ப. 26).

மலையாளக் கவிஞரான குஞ்சன் நம்பியார் (கிபி 18ஆம் நூற்) 'கோஷா யாத்ரா' என்ற துள்ளல் பாட்டில் தோல்பாவைக் கூத்தை மேற்கோள் காட்டுகிறார். இதனால் 18ஆம் நூற்றாண்டுக்கு முன்பே கேரளத்தில் தோல்பாவைக் கூத்தும் ஆடல்பற்றுப் பனுவலும் இருந்தது என்று ஊகிக்கின்றனர்.

ஆடல்பற்றுப் பனுவல் மலையாள மொழியில் உள்ளது. கம்பனின் பாடல்களும் தமிழ் மொழியில் மலையாள எழுத்து வடிவில் உள்ளன. அதற்கான விளக்கம் தமிழ், மலையாளம் என இரண்டும் கலந்த மொழியில் மலையாள எழுத்து வடிவில் உள்ளது. ஒரு வகையில் இது மணிப்பிரவாள நடை என்று சொல்லிக் கொள்ளலாம்.

கிருஷ்ணன்குட்டிப் புலவர் பாலகாண்டம், அயோத்தி காண்டம், ஆரண்ய காண்டம் ஆகிய மூன்றையும் தமிழ் எழுத்து வடிவில் பிரதிசெய்து தில்லி சங்கீத நாடக அகதமி ஆவணக் காப்பகத்திற்குக் கொடுத்திருக்கிறார். அது அச்சில் வரவில்லை. இவற்றில் அயோத்தி காண்டம் ஜெராக்ஸ் பிரதி மட்டும் காலச்சுவடு கண்ணன் வழி எனக்குக் கிடைத்தது. இதன் அடிப்படையில் இந்தக் கட்டுரையை விளக்குகிறேன்.

கர்நாடக, ஆந்திர, தமிழக தோல்பாவைக் கூத்துக் கலைஞர்களிடம் இருந்து கேரளக்கலைஞர்கள் வேறுபட்டவர்கள். கேரளம் தவிர்த்த பிற மூன்று மாநிலங்களிலும் இப்போதும் மராட்டியர்களே இந்தக் கலையை நடத்துகின்றனர். கேரளத்தில் இன்று நாயர் உட்பட சில ஜாதியினர் கூத்து நடத்தினாலும் ஆரம்பகாலத்தில் வேளாண் செட்டிகளே இந்தக் கூத்தை நடத்தி வந்தனர்.

பாலக்காட்டில் புதூர், புதுசேரி போன்ற ஊர்களில் இந்தக் கலைஞர்கள் வாழ்ந்தார்கள். பழைய கலைஞர்களில் தம்பிப் புலவர், இளம் புலவர், முத்தப் புலவர், லக்ஷ்மணப் புலவர் என்பவர்கள் முக்கியமானவர்கள். இவர்களில் கூனத்தறா குடும்பத்தைச் சார்ந்த கிருஷ்ணன் குட்டி புலவர்தான் உன்னதமான கலைஞர். தமிழகத்தில் தோல்பாவைக் கூத்தை நடத்தியவர்களில் கோபால ராவ், பரமசிவராவ் ஆகியோர்களைப் போல் கிருஷ்ணன் குட்டிப் புலவரும் நீண்ட பாரம்பரியம் உடையவர். ஆனால் பல படிகளில் மேலாக நிற்பவர்.

கிருஷ்ணன் குட்டிப் புலவருக்குச் சங்கீத நாடக அகடமி விருது 1980இல் கிடைத்தது. இதற்கு முக்கியமான காரணமாக இருந்தவர் அன்றைய சங்கீத நாடக அகாடமி தலைவர் கபில வாத்சாயனர் ஆவார். சங்கீத நாடக அகாதமி ஏற்பாட்டில் பெங்களூரில் நடந்த தேசிய நிழல் கூத்து விழாவில் (1978) கிருஷ்ணன் குட்டிப் புலவர் நடத்திய நிகழ்ச்சி எல்லோரையும் பிரமிக்கவைத்தது. 1979இல் சோவியத் யூனியன் விழாவிலும், 1987இல் சுவீடனில் நடந்த விழாவிலும், 1988 இல் கிரீசில் நடந்த உலக தோல்பாவைக் கூத்து விழாவிலும் கிருஷ்ணன் குட்டிப் புலவர் நிகழ்ச்சி நடத்தியிருக்கிறார்.

ஆண்டி சுப்பிரமணியம் 1930–35 அளவில் கேரளத்துத் தோல்பாவைக்கூத்தைத் தமிழகத்திற்கு அறிமுகப்படுத்தினார். இதன் பிறகு வெங்கட் சாமிநாதன் 'யாத்ரா' மும்மாத இதழில் எழுதினார்.

சி. ரவீந்திரன், கிருஷ்ணன் குட்டிப் புலவரை அறிமுகப் படுத்திப் பேசினார். எல்.எஸ். ராஜகோபாலன் வெங்கட் சாமிநாதனின் தோல்பாவைக்கூத்து நூலின் முகவுரையில் கிருஷ்ணன் குட்டிப் புலவரை மேற்கோள் காட்டி எழுதியுள்ளார்.

யாத்ராவில் சி. ரவீந்திரன் கிருஷ்ணன்குட்டிப் புலவரின் வீட்டுக்குச் சென்றதைக் குறிப்பிடுகிறார். அவரது வீட்டில் நிறைய புத்தகங்கள் இருந்தன. இலக்கியம், சோதிடம், மருத்துவம் எனப் பரந்த படிப்பு அவரிடம் உண்டு என்று சொல்லுகிறார்.

நான் அவரை எண்பதுகளின் நடுவில் வெங்கட் சாமிநாதனுடன் சென்று சந்தித்தபோது அவர் "அந்தக் காலத்தில் பக்தி இருந்தது. சொல்லுவதைக் கிரகிக்கும் சக்தியும் படிப்பும் பொறுமையும் இருந்தது. இதற்குரிய பின்னணிதான் பழைய கலைகளை ரசிப்பதற்குக் காரணமாக இருந்தது. ராமன் பெரியவனா ராவணன் பெரியவனா என்று ஆராய்ச்சி செய்தால் தோல் பாவைக்கூத்தை எப்படி ரசிக்க முடியும்" என்று சொன்னார். கேரளத்தில் கம்பனின் பாடல்களை 500 ஆண்டுகளுக்கு முன்பிலிருந்தே தொடர்ந்து பாடுகின்ற விவரம் தமிழ் அறிஞர்களுக்குக்கூட தெரியாது என்றார் சாமிநாதன்.

கேரளத் தோல்பாவைக் கூத்து கம்பராமாயணப் பாடல்களைப் பாடி விளக்கம் கூறி நிகழ்ச்சி நடத்துவதற்குரிய கலையாகும். மலையாளம் பேசும் ஒரு தேசத்தில் தமிழின் உன்னதமான ஒரு காவியத்தின் பாடல்களைப் பாடி விளக்கம் கூறி வருவது நம்ப முடியாத விஷயம். ஆனால் கடந்த 500 ஆண்டுகளாக இது நடந்து வருகிறது. கம்பன் காவியத்திலிருந்து பாடல்களைத் தெரிவு செய்து எழுதிவைத்திருப்பதும் குறிப்பிடத்தக்க செய்தி.

ஒருமுறை கிருஷ்ணன் குட்டிப் புலவர் தில்லியில் நிகழ்ச்சி நடத்தினார். நிகழ்ச்சி முடிவில் சங்கீத நாடக அகதமி அமைப்பின் செயலர் கமலாதேவி சட்டோபாத்தியாயா புலவரிடம் ஆடல் பற்றுப் பகுதிகளை ஏட்டிலிருந்து தாளில் எழுதுமாறு சொல்லியிருக்கிறார். இது பெரும்பாலும் 70களின் நடுவில் இருக்கலாம்.

கிருஷ்ணன் குட்டிப் புலவர் அடுத்த ஆண்டு இந்தக் காரியத்தைச் செய்திருக்கிறார். 292 ஓலைகளில் உள்ள விஷயங் களை 584 பக்கங்களில் பிரதிசெய்திருக்கிறார். இதற்குரிய மூல

ஓலை கிருஷ்ணன் குட்டிப் புலவரின் வீட்டில்தான் இருந்தது. இது கீலக வருஷம் ஐப்பசி மாதம் ஐந்தாம் தேதி எழுதி முடிக்கப்பட்டதாய் குறிப்பு இருந்தது என்று கூறினார். இந்தக் கணக்கின்படி இந்த ஓலை 1848இல் சரிபார்க்கப்பட்டு எழுதப்பட்டது என்று உள்ளது. இந்த ஓலை மறுபடியும் 1908இல் பிரதிசெய்யப்பட்டது.

இந்த ஓலைப் பிரதியிலிருந்துதான் கிருஷ்ணன் குட்டிப் புலவர் அயோத்தி காண்டம், சுந்தர காண்டங்களின் பாடல்களைத் தமிழ் எழுத்து வடிவத்தில் தாளில் எழுதிவைத்தார். இந்தப் பிரதி சங்கீத நாடக அகாதமி அலுவலகத்திற்கு அனுப்பிவைக்கப்பட்டது. திரிசூர் பேராசிரியர் ஒருவர் இந்த விஷயத்தை எனக்குச் சொன்னார்.

நான் ஒரு முறை காலச்சுவடு ஆசிரியர் கண்ணனிடம் இதுபற்றிச் சொன்னேன். அவர் தில்லி புத்தகச் சந்தை விழாவிற்குச் சென்றபோது இதை நினைவுபடுத்தினேன். ஆடல்பற்றின் ஒரு காண்டத்தையாவது ஜெராக்ஸ் எடுக்க முடியுமா என்று கேட்டேன். அது என் ஆசை; பெற முடியும் என்ற நம்பிக்கையில்லாமல் கேட்டேன்.

கண்ணன் அயோத்தி காண்டத்தின் ஜெராக்ஸ் பிரதியைப் பெற்றுத் தந்தார். இது பற்றி ஒரு சிறு கட்டுரையைத் *தமிழ் இந்து* இதழில் எழுதியிருந்தேன். விரிவாக இதுபற்றி எழுத ஆசைப்பட்டேன். சென்னையில் ஒரு மாத காலம் என் மகள் வீட்டில் இருந்தபோது நிறைய அவகாசம் கிடைத்தது; எழுதினேன்.

ஆடல்பற்றுப் பிரதியை முழுதாகப் படித்த பிறகு ஒருமுறை திருவனந்தபுரம் சபை ஒன்றில் தோல்பாவைக் கூத்து நிகழ்ச்சியைப் பார்த்தேன். பெரும்பாலும் அது கிருஷ்ணன் குட்டிப் புலவரின் மாணவர்கள் நடத்தியது என்று அறிந்தேன். அந்த நிகழ்வின் மூலம் ஒன்று புரிந்தது; ஆடல்பற்று என்ற சொல் பேருக்குத்தான் பயன்படுத்தப்பட்டது.

ஒருவகையில் இது power point மாதிரி. கலைஞர்கள் சமயத்துக்கு ஏற்ற மாதிரி, பார்வையாளர்களுக்கு ஏற்ற மாதிரி தங்களின் திறமையை வெளிப்படுத்தி விளக்கம் சொன்னார்கள். ஆடல்பற்றில் இல்லாத பல விஷயங்கள் நிகழ்ச்சியில் வெளிப்பட்டன. ஆண்டி சுப்பிரமணியமும் ராஜகோபாலனும் சொன்ன விஷயங்கள் அவர் காலத்தில் சேகரித்தவை என்றும் புரிந்தது.

ஆடல்பற்று அயோத்தி காண்ட மூலப்பனுவல் நிகழ்வைக் கேரளத் தோல்பாவைக் கூத்தில் 12 பகுதிகளாகப் பிரித்து

மூன்று நாட்களில் காட்டுகிறார்கள். முந்திய காலங்களில் ஆறு நாட்கள் நடந்தன. அப்போது ஆடல்பற்று மூலச்செய்திகள் முழுவதுமாகக் காட்டப்பட்டன. பாலக்காடு மாவட்டத்தில் இருந்த நூற்றுக்கும் மேற்பட்ட கோவில்களில் இந்த நிகழ்ச்சி நடந்திருக்கிறது என்கின்றனர்.

ஆடல்பற்று அயோத்தி காண்டத்தில் 12 படலங்களில் கம்பனின் 237 பாடல்கள் உள்ளன. வை.மு. கோபால கிருஷ்ணமாச்சாரியாரின் பதிப்பின்படி கம்பனின் அயோத்தி காண்டத்தில் இருக்கும் பாடல்கள் 1221. மந்திரப் படலத்தில் ஒன்றும் கைகேயி சூழ்நிலைப் படலத்தில் ஏழும் ஆக எட்டுப் பாடல்கள் கம்பனில் இல்லாதவை ஆடல்பற்று மூலத்தில் உள்ளன. ஆக ஆடல்பற்று அயோத்தி காண்டத்தில் கம்பனின் பாடல்களாக இருப்பவை 229. இல்லாதவை எட்டு. ஒரு வகையில் அயோத்தி காண்டத்தின் சாரம் போன்றது ஆடல்பற்று மூலப்பனுவல்.

ஆடல் பற்று அயோத்தி காண்டத்தில் 12 படலங்கள் உள்ளன. இவற்றில் கம்பனின் ஆறுசெல் படலம் ஆற்றுப் படலம் என்றும், திருவடி சூட்டுப் படலம் கிளை கண்டு நீங்கு படலம் என்றும் உள்ளது. இந்த மாற்றம் எதனால் ஏற்பட்டது என்றும் தெரியவில்லை. ஆடல் பற்று அயோத்தி காண்டம் படலங்களில் உள்ள பாடல்களும் வை.மு.கோ. கம்பராமாயண பதிப்புப் பாடல்களும் (1947) எண்ணிக்கை வருமாறு:

	கம்பன்	ஆடல்பற்று
கடவுள் வாழ்த்து	1	1
மந்திரப் படலம்	99	16
மந்தரை சூழ்ச்சிப் படலம்	88	23
கைகேயி சூழ்வினைப் படலம்	110	11
நகர் நீங்குப் படலம்	240	39
தைலமாட்டுப் படலம்	87	14
கங்கைப் படலம்	77	15
வனம்புகுப் படலம்	47	5
சித்திரக்கூடப் படலம்	58	8
பள்ளிப்படைப் படலம்	143	41
ஆற்றுப்படலம்	56	11
குகப்படலம்	73	17
கிளைகண்டு நீங்குப் படலம்	141	39

கூத்து ஆரம்பிக்கும்போது பட்டர் பாவை எனப்படும் பிராமணப் பாவை ஒன்று திரையில் வந்து, "எல்லாக் கடவுள்களையும் சாட்சியாக வைத்துச் சொல்லுகிறேன். ஜம்பு ராமாயணத்தில் நூறு ஆயிரம் பாடல்கள், மகா நாடகத்தில் 60 ஆயிரம் பாடல்கள், வால்மீகி ராமாயணத்தில் 24 ஆயிரம் சுலோகங்கள், கம்பனில் 12 ஆயிரம் பாடல்கள் உள்ளன. நாங்கள் கம்பனின் பாடல்களில் இருந்து 1200 பாடல்களைப் பாடப்போகிறோம். கம்பனின் கவித்துவத்திற்கு நாங்கள் ஈடாக மாட்டோம். கம்பன் மயிலின் தோகைகள் போன்றவன். நாங்களோ மரங்கொத்திப் பறவைகள். மயிலுக்கு மரங்கொத்தி ஈடாகாது" என்று சொல்லிவிட்டு மறைந்துவிடும்.

கேரளத்துப்பாவைக்கூத்து நிகழ்ச்சியில் பெரும்பாலும் வால்மீகி ராமாயணத்தின் கதை நிகழ்வுகளையே சொல்லு கின்றனர். ஆனால் அந்தக் கதைக்கு ஆதரவாக கம்பனின் பாடல்களைச் சொல்லி விளக்கம் கூறுகின்றனர். இதுமட்டுமல்ல, இடையிடையே மேற்கோள்கள் சொல்லுவது, சுலோகங்கள் கூறுவது, அறிவுரை கூறுவது என எல்லாமே அதை நடத்தும் கலைஞரின் உபயம். இது அந்தந்தக் கலைஞர்களின் திறமையைப் பொறுத்தது.

கம்பனின் பாடல்களை ராகவிஸ்தாரத்துடன் பாடி விரிவுரை கூறுவது என்ற மரபு தமிழகத்தில் சில கோவில்களில் இருந்திருக்கிறது. கன்னியாகுமரி மாவட்டம் கேரளத்தின் ஒரு பகுதியாக இருந்தபோது கேரள ஆகம மரபுக் கோவில்களில் கம்பனைப் படிக்கும் நிகழ்ச்சி தொடர்ந்து நடந்திருக்கிறது.

தமிழக நாட்டார்க் கலை நிகழ்வுகளில் கம்பனின் பாடல்கள் வாய்மொழியாகப் பாடப்பட்டு விளக்கம் கூறும் வழக்கம் இல்லை. தமிழகத் தோல்பாவைக் கூத்து நிகழ்வில் மிகச் சில கலைஞர்கள். அருணாசலகலக் கவிராயரின் கீர்த்தனைகளைப் பாடினார்கள்.

கலைமாமணி பரமசிவராவின் தந்தை கோபால ராவ் தமிழ் அறிஞர் பி.ஸ்ரீ.யின் உதவியால் 40க்கு மேற்பட்ட கம்பனின் பாடல்களைப் பாடியிருக்கிறார். பரமசிவ ராவ் ஏழு பாடல்களைப் பாடினார். அவரோடு அந்த நிகழ்வு நின்று விட்டது. இப்போது மருந்துக்குக்கூட கம்பனையோ அருணாசலக் கவிராயரையோ பாடுவதற்குக் கலைஞர்கள் இல்லை.

கேரளத்தின் தோல்பாவைக் கூத்து மரபு கம்பனைக் காப்பாற்றி வந்திருக்கிறது. இங்குள்ள கூத்துக் கலைஞர்கள் கடந்த 500 ஆண்டுகளாக இந்தப் பாடல்களைக் கடத்தி வந்திருக் கிறார்கள். இந்த நிலை கொஞ்சம் கொஞ்சமாக மாறிவருகிறது.

கம்பன் தமிழ்க் கவிஞன் என்பதிலோ தமிழ்ப் பாடல்களைப் பாடுவதிலோ இந்தக் கலைஞர்களுக்குத் தயக்கமும் இல்லை; வெறுப்பும் இல்லை. பார்வையாளர்களுக்குக் கம்பனை ராமாயணம் படைத்த படைப்பாளியாக மட்டுமல்லாமல் உயர்ந்த உன்னதமான இடத்தில் வைத்துப் பெருமையோடும் பேசுகின்றனர். இதுபற்றி கிருஷ்ணன் குட்டிப் புலவர் திரிசூரில் மலையாளப் பார்வையாளர்களிடம் பேசியதை நான் கேட்டிருக்கிறேன்.

கம்பனின் காவியம் பாலக்காடுப் பகுதிக்கு எப்போது வந்தது என்னும் கருத்துக்கள் எல்லாமே ஊகமாகத்தான் சொல்லப்படுகின்றன; என்றாலும் இந்த ஊகங்கள் ஆதாரங் களின் அடிப்படையில்தான் உருவாக்கப்பட்டுள்ளன. கம்பனைப் பற்றிய வினோதரசமஞ்சரி முதலான கதைகளில் அவன் சேர நாட்டிற்குப் போனான் என்றும் ஒரு கதை உண்டு.

கன்னியாகுமரி மாவட்ட அறநிலையத் துறையில் தக்காராக இருந்த ஸ்ரீதர் என்பவருடன் ஒருமுறை திருவிதாங்கூர் அரசர் மார்த்தாண்டவர்மாவைச் சந்திக்கப் போயிருந்தேன். திருவனந்தபுரம் பத்மநாபசுவாமி கோவிலையொட்டிய அரண்மனையில் அவரைப் பார்த்தோம். அவரது அறையின் சுவரில் கம்பரின் படம் மட்டும் தொங்கிக் கொண்டிருந்தது. நான் அதையே பார்த்துக்கொண்டிருந்தேன். அப்போது அரசர் மார்த்தாண்டவர்மா "திருவிதாங்கூர் அரசர்களின் போற்றுதலுக்குரிய காவிய கர்த்தாவான அவர் வேணாட்டு அரசன் காலத்தில் பத்மநாபபுரம் வந்தார். அரசனைச் சந்தித்து சரஸ்வதி விக்ரகத்தைக் கொடுத்தார். அது இப்போது பத்மநாபபுரம் அரண்மனையில் இருக்கிறது" என்றார். இந்தக் கதை இப்போதும் வழங்குகிறது.

கம்பனுக்கும் கேரளத்துக்கும் உள்ள உறவு பேசப் பட்டாலும் கம்பராமாயணம் கேரளத்திற்கு வந்ததற்கு ஒரு கதை வழங்குகிறது. பதினாறாம் நூற்றாண்டு ஆரம்பத்தில் பாலக்காடுப் பகுதிகளைக் கொச்சி அரசர் ஆண்டு வந்தார். சில காரணங்களால் ஆட்சி கை மாறியது. கேசரி வர்மா என்ற இளம் அரசரின் கைக்கு பாலக்காடு வந்தது. அவர் முற்போக்குச் சிந்தனை உடையவர்.

கேசரி வர்மா பாலக்காடு மலைப்பகுதியில் இருந்த பழங்குடிப் பெண் ஒருத்தியை விரும்பினார். அவளை முறைப்படி யாகத் திருமணம் செய்யவிரும்பினார். கொச்சி ராஜா அதை எதிர்த்தார். பாலக்காடு நம்பூதிரிகளும் எதிர்த்தனர். அவர்கள் அந்தப் பெண்ணை அரசர் திருமணம் செய்தால் இந்தப்

பகுதியில் உள்ள கோவில்களில் நாங்கள் பூசை செய்ய மாட்டோம். இந்த ஊரைவிட்டுக் குடிபெயர்ந்துவிடுவோம் என்று பயமுறுத்தினார்கள். அரசர் அதைப்பற்றிக் கவலைப்பட வில்லை.

நம்பூதிரிகள் சொன்னபடிச் செய்துவிட்டார்கள். பாலக்காட்டுப் பகுதியில் இருந்து தென்கேரளத்துக்குக் குடிபெயர்ந்துவிட்டார்கள். சிலர் வேறு ராஜ்யத்திற்குச் சென்றனர். கோவில்களில் பூசை முடங்கிவிட்டது. எல்லாக் கோவில்களும் மூடப்பட வேண்டிய சூழ்நிலை வந்தது. கேசரி வர்மா தடுமாறவில்லை. தமிழகத்தில் காஞ்சிபுரம், மதுரை, திருச்சிராப்பள்ளி பகுதிகளிலிருந்து தமிழ் பிராமணர்களைப் பாலக்காடு கிராமங்களில் குடியேற்றினார்.

புதிதாகக் குடியேறிய பிராமணர்கள் கோவில் பூசையைக் கவனித்துக்கொண்டார்கள். அவர்களுக்கென்று தனியான குடியிருப்புகள் ஏற்படுத்தப்பட்டன. (இப்போதும் தமிழ் பிராமணர்களின் குடியிருப்புப் பகுதியில் சொக்கநாதபுரம், மீனாட்சிபுரம் என்னும் பெயர்களைக் காணமுடியும்.)

பாலக்காடு அரசரின் பழங்குடி மனைவி பிராமணர் களிடம் அன்பாக நடந்துகொண்டாள். நாட்டுப்புறத் தெய்வங் களுக்கும் பூசை செய்ய வேண்டும் என்று கேட்டுக்கொண்டாள். அதற்காக அவர்களுக்குத் தனி சன்மானம் கொடுத்தாள். அவர்கள் அப்படியே பூசை செய்தனர். அந்தத் தெய்வங்கள் படிப்படியாக ஆகம தெய்வங்கள் ஆயின. பல நாட்டார் பெண் தெய்வங்கள் பகவதி கோவில்களாயின. கண்ணகிக் கோவில்கள் பகவதி கோவில்களாக ஆனதற்கு இப்படியொரு காரணத்தைச் சொல்லுகின்றனர்.

இன்னொரு கதை. பாண்டிய மன்னன் ஒருவன் (இவனை சுபாங்கி என்று சொல்லுகின்றனர்) பிராமணர்களைப் பாலக்காட்டில் குடியேற்றினான். இது போர் காரணமாக ஏற்பட்ட குடியேற்றம். இப்படிக் குடியேறியவர்களின் செல்வாக்கால் மலையாள ராம சரிதம் போன்ற நூல்களில் கம்பனின் பாதிப்பு ஏற்பட்டது என்று சொல்லுகின்றனர்.

இந்த நிகழ்ச்சிகளெல்லாம் பெரும்பாலும் 14 அல்லது 15ஆம் நூற்றாண்டில் ஏற்பட்டிருக்கலாம் என்கின்றனர். தமிழகத்திலிருந்து பிராமணர்கள் பாலக்காடு வந்தபோது பல்வேறு தொழில் செய்கின்றவர்களும் நெசவுத் தொழிலாளர் களும் கூடவே வந்தனர். முதலியார், செட்டியார் ஜாதியினரும் இந்தக் கூட்டத்தில் வந்தனர்.

ஏறத்தாழ இந்தக் காலகட்டத்தில் தோல்பாவைக் கூத்து நடத்திய தமிழ்க் குடும்பத்துடன் மதுரை, பொள்ளாச்சி போன்ற பகுதிகளிலிருந்து சிலர் குடிபெயர்ந்தார்கள். வணிகர்களுடன் வந்த இந்தக் குடியேற்ற நிகழ்ச்சி 17ஆம் நூற்றாண்டின் ஆரம்பத்தில் நடந்திருக்கலாம் என்று ஊகிக்கின்றனர். குஞ்சன் நம்பியார் என்ற கவிஞர் 18ஆம் நூற்றாண்டினர். பாரதப்புழா ஆற்றங்கரையில் வாழ்ந்தவர். இவர் தோல்பாவைக் கூத்தை மேற்கோள் காட்டுகிறார். இதனால் இவரின் காலத்திற்கு முன்பு இந்தக் கலை இங்கு வந்துவிட்டது என்கின்றனர்.

இந்த வணிகர் கூட்டங்களுடன் கம்பன் பாடல்களும் வந்தன என்பது ஊகம். இந்தக் குடிபெயர்ப்பில் வந்த பிராமணர்களுடன் கம்பன் பாடல்களும் வந்தன என்கின்றார் ஸ்டூவர்ட் பிளாக் பேர்ன். இது கிபி 1500 ஆக இருக்கலாம் என்கிறார். இதற்கு மாறுபட்ட கருத்துக்களும் உள்ளன.

பாலக்காட்டுத் தமிழ்ப் பிராமணர்கள் ராமநவமி கொண்டாடும்போது வால்மீகி அல்லது எழுத்தச்சன் கதையைத்தான் உபந்யாசம் செய்ய எடுத்துக்கொண்டனர். கம்பனை இவர்கள் பாடியிருக்க வழி இல்லை. ஆகவே தமிழகத்தில் இருந்து பாலக்காட்டிற்குக் கம்பனைக் கொண்டு வந்தவர்கள் நெசவாளர்களாகிய முதலியார்கள் என்று ஊகிக்கின்றனர். தமிழகத்தில் கம்பனை 1843 முதலில் பதிப்பித்த போதும், 1914இல் பதிப்பித்தபோதும் முதலியார்களே அதில் பெரும் பங்கு வகித்தனர். இந்தக் கருத்தை இதனுடன் சேர்த்துக்கொள்ளலாம்.

10

ஆடல்பற்று,
அயோத்தி காண்டம்

தென்னிந்திய மாநிலங்களில் தோல்பாவைக் கூத்து நிகழ்ச்சிக்கு என்று தனித்தனியே ராமாயணக் கதை உண்டு. தமிழகத்தில் தோல்பாவைக் கூத்து நிகழ்ச்சியில் பெரும்பாலும் ஆந்திர நாட்டு ராமாயணக் கதையையே பின்பற்றுகின்றனர். தமிழகம், ஆந்திரம், கர்நாடகம் ஆகிய மூன்று மாநிலங்களுக்கும் இல்லாத பெருமை கேரளத்திற்கு உண்டு.

கேரளத் தோல்பாவைக் கூத்து நிகழ்ச்சியில் காட்டப்படும் ராமாயணக் கதை வால்மீகியைப் பின்பற்றியது என்றாலும் பின்னணியாகப் பாடப் படும் பாடல்கள் கம்பனின் ராமாயணத்திலிருந்து தேர்ந்தெடுக்கப்பட்டவை. இந்தப் பாடல்களும் இதற்குரிய விளக்கங்களும் தனியாக எழுதி வைக்கப்பட்டுள்ளன. இதை 'ஆடல் பற்று' என்று கூறுகின்றனர்.

கேரளத்தின் தோல்பாவைக் கூத்தின் மூலப்பனுவலான ஆடல் பற்று அயோத்தி காண்டத்தில் முதலில் வரும் கடவுள் வாழ்த்துப் பாடலாகும்.

நாடிய பொருள் கைகூடும் ஞானமும் புகழும் உண்டாம்
வீடுயர் வழியதாகும் வேரியங்கமலை நோக்கும்
நீடுயர் அரக்கர் சேனை நீறு பட்டு அழிய வாகை
சூடிய சிலை ராமன் தோள்வலி கூறுவோர்க்கே.

இதே பாடல் கம்பனின் பாலகாண்டத்தில் தற்சிறப்புப் பாயிரத்தில் இறுதியில் வருகிறது. ஆடல் பற்றில் உள்ள இப்பாடலின் மலையாள மொழியிலான விளக்கம் கம்பனின் வை.மு.கோ. உரையிலிருந்து வேறுபட்டிருக்கிறது.

ஆடல் பற்றுப் பாடலில் இரண்டாம் வரியில் வரும் வீடுயர் வழியதாகும் என்பது வீடியல் வாழியும் என்றும், மூன்றாம் வரியில் உள்ள நீடுயர் என்னும் சொல் நீடிய என்றும் வை.மு.கோ.வின் கம்பனின் பதிப்பில் (1949) உள்ளது.

நாடிய பொருள் என்றால் அதற்கு வை.மு.கோ. வேண்டிய சகலமான பொருள் என்கிறார். ஆடல் பற்றில் கல்வி, செல்வம் என்னும் பொருள்கள் விரிவான விளக்கமாக வருகிறது. மேலும் ஆடல் பற்று வெற்றி மாலை சூடித் தரித்திராநின்ற ரகுராமன் என்ற பெயர்பெற்ற ராமசாமியின் உடைய புஜபலபராக்கிரமங்களைக் கூறிச் சொல்லப்பட்ட பேருக்கு முன் சொன்ன பாக்கியங்கள் வந்து சேரும் என்ற விளக்கம் தருகிறது.

ஆடல்பற்றுக் கடவுள் வாழ்த்துப் பாடலைக் கூத்துக் கலைஞர் விளக்கும்போது ராமனைப் பரம்பொருளின் அவதாரமாகக் கூறிப் பொருள் சொல்லுவார். இங்கு பேருக்குத் தான் கம்பனின் பாடலைக் கூறுகிறாரே தவிர, விளக்கம் எல்லாம் வேறு வகையில் (மலையாளப் பண்பாடு சார்ந்து) அமைந்திருக்கும்.

கேரளத் தோல்பாவைக் கூத்தில் ராமன் வரும் எல்லா நிகழ்ச்சிகளும் புனிதமானதாக இருக்கும். ராமன் பரம் பொருளாகவும் காட்டப்படுகிறான். பிற பாத்திரங்கள் ராமனைத் துதிக்கும் காட்சிகளில் கூத்துக் கலைஞன் பக்திப் பரவசத் துடன் உரையாடல் நிகழ்த்துவான். இது விரிவாகக் கூறப்படும்.

இப்படியாகக் கூத்துக். கலைஞர் பேசுவதற்கு ஒரு காரணம் உண்டு. துஞ்சத்து எழுத்தச்சன் ராமானுஜனின் (கி.பி. 15 அல்லது 16ஆம் நூற்றாண்டு) அத்தியாத்ம ராமாயணம் கிளிப்பாட்டை கேரள மலையாளிகள் பரவலாக அறிந்திருக் கின்றனர். பெரும்பாலும் எழுத்தச்சனின் ராமாயணம் பக்தி நூலாகவே கருதப்படுகிறது. கேரளத்தில் எழுத்தச்சன் கொண்டாடப்படுவது போல தமிழகத்தில் கம்பன் கொண்டாடப் படவில்லை.

இப்போது அறிவார்ந்த இலக்கியவாதிகளின் பாடு பொருளாகவும் பட்டிமன்றம், வழக்காடு மன்றம் போன்ற வற்றில் விவாதப் பொருளாகவும் கம்பன் இருக்கின்றான். இது

அண்மைக்கால நிகழ்வு. 19ஆம் நூற்றாண்டில்கூட கம்பனின் பாடல்களுக்குப் பக்தி சார்ந்த விளக்கம் கூறும் வழக்கம் இருந்தது. தென்திருவிதாங்கூர்ப் பகுதி அறநிலையத்துறைக் கோவில்களில் 50களில்கூட கம்பனின் பாடல்களைப் பக்தி பரவசத்துடன் பாடும் வழக்கம் இருந்தது.

கேரளத்தில் கற்கடக மாதத்தில் (ஆடி மாதம்)அத்யாத்ம ராமாயணத்தைப் பாராயணம் செய்வது என்ற வழக்கம் உள்ளது. இங்கு எழுத்தச்சனை இலக்கியவாதியாக மட்டும் பார்க்கவில்லை. கேரளத்தில் அத்யாத்ம ராமாயணப் பின்னணி உடையவர்களே தோல்பாவைக் கூத்துப் பார்வையாளர்களாகவும் இருக்கின்றனர். இதனால் பாடல்களுக்குக் கம்பனையும், விளக்கத்திற்குப் பக்தி சார்ந்த அத்யாத்ம ராமாயணத்தையும் எடுத்துக்கொண்டனர். இந்தப் போக்கை ஆடல் பற்று விளக்கத்தில் காணலாம்.

ஆடல்பற்று மூலத்தில் உள்ள கம்பனின் எல்லாப் பாடல்களையும் 21 நாட்கள் நிகழ்ச்சிகளில் பாடுவது என்ற வழக்கம் முந்தைய காலங்களில் கலைஞர்களிடம் இருந்தது. இப்போது முழுவதும் நடைமுறையில் இல்லை. ஆடல் பற்று மூலத்தில் உள்ள பாடல்களில் மிகக் குறைவானவற்றையே நிகழ்ச்சிகளில் பாடுகின்றனர்; அதன் விளக்கத்தை அப்படிக் கூறும் வழக்கமும் இல்லை. பாடல் விளக்கத்தைச் சுருக்கிக் கூறுவது கிருஷ்ணன் குட்டிப் புலவர் காலத்திலேயே ஆரம்பித்து விட்டது. இன்றைய நிலையில் நிகழ்ச்சியை நடத்தும் கலைஞன், பாட்டின் விளக்கத்தைத் தருவதைவிட தன் படிப்பின் ஆழத்தைக் காட்டுவது வழக்கமாகிவிட்டது.

கம்பனின் பாடல்களை விளக்கும்போதே நாடக பாணியில் அதோ எனத் தொடங்குவதும் கதாபாத்திரங்கள் அதே பாணியில் உரையாடும் முறையும் அண்மைக்காலத்தில் மாறி வருகிறது என்கின்றனர். சென்னை ராஜதானியின்கீழ் பாலக்காடு பகுதி இருந்தபோது தமிழக ஸ்பெஷல் நாடகக் குழுக்கள் அங்கே நாடகம் நடத்தியிருக்கின்றனர். இதன் பாதிப்பு தோல்பாவைக் கூத்திலும் உண்டு. தமிழகத் தோல்பாவைக் கூத்தில் ஸ்பெஷல் நாடகச் செல்வாக்கு இருப்பதை இன்றும் அடையாளம் காண முடியும்.

பாடலுக்கோ பாடலின் ஒரு சொல்லுக்கோ விளக்கம் கூறும்போது விரிவாகக் கூறுவது கேரளக் கூத்தின் சிறப்பு. உதாரணமாக ராமன் உலா வரும்போது பல இசைக்கருவிகள் இசைக்கப்படுவதாகக் கலைஞர் கூறுவார். அத்தோடு அஷ்டமங்கலப் பொருள்கள் பலவற்றை எடுத்துக்கொண்டு

பெண்கள் வருகிறார்கள் என்றும் சொல்லுவார். உடனே அவர் அதை விளக்க ஆரம்பிப்பார்.

இசைக்கருவிகள் எவை தெரியுமா கேளுங்கள் என்று கேட்டுக்கொண்டு தோல்க் கருவி, துளைக்கருவி, கஞ்சக் கருவி, மிடற்றுக் கருவி ஆகியன என்பார். அஷ்ட மங்கலப் பொருட்களாவது சாமரம், நிறைகுடம், கண்ணாடி, முரசு, விளக்கு, கொடி, மலர் கொத்து ஆகியன என்று பட்டியலிடுவார்.

ஒரு அரசன் மூத்தவன் சொல்வதைக் கேட்க வேண்டும் என்று கூறும்போது மூத்தவன் யார் என்று பட்டியல் இடுவார்கள். அவர்கள் குடும்பத்தில் மூத்தவர், ஊரில் மூத்தவர், படிப்பில் மூத்தவர், ஞானத்தில் மூத்தவர், வீரர்களில் மூத்தவர் என்பார்.

மந்திரப் படலத்தில் பைந்த நங்கு மரபின் என்று தொடங்கும் பாடலில் ஐந்தொடு என்பதற்குப் பஞ்ச இந்திரியங்கள் என்று பொருள் கூறிவிட்டு அவை சுறோத்திரம், தொக்கு, சாட்சி, சித்ரவதை, கிராண ஆகியவை என விளக்குவார்.

மந்திரப் படலத்தில் புரைசை மாக்கிரி நிருபர்க்கும் என்னும் பாடலில் வரும் உரைசெய் மந்திரக் கிழவர்க்கு முனிவர் என்ற வரிக்கு வை.மு.கோ. மந்திரிகளுக்கும் வசிட்டர் முதலான முனிவர்களுக்கும் என்று உரை கூறுகிறார். ஆடல் பற்றில் முனிவர்கள் ஹரித்துவன் முதலாக, ஸ்ரீசுகர் முடிய முனிவர்களின் பெயர்களைப் பட்டியல் இடுகிறது.

இதுபோல இன்னொரு பாட்டில் (வை.மு.கோ. பக்கம் 39எண்50) ராமனுக்கு அணிவித்த 30 அணிகலன்களின் பெயர் களைப் பட்டியல் இடுகிறது ஆடல் பற்று. இந்த அணிகலன்களில் பல புழக்கத்தில் இருந்தவை.

ஆடல் பற்றானது சில விளக்கங்கள் உவமை அல்லது பழைய பாடல் அல்லது சுலோகங்களைக் கூறி அமையும். ஒரு பாடலுக்கு மூன்று பக்கங்கள்கூட உரையும் விளக்கமும் உள்ளன. ஒரு பாடலில் மந்திரி என்ற சொல்லுக்கு அமார்த்தியர், குபேரன், சுக்கிரன், புதன் எனப் பல பொருட்கள் இருந்தாலும் அமாத்தியார் பொருத்தமானது என்று குறிப்பிடும்.

மந்திர சூழ்ச்சிப் படலத்தில் யாரோடும் எனத் தொடங்கும் பாடலுக்கு வை.மு.கோ. யாரிடமும் மாறுபாடு இல்லை யென்றால் போர் இல்லை, புகழ் கிடையாது, அவனது படையும் அழியாது என்று விளக்கம் கூறுவார். ஆடல் பற்று இதற்கு விளக்கம் கூறும். "ஒரு ராஜா யாதொரு பெயர்களிடத்துக்கும் வர்க்கப் பேதம் இல்லாதபடிக்கி சமமாய் இருந்து பிரஜைகளை ரட்சிக்க வேண்டும்." இங்கு

புலியும் அனுகூலமாம் எனில்
இட்டமாம் பகை செய்யும்
புதல்வர்ஆம் எனின் வெறுப்ப
உலகினில் இரு வகையும்
அல்லாத பல்லாயிரக்கணக்கான

என்ற ஒரு மேற்கோள் பாடலைக் கூறுகிறது.

மந்தரை சூழ்ச்சிப் படலத்தில் அந்தணார் முனியவம் (வை.மு.கோ. ப 82 எண் எட்டு 8) என்ற பாடலுக்கு உரை விரிவாக உள்ளது. இதில் அந்தணரை உயர்வாகக் கூறி அவர்களை மதிக்க வேண்டும் என்ற கருத்து வலியுறுத்தப்படுகிறது. தோல்பாவைக் கூத்து ஒரு நாட்டார் கலை. ஆனால் பிராமணர்களைச் சார்ந்து பாராட்டுகிறது. தமிழகத் தோல்பாவைக் கூத்தில் இப்படியொரு பாராட்டுரை வருவதே இல்லை. ஆடல் பற்று இந்தப் பாடலுக்கு விளக்கமாக,

ஜன்மனால் ஜாயதே ஆந்திரா
கர்ணோ ஜாயதே துவிக
வேத பாராங்கிகோ விட்டாரா
பிரம்ம நீயாநீது பிராமணா

என்ற சுலோகத்தைக் கூறுகிறது.

ஆடல் பற்று இதன் பொருளாகப் பிராமணப் பெண் பிரசவிக்கும்போது அது பிராமணனாகப் பிறப்பதில்லையென்றும், அந்தக் குழந்தை சூத்திர வர்ணத்தில் பிறக்குமென்றும், இவன் தர்மங்கள் பல செய்து மறுபிறப்பு துவி ஜனனம் அடைந்து பிராமணன் ஆவான் என்றும் கூறுகிறது. பழைய புராணக் கதையொன்றையும் மேற்கோள் காட்டுகிறது. சில பாடல்களுக்கு வை.மு.கோ.வைவிட ஆடல் பற்றில் புராண விளக்கம் அதிகம் வருகிறது (எ.கா. வை.மு.கோ. பக் 54, எண் 71).

மந்தரை சூழ்ச்சிப் படலத்திலிருந்து ஆடல் பற்றில் பாடல்களைத் தேர்ந்தெடுத்து விளக்கம் கூறுகிறார்கள். இந்தப் பாடல்களின் உரை கம்பராமாயண உரையாசிரியர்களின் விளக்கங்களைவிட இறுக்கமாக உள்ளது.

கரிய மாலினும் எனத் தொடங்கும் (வை.மு.கோ. பக்கம் 81 எண் ஏழு) பாடலில் வரும் உரிய தாமரை மேலுறை வரினும் என்ற வரிக்கு வை.மு.கோ., “இருப்பதற்குரிய பெருமாளின் சந்தி காலத்தில் வசிக்கின்ற பிரம்ம தேவனைக் காட்டிலும்” என்று உரை கூறுகிறார். ஆடல் பற்றில் இதற்கு உரியதென்னும் நாராயண சுவாமி யானவருடைய நாபி ஸரோஜத்திலிருந்து மேல் எழும்பி சத்திய லோக நிவானியாயி சிருஷ்டி என்னும் கருமத்தைச் செய்யா நின்ற பிரம்ம தேவனைப் பார்க்கிலும்

தூலமாயும் சூட்சம மாயும்விகனிதமாய என்று சொல்லிக் கொண்டே போகிறது.

சிவந்த வாய் சீதையும் கரிய செம்மலும் என்று தொடங்கும் பாடலுக்கு (வை.மு.கோ. பக்கம் 113 எண் 55)சிவந்த வாயினை உடைய சீதையும் கருத்த நிறத்து ராமனும் உயர்ந்த சிம்மாசனத்தில் இருப்பர் என்று கூறுகிறார். ஆடல் பற்று இதற்குப் பின்வருமாறு உரை கூறுகிறது. “சிவந்த கோவைப்பழம்போல சுந்தரமாகிய வாயோடு கூடிய சீதை என்று உண்டான ஸ்திரி ரத்தினமும் கரிய செம்மல் என்னும் நீல மேக சியாமளா வண்ணன் அதி கோமள சரீரனாகி சோதிக்கிற ராமகுமாரனும்” என்று கூறும்.

கல்வியும் இளமையும் எனத் தொடங்கும் பாடல் (வை.மு.கோ. பக்கம் 117, எண் 62) வரும் “புல்லிடை உகுத்த அமுதேயும் போல் என்றார்” என்னும் வரிக்கு வை.மு.கோ. பரதனின் படிப்பு, இளமை, வீரம் எல்லாம் “புல்லில் அமுதம் போல் ஆயிற்று” என்கிறார். கேரளக் கூத்தில் இதற்கு ‘அமிர்த சஞ்சீவி என்னும் அவுஷதத்தை அதன் குணங்கள் தெரியாமல் செலுத்திவிட்டதுபோல’ என்று விளக்கம் கொடுக்கிறார்கள்.

இதே படலத்தில், “வெயில் முறை புற கதிரவன்,” எனத் தொடங்கும் பாடலில் வரும் “மயில் முறைகுலத்து உரிமையை மனுமுதல் மரபை” என்னும் வரிக்கு, வை.மு.கோ. (பக்.119.64) உரைகூறும்போது “மயில்முட்டைஇட்டுப் பொறிக்கும்போது முதல் பார்ப்பின் கலாபத்துப் பீலி பொன்னிறம் உடையதாய் இருக்கும். பிற குஞ்சுகளின் கலாபம் பொன்னிறம் இல்லாமல் இருக்கும். அதுபோல முதல் மகன் மணிமுடி தரிக்க உரிமை உடையவர் என்கிறார்.

ஆடல் பற்றில் மயிலாகிய பட்சிகள் ஆணும் பெண்ணும் இணைசேர்ந்து அதில் பெண் மயிலுக்கு ஒரு பாவிக்கப்பட்ட பறவைக்கான சந்ததிகளுக்கு சூட்டு என்னும் திசைகள் கிரீடம் போல் தோன்ற, அவனே அந்தப் பறவை சமூகத்துக்கு ராஜாவாக அழைக்கப்படுவான்; அதுபோல ராமனும் தலைவன் ஆவான் என்று கூறும்.

ஆடல் பற்று உரை கூறும்போது சிவபுராணம், பாகவதம் போன்ற கதைகளிலிருந்து மேற்கோள் காட்டி விரிவாகச் சொல்லுவதுண்டு. கூனி மந்தரை, கைகேயியிடம் தசரதனின் பழைய விஷயங்களைப் பேசும்போது அவன் சம்பரனைக் கொன்றவன் என்கிறாள்.

இந்தப் பகுதியில் சம்பரன் ததீசி மகரிஷியின் சந்ததி ஒருமுறை தேவேந்திரனுக்குப் போர் செய்வதற்கு ஆயுதம்

வேண்டி நின்றபோது ததீசி முனிவர் தனது முதுகெலும்பை ஆயுதமாகக் கொடுத்தார் என்று விரிவான கதையைக் கூறுகிறது ஆடல் பற்று.

கம்பரின் பாடலைக் கூத்து நிகழ்ச்சியில் பாடும்போது, இதற்குப் பாடபேதம் உண்டு, அது இதுவாகும் என குறிப்பிட்ட வரியைக் கூறும் வழக்கம் கிருஷ்ணன் குட்டிப் புலவரின் காலத்திற்கு முன்பு இருந்தது என்று அவர் ஒரு பேட்டியில் சொல்லியிருக்கிறார். "போதி என் எதிர் நின்று" (வை.மு.கோ. பக்கம் 121 எண் 166) என்ற பாடலின் கடைசி வரியைக் கூறும்போது இந்த வரிக்கு ஆதியாதலின் அறிவியல அருகிலலியடங்குதியன்றே என்ற பாடபேதம் உண்டு என்று கூறப்பட்ட செய்தியை ஒரு ஆய்வாளர் கூறுகிறார்.

ஆடல் பற்றில் ஒவ்வொரு காண்டத்திலும் உள்ள படலங்களில் தேர்ந்தெடுத்த பாடல்கள் பெரும்பாலும் வரிசை மாறாமல் இருக்கின்றன. ஆனால் சில பாடல்கள் மாறிமாறி வருகின்றன. நகர் நீங்குப் படலத்தில் (வை.மு.கோ. பதிப்பு) 25ஆம் பாடலுக்குப் பின் 19ஆம் பாடல் வருகிறது. இப்படி வரிசை மாறுகின்ற வேறு படலங்களும் உண்டு.

அயோத்திக் காண்டத்தில் கடைசிப் படலம் வை.மு.கோ. பதிப்பில் திருவடி சூட்டுப் படலம் என்று உள்ளது. ஆடல் பற்றில் இது திணை கண்டு நீங்குப் படலம் என உள்ளது. இந்த மாற்றம் ஆடல் பற்று மூலத்தை எழுதியவர் மாற்றியதா அல்லது அவரது காலத்தில் கம்பனின் ஏட்டுப் பகுதியில் இருந்ததா என்று தெரியவில்லை.

தமிழகத்தில் நடைமுறையில் உள்ள கல்லானாலும் கணவன், புல்லானாலும் புருஷன் என்னும் பழமொழியைப் போல வேறு பழமொழிகளும் ஆடல் பற்றில் உள்ளன. நகர் நீங்குப் படலத்தில் விதி பற்றிய கோட்பாடு முக்கியமாக முன்னிறுத்தப்படுகிறது. மேலும் சில இடங்களில் விதி முக்கியமாக்கப்படுவதைக் காணலாம். ஒரு வகையில் அத்யாயத்ம ராமாயணத்தின் செல்வாக்கின் காரணமாக இது வந்திருக்கலாம்.

தெய்வங்கள்

11

முதலாம் ராஜராஜ சோழனின் குலசாமி

குலசாமி என இன்று பாமர மக்களால் சாதாரணமாய் வழங்கப்படும் சொல் தமிழ் லெக்சிகனில் இல்லை. தமிழக அரசு வெளியிட்ட மு. சண்முகம் பிள்ளை தொகுத்த அகராதியில் இல்லை. கிரியா அகராதியில்கூடச் சேர்க்கப்படவில்லை, ஆனால் இந்த அகராதிகளில் குலதெய்வம், குலதேவதை என்னும் சொற்கள் உள்ளன. இந்தச் சொல்லுக்கு வழிவழியாக வழிபடப்படும் தெய்வம் என்றும் ஒரு குலத்துக்கே உரிய தெய்வம் என்றும் பொருள் கொடுக்கப்பட்டுள்ளது.

பழைய அகராதிகளில் மட்டுமல்ல வலை தளங்களில்கூட குலதெய்வம் என்ற சொல்லே கையாளப்படுகிறது. பெரும்பாலும் குலதெய்வம் என்ற சொல் வைதீகச் சார்புடன் குறிக்கப்படுகிறது என்பது முக்கியமான செய்தி. திருமங்கையாழ்வார் தன் பெரிய திருமடலில் அவர் எங்கள் குலதெய்வம் என்று கூறுகிறார். சிவப்பிரகாசரின் ஒரு பிரபந்த நூலில், 'நினையாம் குலதேவதையாய் வழிபட்டு' என வருகிறது.

இப்படியாக வருகின்ற பழைய நூல்களில் குலதெய்வம் எனும் சொல் வைதீகச் சார்புடன் மட்டுமல்ல நாட்டார் மரபுத் தொடர்பு இல்லாமலேயும் கூறப்படுகிறது. இப்போது குலசாமி என்ற சொல் பரவலாக அறியப்பட்ட ஒன்று. எந்த அகராதியிலும் இல்லாத இந்தச் சொல், பாமர மக்களிடம் மட்டுமல்ல படித்தவர்களிடையேயும் பயன்படுத்தப்படும் சொல்லாகிவிட்டது.

குலசாமி என்ற சொல் கிராமத்து மக்களால் உருவாக்கப் பட்டது என்றாலும் இதை வெகுஜன மக்களிடம் கொண்டு சென்றவர்கள் நாட்டார் வழக்காற்றியல் ஆய்வாளர்களே என்பதையும் இங்கு சொல்ல வேண்டியிருக்கிறது. குலசாமி என்ற சொல் இன்றைய நிலையில் நாட்டார் வழக்காறு சார்ந்தே பேசப்படுகிறது.

குலசாமி வழிபாட்டைப் பரவலாக்கியவர்களில் ஜோதிடருக்குப் பெரும் பங்கு உண்டு. கூடவே பழைய மதப் பிரச்சாரகர்களுக்கும் குறி சொல்லியபடி நடமாடும் சில சாதியினருக்கும் பங்குண்டு.

வில்லிசை நிகழ்ச்சியில் பாடப்படும் சில கதைப்பாடல்களில் குலசாமி பற்றிய குறிப்பு விரிவாக வருகிறது. கதைப்பாடலின் கதாநாயகி குழந்தையில்லாமல் வருத்தப்படுவாள். அவளைக் கோவில்தோறும் சென்று வழிபடுமாறு பெரியோர்கள் அறிவுறுத்துவர். கணவனும் சொல்லுவான். அவளும் போவாள். பலன் கிடைக்காது.

தற்செயலாகக் குறி கூறும் குறத்தி ஒருத்தியைச் சந்திப்பாள். அவள் குலசாமியை வழிபடுமாறும் குலசாமியின் கோவில் பாழடைந்து கிடப்பதாகவும் பாடுவாள். குறத்தி சொன்னதை அப்படியே கேட்டு குலசாமி கோவிலுக்குப் போவாள் கதாநாயகி. இதற்குப் பலன் கிடைக்கும். இதுபோன்ற நிகழ்வுகள் சிதம்பர நாடார் கதை, பலவேசம் சேர்வைக்காரர் கதை, உடையார் கதை, தோட்டுக்காரி அம்மன் கதை, மாலையம்மன் கதை எனப் பத்துக்கும் மேற்பட்ட கதைப்பாடல்களில் காணப்படுகின்றன.

நாட்டார் தெய்வங்களில் எல்லாத் தெய்வங்களும் குலசாமி களாக இருப்பதில்லை. முத்தாரம்மன், சந்தன மாரியம்மன், சாஸ்தா எனச் சில தெய்வங்கள் பல குடும்பங்களுக்கும் சாதி களுக்கும் குலசாமிகளாக இருக்கின்றன. ஆணோ பெண்ணோ கொலைப்பட்டு வழிபாடு பெற்று வருவது ஒரு கருத்தாக்கம். அப்போது அத்தகைய தெய்வங்கள் ஏற்கெனவே வழிபாடு பெறுகின்ற பிரபலமான தெய்வங்களுடன் இணைந்து தமக்கும் வழிபாடு பெறுவது உண்டு. இத்தகைய தெய்வங்களை அடையாளம் காண்பதில் சில சிக்கல்களும் உள்ளன.

இறந்து போனவர்கள் அல்லது கொலைப்பட்டவர்கள் எல்லோரும் தெய்வமாக மாறுவது பொது விதியல்ல; சாவு எல்லா இடங்களிலும் ஒரே மாதிரியான விளைவை உண்டாக்காது; தமிழகத்தில் பழைய வரலாற்றில் நவகண்டம் கொடுத்தவர்களும் உடன்கட்டை ஏறியவர்களும் தெய்வமாக

மாறுவது சாதாரணமாக இருந்தது. பின்னர் இவர்கள் குலசாமியாக மாறினார்கள்.

ஜப்பானில் தற்கொலையால் வரும் இறப்பு கொடூரமானதல்ல. ஆனால் நம்முடைய பண்பாட்டில் இது நேர்மாறானது. வரலாற்றுக் காலத்தில் இருந்தே கொலைப்பட்டுத் தெய்வம் ஆதல் சாதாரணமாகத் தொடர்கிறது. இதுபற்றிய விரிவான ஆய்வை பேரா. ந. ராமச்சந்திரன் போன்றவர்கள் செய்திருக்கிறார்கள்.

நாட்டார் தெய்வங்களில் புராணம் அல்லது மரபு வழியே வழிபடப்படும் தெய்வங்களுக்கும் கொலைப்பட்டுத் தெய்வமாகும் சாமிகளுக்கும் உள்ள வித்தியாசங்கள் சிலவற்றைக் கூறலாம். அவைபற்றிய கதைப்பாடல்கள், விழாச் சடங்குகள் நடக்கும் முறை, விழாவின் கூறாக நடக்கும் கலைகளின் நிகழ்த்துமுறை, சாமியாடும் முறை, உயிர்ப்பலி கொடுக்கும் முறை எனப் பல சொல்லிக்கொண்டே போகலாம். இவற்றில் குலசாமி வழிபாட்டு முறையும் அடங்கும்.

ஒருமுறை என் நண்பனின் குலசாமி கோவிலில் நடந்த படுக்கை சிறப்பிற்கு (சிறிய விழா) அழைத்திருந்தான். கடற்கரையை ஒட்டிய இலந்தவிளை என்ற அந்தக் கிராமத்தில் நடந்த சிறப்பு விழாவில் நண்பனின் குடும்பத்தினர் மட்டுமே கலந்து கொண்டார்கள்.

அந்தக் குலசாமியை இசக்கி என்று அழைத்தார்கள். கோவில் அமைப்பும் முக்கியத் தெய்வத்தின் அலங்காரமும் பொதுவான இசக்கிக்கு உரியதாகவே இருந்தன. இசக்கி வேறுவேறு சாதிகளுக்குரிய குலசாமியாகவும் இருந்தாள். அப்படியானால் இது பொதுவான இசக்கி என்று நினைத்தேன்.

அன்று மாலையில் அந்த இசக்கிக்கு வழிபாடு ஆரம்பித்த போது ஒரு வேறுபாடு இருப்பதைக் கவனித்தேன். படைப்புப் பொருள்களில் வித்தியாசமான உணவுப்பண்டங்கள் இருந்தன. பலி கொடுக்கப்பட வேண்டிய ஆடு தலைகீழாகக் கட்டித் தொங்கவிடப்பட்டிருந்தது. பலி கொடுப்பவர் ஆட்டின் கழுத்தில் கூர்மையான கத்தியால் குத்தினார். ரத்தம் பலிபீடத்தில் விழும்படிச் செய்தார். அந்த இசக்கி, என் நண்பரின் குடும்பத்தின் முன்னோடி என்பதை இந்த ஒரு நிகழ்ச்சி எனக்கு உணர வைத்தது. பின்னர் என் சந்தேகத்தை அவரது உறவினரிடம் கேட்டுத் தீர்த்துக்கொண்டேன்.

புராணச்சார்பு அல்லது வேள்வியில் பிறந்து தெய்வமாக மாறிய நாட்டார் தெய்வத்திற்குப் பலி கொடுக்கும்போது

ஆட்டின் தலையை மேலே இருக்கும்படியும் பலி பீடத்தைத் தொட்டு இருக்கும்படியும் கட்டியிருப்பார்கள். அப்போது ஆட்டின் கழுத்தைக் கீறி கால்வழியாக ரத்தம் விழும்படிச் செய்வார்கள். இந்தப் பொதுமுறையிலிருந்து குலசாமிக்குக் கொடுக்கப்படும் பலியின் முறை வேறுபட்டிருக்கும்.

பொதுவாக, குலசாமி சடங்குகளும் விழாக்களும் கோலாகல மாகக் கொண்டாடப்படுவதில்லை. வில்லுப்பாட்டு, கணியான் ஆட்டம் போன்ற கலை நிகழ்ச்சிகளை நடத்துவது கட்டாயம் இல்லை. பெரும்பாலும் சாமியாடி என்ற ஒருவர் இருக்கலாம், இல்லாமலும் இருக்கலாம். மற்ற தெய்வங்களுக்குச் சாமியாடும் முறையிலிருந்து இது வேறுபட்டும் இருக்கும்.

சங்க காலம் முதலே நாட்டார் தெய்வ மரபில் சைவத்தின் தாக்கம் அதிகம் உள்ளது. இது இன்றுவரை தொடர்கிறது. தென் தமிழ் மாவட்டங்களில் இது குறித்த செய்திகளை இன்றும் தேட முடியும். தென்தமிழ்நாட்டுத் தெய்வங்களின் பிறப்பு பற்றிய செய்திகள் வில்லிசைப் பாடல்களிலும் கணியான் ஆட்டப் பாடல்களிலும் உள்ளன. இவை முழுக்க சைவச்சார்பு உடையவை.

தேவர்களின் வேண்டுதலால் சிவனின் அருளாசியால் மஞ்சள் கிடாரத்தில் காலசாமி பிறப்பதாக அச்சில் வராத காலசாமி கதை ஏடு கூறும். இங்கு காலசாமி சைவ அடையாளத் துடன் காட்டப்படுகிறார்.

பலவேசக்காரன் கதை என்னும் அச்சில் வராத ஏடு பலவேசக்காரன் என்ற தெய்வம் சிவனின் நெற்றியிலிருந்து பிறப்பதாகக் கூறும். பார்வதியின் அம்சமாக முத்தாரம்மன் பிறப்பதாக முத்தாரம்மன் வில்லுப்பாட்டு கூறும். பிரம்மசக்தி அம்மன் கதை ஏட்டில் பார்வதி தனது அம்சமாகப் பிரம்ம சக்தியைப் பிறப்பித்துள்ளதாக வருகிறது.

முத்தாரம்மன் (பார்வதி) தாருகனை வதைத்தபோது. பெருகும் ரத்தத்தைத் திரட்டினாள். அப்போது வண்டிமலையன், வண்டிமலைச்சி ஆகியோர் பிறந்தனர் என்று முத்தாரம்மன் கதை கூறும், முத்தாரம்மனை நீராட்ட முகந்த நீரில் சந்தன மாறன், முத்துத்தம்பி, முத்துக்குமரன் ஆகிய மூவரும் பிறந்தனர் என முத்தாரம்மன் கதை கூறும்.

அச்சில் வராத மன்னன் கருங்காலி கதை அல்லது வாதைகள் கதை பாதாள அறையில் இருபத்தொரு வாதைகள் தோன்றியதாகக் கூறும். இவை சிவனின் அம்சமாகச் சுடலைமாடனின் காவலர்களாக உள்ளன. சிவனுக்குக் கணங்கள்

இருப்பது போன்று சுடலைமாடனுக்கு வாதைகள் என்று எடுத்துக்கொள்ளலாம்.

மேலே குறிப்பிட்ட தெய்வங்கள் எல்லாமே இப்போதும் வழிபாடு பெற்றுக்கொண்டிருக்கின்றன. சிவன் அல்லது பார்வதியின் அம்சம் அல்லது இவர்களின் அருளால் பிறந்தவை என்பது பொதுப்பண்பு. இந்தப் பொதுவான விஷயங்கள் குலசாமியிலிருந்து இவற்றை வேறுபடுத்துகின்றன.

சிவ கணங்கள் பற்றிய சிவபுராணக் கதைகள் நாட்டார் தெய்வங்களின் சிலவற்றின் தோற்றத்திற்குக் காரணமாய் இருந்தன.

வைதீகத் தெய்வமாகவும் நாட்டார் தெய்வமாகவும் சில தெய்வங்கள் வழிபாடு பெற்றுக்கொண்டிருக்கின்றன. இவை மிக அபூர்வமானவை. இப்படியான தெய்வங்களில் சேத்திரபாலனும் ஒன்று.

சேத்திரபாலன் என்ற தெய்வம் பிற்காலச் சோழப் பேரரசின் மிகச்சிறந்த மன்னனான முதலாம் ராஜராஜ சோழனின் குலதெய்வம் என்பதை ஒரு கல்வெட்டுக் கூறுவதாகக் குடவாயில் பாலசுப்பிரமணியம் கூறுகிறார்.

கும்பகோணம் அருகேயுள்ள திருவலஞ்சுழியில் ஏரண்ட முனிவர் வழிபட்ட தேவாரப்பாடல் பெற்ற தலம் ஒன்று இருக்கிறது. கபாலீஸ்வரர் கோவில் என்னும் பெயரில் உள்ள இங்கே விநாயகருக்கும் சேத்திரபாலருக்கும் தனித்தனிக் கோவில் உள்ளன. விநாயகர் பாற்கடலில் கிடைத்த நுரையால் உருவாக்கப்பட்டவர் என்பது ஐதீகம்.

இங்கு இருக்கும் சேத்திரபாலனுக்கு முதலாம் ராஜராஜனின் மனைவிகளுள் ஒருத்தி நிபந்தம் கொடுத்து இருக்கிறாள். "ஸ்ரீ ராஜராஜ தேவர் மகாதேவியார் லோகமாதேவி உய்யக்கொண்டார் வளநாட்டு" என்ற கல்வெட்டு இந்த நிபந்தத்தைக் கூறுவதாகக் குடவாயில் பாலசுப்பிரமணியம் குறிப்பிடுகிறார்

இந்தச் சேத்திரபாலனுக்கு முதலாம் ராஜராஜ சோழனும் அவனது சகோதரி குந்தவி தேவியும் நிபந்தம் கொடுத்திருக் கின்றனர். 1902இல் படி எடுக்கப்பட்ட இந்த நிபந்தக் கல்வெட்டில் வேறு செய்திகள் இல்லை. இந்தச் சேத்திரபாலன் யார்? இவர் வைதிக தெய்வமா? நாட்டார் தெய்வமா? தமிழகத்துக்குப் பூர்வீகமாக உள்ள தெய்வமா? வடநாட்டி லிருந்து கொண்டு வரப்பட்டதா? இப்போது யார் இந்தத் தெய்வத்தை வழிபடுகிறார்கள் அல்லது இந்தத் தெய்வம்

பைரவர் வடிவம் பெற்றுள்ளதா? இதுபோன்ற கேள்விகளுக்கு நாட்டார் வழக்காற்று மரபில் பதிலைத் தேட முடியும்.

சேத்திரபாலன் வைதீகக் கோவில்களிலும் நாட்டார் கோவில்களிலும் வழிபாடு பெறுகின்றவன். இந்தியா முழுக்க அறியப்பட்டவன். "இவனைக் குறித்த ஒரு பயமும்கூட உண்டு." தமிழகத்தில் நாட்டார் தெய்வக் கோவில்களில் நாட்டார் அம்சத்துடன் வழிபாடுபெற்றுவருகிறான். வைதீகக் கோயில்களில் வேறு அடையாளங்களுடன் வழிபடப்படுகிறான்.

தட்சன், தாட்சாயணி சிவன் தொடர்பான சிவபுராணக் கதை பல வழிபடு தெய்வங்களுக்கும் நாட்டார் கலைகளுக்கும் சிற்பங்களுக்கும் வழிபாட்டு முறைகளுக்கும் அமைதியான காரணமாய் இருந்ததை இன்றும் தேட முடியும்.

தட்சனை அழிக்கவந்த வீரபத்திரன் வைதீக மரபிலும் நாட்டார் மரபிலும் வழிபடு தெய்வமாக இருக்கிறான். தட்சனுக்கும் வீரபத்திரனுக்கும் நடந்த போரில் வீரபத்திரன் வெற்றிபெற்றான். இதில் சேத்திரபாலனுக்கும் பங்குண்டு. இதனால் இவன் வழிபடு தெய்வமாக இருக்கிறான் என்ற ஒரு கதையும் உள்ளது.

தட்சன், வீரபத்திரன் போரின் உச்சகட்டத்தில் தட்சனைக் கொல்ல முடியாமல் வீரபத்திரன் தவித்தபோது விஷ்ணு தன் கையில் இருந்த சக்கராயுதத்தைத் தட்சன் மேல் எறிந்தான். அது தட்சனின் கழுத்தைப் பதம்பார்த்துப் பின் திரும்பிவந்தது. ஆனால் விஷ்ணுவின் கையில் வராமல் சுற்றிக்கொண்டே நின்றது. அப்படி இருந்தால் உலகம் அழிந்துவிடும் என்று சிவன் சேத்திரபாலனிடம் சக்கராயுதத்தைப் பிடித்து உலகைக் காப்பாற்றுமாறு பணித்தான். இப்படி ஒரு கதை சிவபுராணத்தில் பிற்சேர்க்கையாக உள்ளது.

ஜைன சமயத்தில் சேத்திரபாலன் தெய்வமாகவே போற்றப் படுகிறான். இங்கு இவனுக்கு மூன்று கண்கள். நிர்வாணியாக இருக்கிறான். வாகனம் நாய். பைரவர் கோலம். ராஜஸ்தான் மாவட்டத்தில் ஜைனர்களிடம் சேத்திரபால வழிபாடு உண்டு.

ஜைன சுவேதாம்பரர் பிரிவினர் வழிபாட்டில் சேத்திரபாலன் பரிவாரத் தெய்வமாகவும் இருக்கிறான். ஒன்று முதல் அறுபத்து நான்கு யோகிகள் வழிநடத்த நாயுடன் வலம் வருகிறான்.

பிற தெய்வங்களிலிருந்து சேத்திரபாலனை வேறுபடுத்துவது இதுதொடர்பான தொன்மங்கள்தாம். அர்த்தசாஸ்திரம் சேத்திரபாலனைப் பயிரிடப்பட்ட நிலங்களின் கண்காணிப்பாளர் என்று கூறும். இவன் விளைச்சல் நிலங்களின் பாதுகாவலன்

என்னும் பொருளிலேயே தென்னிந்தியக் கிராமங்களில் வழிபடப்படுகிறான்.

பலராமன் நீர் மேலாண்மையுடன் தொடர்புபடுத்திப் பேசப்படுகிறான். இவனது கையிலுள்ள ஏர் ஆயுதம் நீரைக் கட்டுப்படுத்துவது, நீரை உற்பத்தி செய்வது என்ற தொன்மம் உண்டு. பலராமன் நீர் தொடர்பான கடவுளாய் இருப்பது போன்று சேத்திரபாலன் விளைச்சல் நிலத்தின் கடவுளாகக் கருதப்படுகிறான்.

நாட்டார் மரபில் பைரவ வழிபாடு எப்போது வந்தது என்பதைத் துல்லியமாகக் கூற முடியாது. ஆனால் தேவர் என்ற ஜாதி தொடர்பான தகவல்களையும் காளி கோவிலில் உள்ள பைரவர் முறையினையும் ஓரளவு தொகுத்துப் பார்க்கின்ற போது பைரவர் வழிபாடு நாட்டார் வழிபாட்டில் கலந்து விட்டதை ஊகிக்க முடியும்.

ஒட்டக்கூத்தர் தக்கயாகப் பரணியில் காப்புப் பாடலில் பழைய பைரவரைப் பற்றிக் கூறுகிறார். பைரவர் உடையில் லாமல் இருப்பார். பாம்பைக் கங்கணமாக அணிந்திருப்பார். கையில் தமருகம், காலிலே கழல், கறுப்பு ஆடை அணிந்து இருப்பார் என்ற வர்ணனையைச் சோழர் காலத்து நிகழ்வாகக் கொள்ளலாம்.

ஒட்டக்கூத்தர் குறிப்பிடும் சட்டைநாதர் என்ற வழக்கு இப்போதும் உள்ளது. ஸ்ரீவைகுண்டம் அருகே கொங்கராயக்குறிச்சி என்ற ஊரில் அஷ்ட பைரவருக்குத் தனி சன்னதி உள்ளது. இங்கு இவர் சட்டைநாதர் எனப்படுகிறார். திருநெல்வேலி, தூத்துக்குடி பகுதியில் சட்டைநாதர் என்றால் அது சிவனைக் குறிப்பிடும் ஆள் பெயராக வழங்குகிறது.

நாட்டார் வழக்காற்றில் சட்டநாதன் சேத்திரபாலனாகவும் கொள்ளப்படுகிறார். சேத்திரபாலன் பைரவர் சட்டநாதன் என்னும் பெயர்களை வைதீகத்தில் இருந்து நாட்டார் மரபு பெற்றதாகவே கொள்ளலாம்.

தமிழகத்தில் வீர சைவர் அல்லது சைவ சமயம் சார்ந்த சிலர் பைரவ வழிபாட்டுடன் தொடர்புடையவர்களாய் இருந்தனர். இவர்களைப் பற்றிய விரிவான ஆய்வு நடந்ததாகத் தெரியவில்லை. தமிழகத்தின் முருகன் கோவிலுடன் தொடர்புடையவர்களாக அறியப்பட்ட பண்டாரம் என்னும் சாதியின் உட்பிரிவுகள் 19க்கு மேல் உள்ளன. இவற்றில் பைரவி, வைராவி, யோகீஸ்வரர், ஆண்டிப்பண்டாரம் போன்ற ஜாதியினரைப் பற்றி நாட்டார் மரபில் நிறையக் கதைகள்

உள்ளன. இவர்களில் கன்னடம், தெலுங்கு பேசுகிறவர்களும் உண்டு.

தமிழகக் கோவில்களின் வாயில் காவலராக வைராவி சாதியினர் இருந்தனர். "இருந்து சாப்பிடுவான் பூசாரி, குத்துப்பட்டுச் சாவான் வைராவி" என்னும் பழமொழி தென்தமிழகத்தில் உண்டு.

பிற்காலச் சோழர் காலத்தின் ஆரம்பத்தில் வைதீகக் கோயில்களில் ஆகமமுறை நெறிப்படுத்தப்பட்ட பின்பு வழிபாட்டில் மாற்றம் ஏற்பட்டது. நாயக்கர் ஆட்சியின்போது தமிழகத்தில் வீர சைவ மரபு செல்வாக்கடைய ஆரம்பித்தது. உதாரணமாக சங்கரன்கோவில் சங்கர நயினார் கோவிலில் வீரசைவர்கள் பெருமளவு செல்வாக்குடையவராய் இருந்தனர் என்பது ஒரு செய்தி.

தமிழக நாயக்கர் காலத்தில் தாய்த்தெய்வ வழிபாடு செல்வாக்குப் பெற்றது. இக்காலத்தில் தென்தமிழகத்தில் கிராமங்கள்தோறும் அம்மன் கோவில்கள் உருப்பெற்றன. இது தொடர்பான வழக்காற்றுக் கதைகள் புராணக் கலப்புடன் கூறப்பட்டன. இக்காலகட்டத்தில் சேத்திரபாலன் சில மாற்றங்களுடன் வைரவராக காளி அம்மன் கோவில்களில் வழிபாடு பெற்றார்.

சேத்திரபாலன் தொடர்பான நாட்டார் வழக்காற்றில் பெருமளவில் பேசப்படாத, அச்சில் வராத இரண்டு கதைப் பாடல்கள் உள்ளன. இந்தக் கதைப்பாடல்களில் உள்ள விஷயங்களின் அடிப்படையில் வைதீகம் நாட்டார் மரபின் பரிமாற்றத்தை ஊகிக்க முடிகிறது.

பின் இணைப்பு

பெருமாள்சாமி கதையும் சோமாண்டி கதையும்

திருவரங்கம் கோவில் பூசகர்களுக்குள் ஏற்பட்ட மாறுபாட்டின் காரணமாகப் பூசகன் ஒருவன் ஊரைவிட்டுக் குடி பெயர்ந்து திருவனந்தபுரத்திற்குப் புறப்பட்டான். அவனுடன் ஸ்ரீரங்கநாதனும் சேர்ந்துகொண்டார். உதவிக்கு சேத்திரபால பூதம், ஈஸ்வர கால பூதம், சங்கிலி பூதம் ஆகியனவும் இணைந்தன. எல்லோரும் தமிழகத்தின் பல இடங்களில் சுற்றிவிட்டுத் திருக்குறுங்குடி நம்பி கோவிலுக்கு வந்தனர். ரங்கன், பூதங்களிடம் நீங்கள் இங்கே இருக்கலாம், நான் அனந்தபுரம் போகிறேன் என்றார்.

பூதங்களின் பிறவி பற்றிய வரலாறு, சோமாண்டி கதை என்னும் தலைப்பில் வந்திருக்கிறது. இதன் முழு வடிவம் அச்சில் வரவில்லை. மூன்று பூதங்களும் சிவனின் ஆணையால் வேள்வியில் பிறக்கின்றன. பிறந்ததும் சிவன் தனக்குத் துணை யாக அனந்தபுரம். செல்லப் பணிக்கிறான். பூதங்கள் செல்லு கின்றன. திருக்குறுங்குடியில் ரங்கனின் ஆணைப்படித் தங்கி வழிபாடு பெறுகின்றன.

பூதங்களுக்குப் பூசை செய்தவனை ஒரு சமயம் காட்டு விலங்கு கொன்றுவிடுகின்றது. பூசை நின்றது. நாட்கள் சென்றன. சேத்ரபால பூதம் திருக்குறுங்குடி மணியக்காரன் கனவில் சென்றது. 'காஞ்சிபுரத்திலிருந்து சந்தன வாழ்நம்பி என்பவன் தன் மனைவியுடன் வருகிறான். அவன் எங்களுக்குப் பூசை செய்யட்டும்' என்று சொன்னது.

மணியக்காரன் சந்தனவாழ் நம்பியைக் கண்டுபிடித்துப் பூசைக்கு ஏற்பாடு செய்கிறான். அவனுக்கு வேறு வசதிகளையும் செய்து கொடுக்கிறான். அந்த நம்பிக்குக் குழந்தைப்பேறு இல்லை. அதனால் குறுங்குடி நம்பியை வேண்டித் தொழுகிறாள் சந்தனவாழ் நம்பியின் மனைவி சோமாண்டி.

நம்பியின் கனவில் திருமால் வந்தார். நம்பியிடம் "உனக்கு புத்திரப்பேறு உண்டு. ஆனால் அந்த ஆண்மகன் ஏழுவயதில் இறந்துவிடுவான்" என்று சொன்னார். நம்பியின் மனைவி சோமாண்டி எப்படியாவது சரி, மலடி என்ற பெயர் போகுமே என்று நினைத்தாள்.

அவளுக்குக் குழந்தை பிறந்து வயது ஏழு ஆனது. ஒருநாள் சந்தனவாழ் நம்பி கோவிலுக்குச் சென்றபோது அந்த மகனும் கூடவே போனான். மகன் உடன் வருவதைப் பாதிவழியில் தான் நம்பி கண்டுகொண்டான். வேறு வழியில்லை. மகனை அழைத்துச் சென்றான். கோவில் பிரகாரத்தில் மகனை விட்டு மூன்று பூதங்களுக்கும் பூசை செய்தான். மகன் இருப்பதை மறந்து கோவில் கதவை மூடிவிட்டு வீட்டுக்கு வந்துவிட்டான்.

மகன் இல்லாமல் கணவன் திரும்புவதைக் கண்ட மனைவி குழந்தை எங்கே என்று கேட்டாள். அப்போதுதான் நம்பிக்கு மகனின் நினைவு வந்தது. மகனை அழைத்து வருகிறேன் என்று திரும்பிப் போனான். அதற்குள் பூதங்கள் கோவில் கதவைப் பூட்டிவிட்டன. நம்பி பூதங்களை அழைத்தான். "மறையவனே இந்தக் கோவிலின் வழிமுறை உனக்குத் தெரியாதா? ஒருநாளில் ஒருமுறைதான் கதவு திறக்கப்படும். நாளை வா அழைத்துச் செல். அதுவரை அவன் பத்திரமாக இருப்பான்" என்று சொன்னது.

மறையவன் வீட்டுக்கு வந்தான். நடந்ததைச் சொன்னான். மனைவி மகன் இல்லாமல் நான் உயிர் தரியேன் எப்படியாவது போ அழைத்து வா என்று சொன்னாள். நம்பி மீண்டும் கோவிலுக்குப் போனான். 'பூதங்களே கதவைத் திறந்துவிடுங்கள். கதவைத் திறக்கவில்லை என்றாலும் பரவாயில்லை, இங்கு நிற்கின்றேன். மகனைத் தூக்கிப் போடுங்கள், பிடித்துக்கொள் கிறேன்' என்றான்.

பூதங்களுக்குக் கோபம் வந்தது. 'மேலை வாசலுக்கு வா. மகனைப் பிடித்துக்கொள். துண்டை விரித்துக் காட்டு' என்றன. நம்பி அப்படியே நின்றான். பூதங்கள் அவன் மகனின் கை, கால், தலை என ஒவ்வொன்றாகப் பிய்த்து வெளியே தூக்கிப் போட்டன.

குழந்தையைப் பூதங்கள் கொன்றுவிட்டன என்றதும் நம்பிக்குக் கோபம் வந்தது. அழுது அரற்றினான். அவன் மனைவி இந்தப் பூதங்களைப் பழிவாங்க வேண்டும் என்றாள். காளிப்புலையன் உதவியை நாடுவோம் என்றான் நம்பி. காளிப்புலையன் பூதங்களில் சங்கிலிபூதம், ஈஸ்வரகால பூதம் இரண்டையும் பிடித்துப் பெட்டியில் அடைத்தான். சேத்திரபால பூதம் தப்பிவிட்டது. காளி இரண்டு பூதங்களையும் கரையாளர் ஒருவரின் நிலத்தில் புதைத்தான். சேத்திரபால பூதம் கரையாளரின் உதவியால் பெட்டியை எடுத்து இரண்டு பூதங்களையும் விடுவித்தது.

பின்னர் மூன்று பூதங்களும் காளிப்புலையன், நம்பி, சோமாண்டி ஆகியோரைக் கொன்றன. அவர்களின் உடல்களை மண்ணில் புதைத்தன. அந்தப் பாவம் தீர பாபநாசம் அருவியிலே குளித்தன. அங்கே வானுலக மங்கையர் வந்தார்கள். மூன்று பூதங்களும் அவர்களைத் திருமணம் செய்து கொண்டன. அதன் பிறகு பல்வேறு இடங்களுக்குச் சென்று கோவில் கொண்டு வாழ்ந்தன. சேத்திரபால பூதம் மட்டும் காளி கோவிலில் குடிபுகுந்தது.

உங்கள் நூலகம், மே 2022

12

ஏர் ஆயுதக் கடவுள்

கருப்புசாமி கிருஷ்ணனையும் வெள்ளைச்சாமி பலராமனையும் குறிப்பன என்னும் செய்தியை முதலில் யார் சொன்னார்கள் என்று தெரியவில்லை. ஆனால் இந்தத் தகவல் பேரா. தொ. பரமசிவம் அவர்களின் பேரில் பரவி உள்ளது. இந்தக் கருத்தைக் கொஞ்சம் யோசித்துப் பார்க்கலாம். வெள்ளைச்சாமி என்ற பெயர் எல்லா சாதிக்காரர்களிடமும் குறிப்பாக உயர்சாதியினர் என்று கருதப்பட்டவர்களிடம் வழக்கில் இல்லை; கருப்புசாமியும் அப்படியே.

பலராமனின் வழிபாடு சங்க கால இறுதி யிலேயே நின்றுவிட்டது. பின் எப்படி அது நாட்டார் தெய்வ வழிபாட்டில் வந்து வெள்ளைச்சாமி யானது? பலராமன் தமிழகத்துக்கு வைதீகம் வழி வந்த தெய்வமல்ல. பூர்வீகமாய் வழிபாடு பெற்று இணைக்கப்பட்ட தெய்வமுமல்ல.

பின் எப்படி அந்தப் பெயர் சாதாரண மக்களிடம் வெள்ளைச்சாமியாகப் பரவலானது என்று தெரியவில்லை. வைதீக தெய்வமான கிருஷ்ணன் தமிழக மாயோனுடன் இணைக்கப்பட்டது சங்க காலத்துக்குப் பிற்பட்டுத்தான். அந்த இணைப்பு கருப்புசாமி என்னும் நாட்டார் தெய்வத்திற்கு வரும் சூழ்நிலை இருந்ததாகவும் தெரியவில்லை.

கருப்புசாமி, வெள்ளைச்சாமி பற்றிய செய்தி களோ வழிபாட்டு முறைகளோ பலராமனையும் கிருஷ்ணனையும் நினைவுபடுத்தவும் இல்லை.

பண்டைக்காலத்தில் வழிபாடு பெற்றிருந்த தெய்வங்கள் சில முகவரி இழந்துள்ளன. (எ.கா. வருணன். இந்திரன்) இவர்கள் சாமி என்னும் பின்னொட்டுடன் நாட்டார் வழிபாட்டில் இடம்பெறவில்லை. பலராமன் மட்டும் எப்படி வெள்ளைச்சாமியானான் என்றும் புரியவில்லை.

பலராமன் என்ற பெயர் பாலபத்திர ராமன், பாலபத்திரா, சங்கர்ஷணன், வாலியோன், வாசிக நாயகன், காலாயுதன், ஏராயுதன், ஆதிசேஷன், சமகத்தினன் என்றெல்லாம் புராணங்களில் வழங்குகிறது.

பலராமனின் கதை கிருஷ்ணனின் கதையுடன் தொடர்பு உடையது. பலராமனின் கதைகள் பாகவதம் பத்தாம் சருக்கத்தில் வருகின்றன. மகாபாரதம், ராமாயணம் ஆகிய காவியங்களிலும் அக்கினி புராணம், ஹரிவம்ச விவரணம் போன்ற நூல்களிலும் வருகின்றன.

யயாதி மன்னரின் சாபத்தால் அவனது மக்கள் நாடின்றி அலைந்தபோது நிறுவப்பட்டதுதான் யதுகுல அரசு. இக்குலத்தில் புகழ்பெற்றவர்கள் கிருஷ்ணன், பலராமன், பிரத்யும்னன், அநிருத்தினன், வசுதேவன் என 13 பேர்கள் வருகிறார்கள்.

சூரசேனன் யதுகுலத்தவன்; இவன் தம்பி வாசுதேவன். மகள் பிருதை (பரீதா). இவளைக் குந்திபோஜன் வளர்த்தான். அதனால் குந்தி ஆனாள். இவளது கணவன் திருதராஷ்டிரனின் சகோதரன் பாண்டு. குந்தியின் மக்கள் பாண்டவர்கள்.

வசுதேவருக்கு தேவகி, ரோகிணி என இரண்டு மனைவிகள் உண்டு. தேவகி கம்சனின் தங்கை. வசுதேவர் தேவகியை மணந்த அன்று கம்சன் மணமக்களைத் தேரில் அமர்த்தி வலம் வந்தான். அப்போது அசரீரியின் குரல் கேட்டது; "கம்சா இந்தத் தேவகியின் வயிற்றில் பிறக்கப்போகும் மகன் உன்னைக் கொல்லுவான்."

இதைக் கேட்ட கம்சன் தேரைவிட்டு இறங்கினான். தேவகியின் கூந்தலைப் பற்றிப் பிடித்து வாளை ஓங்கினான். வசுதேவர் தடுத்தார்; கம்சனிடம் கெஞ்சினார். "விட்டுவிடு; இவளுக்குப் பிறக்கும் குழந்தைகளை உன்னிடம் தந்துவிடுகிறேன்" என்றார். கம்சன் தேவகியையும் வசுதேவரையும் சிறையில் அடைத்தான்.

வசுதேவருக்கும் தேவகிக்கும் சிறையில் பிறந்த ஆறு குழந்தைகளையும் கம்சன் எடுத்துக்கொண்டான். தேவகி வயிற்றில் வளர்ந்த கருவை வசுதேவரின் மூத்த மனைவியான ரோகிணி வயிற்றில் சேர்ப்பித்தார் விஷ்ணு.

ரோகிணிக்குப் பலதேவன் பிறந்தான். தேவகி வயிற்றில் எட்டாவது மகனாகக் கிருஷ்ணன் பிறந்தான். யதுகுலத்து நந்தகோபரின் மனைவி யசோதை கிருஷ்ணனையும் பலதேவனை யும் வளர்த்தாள். இதனால் பலராமன் அண்ணன், கிருஷ்ணன் தம்பி எனப்பட்டான்.

வர்ஷிணி வம்சத்து நாயகர்களான இருவரும் விஷ்ணுவின் அம்சமாகவே கொள்ளப்பட்டனர். என்றாலும் கிருஷ்ணனே பகவான் எனப்பட்டான். விஷ்ணுவின் பத்து அவதாரங்களில் எட்டாவது அவதாரம் பலராமன். பிற்கால நூல்கள் பலராமனைப் புத்தருடன் இணைக்கின்றன.

இராம அவதாரத்தில் பரசுராமனும் வருகிறான். இருவரும் விஷ்ணுவின் அம்சமாகவே கொள்ளப்படுகிறார்கள். இராமன் பரசுராமனிடம் மாறுபடுகிறான்; இராமனுக்கு அடங்கியவ னாக பரசுராமன் காட்டப்படுகிறான். கிருஷ்ண அவதாரத்தில் பலராமன் மாறுபடவில்லை.

பலராமன் ஆதிசேஷனின் அம்சமாகக் கூறப்படும் கதை களும் நிறைய வழங்குகின்றன. இது குறித்த சிற்பங்களும் கிடைக்கின்றன. 8ஆம் நூற்றாண்டுச் சிற்பம் ஒன்றில் பலராமனின் தலையில் ஆறு பாம்புகள் இருப்பதாகக் காட்டப்பட்டுள்ளது என்கிறார் கோபிநாத ராவ்.

பலராமனின் அவதாரம் முடியும்போது இவனது வாயிலிருந்து 1000 தலைகளையுடைய ஆதிசேஷன் கிளம்பினான் என்ற தொன்மம் உண்டு. நந்தகோபன் பலராமனுக்கு ராமன் என்றுதான் பெயர் வைத்திருந்தான். ஆனால் அவனது அபரிமித மான பலத்தின் சக்தியால் பலராமன் ஆனான். இவனும் கிருஷ்ணனைப்போல் பெருவீரனே.

இவன் ரைவத மலையில் வாழ்ந்த த்விதா என்னும் ராட்சதக் குரங்கைக் கொன்றவன்; தேனுகா என்பவன் கழுதை உருவாக வந்து யாதவ மக்கள் வாழ்ந்த பனைமரக்காட்டில் அட்டகாசம் செய்தபோது அவனைக் கொன்றவன்; அஸ்தினாபுரம் நகரையே தன் ஏர் ஆயுதத்தால் குத்தித் தூக்கியவன்; துரியோதனன் பணிந்து வேண்டியதால் கோபம் தணிந்தவன்; யமுனையின் போக்கை மாற்றியவன்; பிரலம்பன் என்ற அரக்கனை அழித்தவன்.

குபேரரின் சேவகன் சங்கசூடன் என்பவனுடன் கண்ணன் போரிட்டு அவனது மகுடத்திலிருந்த ரத்தினத்தை எடுத்துப் பலராமனுக்குக் கொடுத்தான். அதைச் சூடும் தகுதி பலராமனுக்கே

உரியது என்றான். காகுதமி என்பவனின் மகள் ரேவதியைப் பலராமன் கண்டபோது அவள் மிக உயரமாக இருந்தாள். அவளது தலைமேல் தன் ஏரை வைத்து அழுத்தி உயரத்தைக் கட்டுப்படுத்தினான், பின் அவளையே மணந்துகொண்டான்.

அக்கினி புராணப்படி பலராமன் கிருஷ்ணனுக்கு உதவி செய்பவனாகவே காட்டப்படுகிறான். கம்சனைக் கொல்ல உதவியவன் பலராமன். கிருஷ்ணனுக்கு வழிகாட்டியாக ஆசிரியராக இருந்தவன். லட்சுமணன் இராமனிடம் இப்பிறவியில் நீ எனக்கு மூத்தவனாக இருந்ததால் அடங்கி நடந்தேன், சேவகனாக இருந்தேன் என்கிறான்.

அடுத்த பிறவியில் நான் உன்னை ஆள வேண்டும் என வேண்டிக் கொண்டானாம். இது ராமாயணக் கதை. ஆதி சேஷனின் அம்சமான லட்சுமணனே பலராமனாகப் பிறந்தான் என்பது ஒரு கதை.

பலராமன், சூரியன், காமன், சோமன் போன்றோருக்குச் சமமானவனாகப் போற்றப்படுகிறான். நாராயணீயம் கிருஷ்ணனைப் பரமாத்மாவாகவும் பலராமனை ஜீவாத்மா வாகவும் கூறும். பலராமன் பவாஞ்ச ரத்தின சாஸ்திரம் அறிந்தவனாகவும் காட்டப்படுகிறான்.

மகாபாரதம் சபாபருவத்தில் பலராமனைப் பற்றி வரும் கதைகள் பிற்சேர்க்கை என்ற கருத்துண்டு. துரியோதனனின் மகன் லட்சணைக்கு பலராமனின் மகள் வத்சலையை மணமுடிக்க நடந்த முயற்சியைக் கிருஷ்ணன் முறியடித்துவிட்டான்.

அர்ஜுனனுக்கும் பலராமனின் தங்கை சுபத்திரைக்கும் பிறந்த அபிமன்யுவை வத்சலைக்குக் கிருஷ்ணன் மணமுடித்து வைக்கிறான். இப்படியான ஒரு கதை தமிழக நாட்டார் வழக்காற்றில் வேறுவேறு வடிவங்களில் அம்மானைப் பாடலாக மாறியிருக்கிறது. (அபிமன்னன் சுந்தரிமாலை)

பாண்டவ யுத்தத்தின்போது பலராமன் இரண்டு பக்கத்தினரையும் சமாதானப்படுத்த முயன்று தோற்றான். அதனால் கிருஷ்ணரின் அறிவுரைப்படி தீர்த்த யாத்திரை சென்றுவிடுகிறான், போரின் இறுதியில் வருகிறான். அப்போது பீமன் துரியோதனனின் தொடையில் கதையால் அடிப்பதைப் பார்த்து "இது அதர்மமான காரியம், சரியல்ல" என்கிறான். கிருஷ்ணன் "அண்ணா – அதர்மத்துக்கு அதர்மம்; திரௌபதை யின் வஸ்திரத்தை உரித்தபோது தர்மம் எங்கே போயிற்று" எனக் கேட்கிறான். பலராமன் பேசவில்லை. இதுபோன்ற கதைகள் பிற்காலத்தில் இணைக்கப்பட்டவை.

பலராமனின் அவதார முடிவை பாகவதமும் வேறு புராணங்களும் கூறுகிறார்கள். யதுவம்சம் தங்களுக்குள் போரிட்ட போது பலராமனின் இரண்டு மக்களும் (நிசாதன், உல்முகன்) இறந்துவிடுகின்றனர். பலராமன் கடலில் இறங்கி தியானம் செய்கிறான். அப்படியே மறைந்து போகிறான்.

யாதவ வம்சம் அழியும்போது வசுதேவரும் மறைந்து போகிறார். அப்போது தேவகியும் ரோகிணியும் உடன்கட்டை ஏறுகிறார்கள். பலராமனின் மரணத்தின்போது அவனது மனைவி ரேவதியும் உடன் மடிந்துவிடுகிறாள்.

பலராமனின் அவதார முடிவில் அவனது வாயிலிருந்து ஆதிசேஷன் கிளம்பினான். குஜராத் சோமநாதபுரம் ஆலயம் அருகே ஒரு குகையினுள் பலராமனின் வாயிலிருந்து வெள்ளைநிறப் பாம்பு சென்றது என்ற கதை வழங்குகிறது.

இந்திய நாட்டார் மரபில் சில மாநிலங்களில் வேளாண் தொழில் வளர்ச்சிக்கு உதவுபவனாக பலராமன் காட்டப் படுகிறான். இதுபற்றிய சில தொன்மங்களும் புராணங்களும் உள்ளன. இவனே வேளாண் தொழிலைக் கண்டுபிடித்தவன்; உதவுபவன் என்பர். நாகர் இனத்தில் விவசாயக் கடவுளாக இவன் வழிபாடு பெறுகிறான். இந்தச் சமூகத்தில் இவனை நீரின் பெருக்கத்துடனும் உணவு உற்பத்தியுடனும் தொடர்பு படுத்திப் பேசும் கதைகள் உள்ளன.

விஷ்ணு தருமோத்திர புராணம் விவசாய உற்பத்தியில் இவனுக்கு இடம் அதிகம் எனக் கூறுகிறது. இந்திய மரபில் ஆரம்ப காலத்திலேயே பலராமனுக்கு வழிபாடு இருந்ததற்குச் சான்றுகள் உள்ளன. பலராமன் வைகாசி மாதம் சுக்கிலபட்சத் திருதியையில் தோன்றினான் என்பது புராணக்கதை. இந்த நாளில் சில கோவில்களில் விழா நிகழ்ந்ததே இதற்குச் சான்று. பலராமனுக்கு உரியதான தசாவதார காயத்திரி மந்திரம்

ஓம் ஹலாயுதாய வித்மஹே
மஹா பலாய தீமஹி
தன்னோ பலராமப்ரசோத யாத்

என்பதாகும்.

அர்த்த சாஸ்திரத்தில் பலராமனுக்குத் தனியாகக் கோவில் இருந்தது பற்றிய குறிப்பு வருகிறது; இதற்குக் கல்வெட்டுச் சான்றும் உண்டு என்கிறார் ஜே.என். பானர்ஜி. வாசுதேவனுக்கும் பலராமனுக்கும் ஒரே காலத்தில் வழிபாடு வந்திருக்க வேண்டும் என்கிறார் பானர்ஜி.

சிலப்பதிகாரத்தில் குறிப்பிடப்படும் வெள்ளைநாகர் கோட்டம் காவிரிப்பூம்பட்டினம் நகரத்தில் இருந்தது. நாகர் என்பது பலராமனின் நிறத்தையும் ஆதிசேஷனின் தொடர்பையும் குறிப்பதாகக் கொள்ளலாம். இதனால் வட இந்தியப் பகுதிகளில் பலராமன் வழிபாடு பெற்ற காலத்திலேயே தமிழ்நாட்டிலும் வழிபாடு பெற்றான் என்று ஊகிக்கலாம்.

பலராமனின் சிற்பம் இந்தியாவில் பரவலாகக் கிடைத்து இருக்கிறது. இவனது படிமம் இப்படி இருக்க வேண்டும் என்ற கோட்பாடும் ஆகமச் சிற்ப நூல்களில் உள்ளது. பலராமனின் சிற்பத்தை வைகானச முறைப்படி அமைக்க வேண்டியது பற்றி கோபிநாத ராவ் கூறுகிறார்.

இதன்படி பலராமன் மத்யமதாசதரம்; அதாவது 100 அங்குல உயரம், இரண்டு கைகள், ஒரு கையில் உலக்கை, இடது கையில் ஏர் ஆயுதம் என இருக்க வேண்டும். பலராமன் முல்லைமலர் போன்ற தூய வெண்ணிறமுடையவர். இவரது ஆடை சிவப்பு நிறமாய் இருக்கும். தலையில் நீண்ட முடிகள். பிருகத் சம்ஹிதா என்ற நூல் குண்டலம் அணிந்தவன் எனக் கூறும்.

வடஇந்திய மதுராவிலிருந்து எடுக்கப்பட்டு இப்போது லட்சுமணபுரி அருங்காட்சியகத்தில் இருக்கும் பலராமனின் சிற்பமே கிடைத்தவற்றில் பழமையானது என்கிறார் செண்பகலட்சுமி. இதற்கு இரண்டு கைகள்; ஒன்றில் உலக்கை; இன்னொன்றில் ஏர். இவன் அவதாரப் புருஷனாக உருப்பெற்ற காலத்திற்கு முன்பு செய்யப்பட்ட சிற்பங்களில் இரண்டு கைகள் இருந்திருக்கலாம்.

குவாலியூர் அருங்காட்சியகத்தில் உள்ள பலராமனின் சிற்பம் கி.பி. 5ஆம் நூற்றாண்டினது. ராஜஸ்தானில் கிடைத்த ஒரு சிற்பம் மத்தியகாலத்தது. நாகர் இனத்தவருடன் தொடர்பு உடையது. வங்காளத்தில் கிடைத்த ஒரே ஒரு சிற்பத்தில் ஞான முத்திரை உண்டு. இச்சிற்பத்தின் ஒரு கை பாஞ்சராத்ர அடையாளமுடையது. இவர் இங்கு சம்ரட்சண பலராமன் எனப்படுகிறார்.

விஷ்ணு தர்மோத்திரம் என்ற நூல் பலராமன் கையில் ஏர் ஏந்தியிருப்பார், காதில் வளையம் உடையவர், வெள்ளை நிறத்துடன் திரிபங்கமாய்ச் சிவப்பு ஆடையுடன் கால் வளையத்துடன் இருப்பார் எனக் கூறும். திருமங்கையாழ்வார் பலராமன் ஏர் ஆயுதம் ஏந்திக் காதில் குண்டலத்துடன் இருப்பார் என்கிறார்.

பலராமன் நான்கு கைகளுடன் இருப்பார் என விஷ்ணு தர்மோத்திரம் கூறும் என்கிறார் கோபிநாத ராவ். முன்புறம் இடது கையில் ஏரும் வலது கையில் உலக்கையும் பின்புறமுள்ள இரண்டு கைகளில் சங்கு சக்கரங்களுடனும் இருப்பார். பலராமனைப் போலவே கல்கி அவதாரப் புருஷனாக வெள்ளை நிறத்துடன் இருப்பார்.

பலராமன் இடது காலில் மதுக்குப்பியும் வலது கைகளில் ஆயுதம் ஏந்தி கழுத்தில் வனமாலையுடன் இருப்பார் என்றும் சில சிற்பங்களில் திரிசூலமும் உண்டு என்றும் பனைமர நிழலில் இவர் இருப்பது போலக் காட்டப்படுவதுமுண்டு என்றும் கூறுகிறார் கோபிநாத ராவ்.

பிரஹத் சம்ஹிதை என்ற நூல் இவர் காதில் வளையத்துடன் அல்லி அல்லது சங்கு நிறத்துடன் இருப்பார் எனக் கூறும். இந்நூல் இவரை விவசாயக் கடவுளாக வருணிக்கும். ஹயஸ்ரக பாஞ்சரத்ரா என்ற நூல் இவர் நான்கு கைகள் உடையவர் என்றும் அவற்றில் வாள், ஏர், சங்கு, சக்கரம் இருக்கும் எனவும் கூறும்.

பலராமனுக்குத் தனிக்கோவில்கள் குறைவு. கிருஷ்ணன் கோவில்களில் துணைத் தெய்வமாக இவர் காட்டப்படுவதுண்டு. பலராமனின் வலப்புறம் அவரின் மனைவி ரேவதியின் உருவம் இருக்கும். இவள் மஞ்சள் நிறம். பூ வேலைப்பாடுடைய ஆடை அணிந்திருப்பாள். இவளுக்கு இரண்டு கைகள்; இடது கையில் லோலாஹஸ்தமும் வலது கையில் தாமரையும் இருக்கும்.

தமிழகத்தில் ஆரம்பகாலத்தில் பலராமன் சிற்பங்கள் இருந்ததற்கான சான்றுகள் முழுமையாகக் கிடைக்கவில்லை. திருவல்லிக்கேணி, திருநாரையூர் கோவில்களில் சில நல்ல சிற்பங்கள் உள்ளன.

பல்லவர் கால மாமல்லபுரம் கோவர்த்தனகிரி சிற்பங்களில் பலராமன் சிற்பமும் உள்ளது. கோவர்த்தனகிரியைக் கிருஷ்ணன் தூக்கி நிறுத்துகிறான்; அருகே பலராமன் வலது கை இடுப்பில் இருக்க இடது கையை மேலே தூக்கியபடி நிற்கிறான். இவனுக்கு மகுடமும் யக்ஞோபவீதமும் உண்டு.

பிற்காலச் சோழர், விஜயநகரக் கட்டுமானக் கோவிலான திருக்கண்ணமங்கை பக்தவத்சலம் பெருமாள் கோவிலில் பலராமன் சிற்பம் உள்ளது. இரண்டு கைகளில் ஏரும் உலக்கையும் உள்ளன.

திண்டுக்கல் மாவட்டம் தாடிக்கொம்பு கோவிலில் உள்ள பலராமன் வலது கையில் ஏரும் இடதுகையில் அம்பும்

வைத்திருக்கிறான். இது இடைக்காலச் சிற்பம். அரியலூரில் உள்ள கோவிலில் பலராமனுக்கு நான்கு கைகள். பின் கைகளில் சங்கு சக்கரம் இருக்க, முன் கைகளில் கதாயுதமும் ஏரும் உள்ளன. இந்தக் கதாயுதத்தின் பெயர் கவுமோதகி. ஏர் ஆயுதத்தை ஹாலாயுதம் என்பர்.

தமிழகத்தில் சங்க காலத்திலிருந்தே பலராமனைப் பற்றிய செய்திகள் கிடைக்கின்றன. பொதுவாக, பாகவதக் கதைகள் தமிழகத்தில் பரவிய காலம் கி.பி.5 அல்லது 6ஆம் நூற்றாண்டு என்கிறார் செண்பக லட்சுமி. இது முற்பட்ட பல்லவர் காலம். ஆனால் இதற்கும் முந்திய சங்கப் பாடல்களில் பலராமனைப் பற்றிய தகவல்கள் கிடைக்கின்றன.

தொகைநூல்களில் மிகப் பழமையானவையாகக் கருதப் படும் நற்றிணை, புறநானூறு ஆகியவற்றிலும் சங்க கால இறுதியில் தோன்றிய பரிபாடல், கலித்தொகை, சிலப்பதிகாரம் ஆகியவற்றிலும் பலராமனைப் பற்றிய குறிப்புகள் கிடைக்கின்றன. (பின் இணைப்பு காண்க.)

பின் இணைப்பு

நற்றிணை

1. மாயோன் அன்ன மால்வரைக் கவா அன் வாலியோன் அன்ன வயங்குவெள் அருவி – எண்–32

புறநானூறு

2. கடல்வளர் புரிவளை புரையும் மேனி அடல்வெந் நாஞ்சில் பனைக்கொடியோனும் – எண்–56

கடற்கண்ணே சங்கை ஒக்கும் திருநிறத்தை உடைய கொலையை விரும்பும் கலப்பையையும் பனைக் கொடியை யும் உடைய பலராமன் (புறம் பழைய உரை உ.வே.சா. பக்.138)

3. பால்நிற உருவில் பனைக்கொடியோனும் எண்–58 பால்போன்ற நிறத்தையுடைய பனைக்கொடியோன் (பலராமன்)

கலித்தொகை

4. ஒருகுழை அவள் மார்பில் ஒண்தார் போல ஒளிமிக (முல்லைக்கலி – எண்.5 வரி–11)

காதில் குழை மார்பில் சிவந்த மாலையுடைய நம்பி மூத்தபிரான் (பலராமன்)

5. பாலன்ன மேனியான் (நெய்தல் திணை 7, வரி–124)

6. வானுற ஓங்கிய வயங்கொளிர் பனைக்கொடி பால்நிற வண்ணன்போல் பழி தீர்த்த வெள்ளையும் (முல்லைத் திணை 4, வரி–104) ஆயரெல்லாம் சேரத் திரண்டு விளங்குகின்ற வானில் எரியும்படி ஓங்கிய ஒளிபெருகுகின்ற பாலின் நிறம் உடைய பனைக்கொடியோன்.

பரிபாடல்

7. விறல்மிகு வலியலி பொலிபகழ் புழுதியின் நிறனுழும் வளைவாய் நாஞ்சிலோனும் (எண்–13, வரி 33–34) விறல்மிகு வலியும் ஒலியும் பொலிந்து புழுதியை அகழுமாறு போல அவர் நிறத்தை உழும் நாஞ்சில் படையை யுடைய (பரிமேலழகர் உரை உ.வே.சா., பக்.150)

8. வாய்விளங்கும் வளைநாஞ்சில் ஒருகுழை ஒருவனை (எண்–1, வரி–20)

9. வளையடு புரையும் வாலியோன் (எண்–2, வரி–20)

10. பனைக் கொடியோன் (எண்–2, வரி–22)

11. கருங்கண் வெள்ளை (எண்–3, வரி–8)

திருமாலைப் பஞ்சமூர்த்தியாகக் கொண்டு அவர்களில் ஒருவனாகப் பலராமனைக் கொள்ளுகிறார் பரிபாடல் உரைகாரர் பரிமேலழகர்

12. செங்கண்காரி கருங்கண் வெள்ளை பொன்கண்பச்சை பைங்கண் மால்

செங்கட்காரி – வாசுதேவர்

கருங்கண்வெள்ளை – சங்கர்ஷணன் (பலராமன்)

பொன்கண் பச்சை – பிரத்யும்னன்

இவர்களுடன் திருமால்

பரிபாடல் பரிமேலழகர் உரை, உ.வே.சா. பதிப்பு ப.26

13. உயர்கொடி நாஞ்சில் (எண்–4, வரி–39) ஏர் கொடியை உடைய பலராமன்

சிலப்பதிகாரம்

14. வால்வளை மேனி வாலியோன் கோவில் இந்திரவிழவூர் எடுத்த காதை, வரி–171.

15. புகர்வெள்ளை நாகர்தம் கோட்டம் வெள்ளை நாகர் – பலதேவர் (அடியார்க்குநல்லார் உரை, ப.245)

16. மேழி வலனுயர்த்த வெள்ளை நகரமும் மேழியாகிய படையை வலமாக ஏந்திய பலதேவர் கோவில்

சங்கப்பாடல்களிலும் சிலப்பதிகாரத்திலும் பலதேவனைப் பற்றி வரும் பெயர்கள்: வாலியோன், பனைக்கொடியோன், வெள்ளை நிறத்தவன், காதில் குழை உடையவன், மார்பில் சிவந்த மாலையை உடையவன், ஏராயுதத்தான், பஞ்சமூர்த்தி ஆகியன. சிலப்பதிகாரக் காலத்தில் இவனுக்குக் கோவில் இருந்தது.

உங்கள் நூலகம், ஜூன் 2021

13

இந்திரன்: ஆதிகாலக் கடவுள்

இந்திய மொழிகளில் உள்ள ராமாயணங்களிலும் சிறிய பெரிய இலக்கியங்களிலும் நுட்பமாய்ப் பல்வேறு மாற்றங்களைப் பெற்ற தொன்மங்களில் இந்திரன், அகலிகை கதை முக்கியமானதாகக் கருதப்படுகிறது. இக்கதை மன அடக்கத்துக்குச் சான்றாக, தத்துவார்த்தமாகக் கூறப்படுகிறது. தமிழ் இலக்கியப் பரப்பில் இந்திரன் பற்றிய செய்திகள் சங்க காலத்திலிருந்தே கிடைக்க ஆரம்பித்துவிட்டன.

இந்தியாவின் மிகப் பழைய தொகுப்பு நூல்களான ரிக் வேதச் சூத்திரங்களில் இந்திரன் முக்கிய தெய்வமாகக் காட்டப்படுகிறான். பொதுவாக ரிக் வேத தெய்வங்களை விண்ணைச் சார்ந்த தெய்வம், மண்ணைச் சார்ந்த தெய்வம், மண்ணுக்கும் விண்ணுக்கும் இடைவெளியில் நிற்பவை என மூன்றாகப் பகுக்கிறார்கள். இவற்றில் இந்திரனை மூன்றாம் வகையில் சேர்க்கிறார்கள்.

வேதங்களில் கூறப்பட்ட மித்திரன், வருணன், ஆதித்தியன், அக்கினி, சோமன், வாயு என்னும் தெய்வங்கள் தனித்தனியே ஒன்றாகக் கூறப்பட்டாலும் வேதகாலத்திற்குப் பின் இவை தனித் தெய்வங்களாயின. ரிக் வேதங்களை ஆராய்ந்தவர்கள், இதில் கூறப்படும் மொத்தத் தெய்வங்களில் கால் பங்கு அளவு இந்திரனைப் பற்றிய செய்திகளாக உள்ளன என்கிறார்கள்.

பழம் வேதங்களில் இந்திரன் சூரியனாகவும், பிரஜாபதியாகவும் இந்திரனின் உடலின் அடிப்பகுதியிலிருந்து விசுவாமித்திரர் உட்பட

ஏழுபேரும் மேல்பாகத்தியிலிருந்து வாலகில்யர் உட்பட எட்டு பேரும் பின்புறத்தில் ஒன்பதுபேரும் முன்புறம் 11 பேரும் ஆக 35 பேர்கள் தோன்றியதாக ஒரு கதை.

அரக்கர்களை அழிக்க இந்திரனைக் கூவி அழைக்கப் படுவதான செய்தி வருகிறது. (கைலாச நாதக் குருக்கள் 105) யாகங்களில் பாடப்பட வேண்டிய தெய்வங்களில் இந்திரனும் ஒருவன் எனச் சாம வேதம் கூறும். இந்திரன் பிரஜாபதியிடம் பத்து ஆண்டுகள் பணிந்து இருந்து ஆன்மா பற்றிய அறிவைப் பெற்றான் என உபநிடதம் கூறும் என்கிறார் கைலாசநாதக் குருக்கள். (மேற்படி) இந்திரனின் வடிவம் பற்றிய வர்ணனை ரிக் வேதத்தில் வருகிறது. இவன் பழுப்பு நிறத் தாடியும் பழுப்பு நிறத் தலைமுடியும் உடையவன். இந்திரனைப் பற்றி ரிக் வேதம் சொல்லும் செய்திகளைக் கூறும்முன் ரிக் வேதம் குறித்த சிலவற்றைத் தெரிந்துகொள்வோம்.

ரிக் வேதம் பாட்டுகள் அடங்கிய தொகுப்பு. வாமதேவர், அத்திரி, வசிட்டர் என இவர்கள் பாடிய இப்பாட்டுகள் பல்வேறு காலத்தவை. மாக்ஸ்முல்லர் இப்பாடல்கள் கி.மு. 1500–1200 ஆண்டுகளுக்கு முற்பட்டவை என்பார். கி.மு. 1200–1000 ஆண்டுகளுக்கு உட்பட்டவை என்ற கருத்தும் உண்டு.

பழைய யாப்பு முறையில் அமைந்த இப்பாடல்களின் ஓசை முக்கியமாகக் கருதப்படுகிறது. இயற்கை வழிபாடு பற்றிய செய்திகள் இந்நூலில் உள்ளன. வேதங்களை முறையாய்ப் படித்தவர்கள் இதன் பாடல்களை ஓசை உயர்த்தியும் தாழ்த்தியும் நடுநிலையில் ஒலிக்க வேண்டும் என்று கூறுகிறார்கள். பஞ்ச ஆறுகள் பாயும் பஞ்சாப் பகுதி மட்டுமே ரிக் வேதத்தில் முன்னிலைப்படுத்தப்படுகிறது.

ரிக் வேதத்தில் புருஷசூக்தம் தவிர பிற இடங்களில் சாதி பற்றிய குறிப்பு இல்லை. ஒரு இடத்தில் மட்டும் பிராமணன், வைசியன், சூத்திரன் என்னும் சொற்கள் வருகின்றன. (கைலாசநாதக் குருக்கள், ப.44) ஒருவன் விரும்பிய பெண்ணை மணக்கத் தடையில்லை. உழவு அப்போது போற்றப்பட்ட தொழில். பசுவும் எருதுவும் செல்வம்.

அன்று இயற்கை வழிபாடு நிலவிய காலம். பழைய ரிக் பாடல்களில் சூரியன் வருகிறான். குருக்கள் பழைய வழிபாட்டை மூன்றாகப் பிரிக்கிறார்.

விண்ணைச் சார்ந்த தெய்வங்கள் (மித்திரன், வருணன், ஆதித்யன், சூரியன், விஷ்ணு, இரட்டையர்களான அஜ்வினி, குமாரர்கள்).

மண்ணுடன் தொடர்புடைய தெய்வங்கள் (அஸ்வினி, பிரகஸ்பதி, துவஷ்டா, சோமன், சரஸ்வதி).

விண்ணுக்கும் மண்ணுக்கும் நடுவிலுள்ள தெய்வங்கள் (இந்திரன், உருத்திரன், வாயு, நீர்த் தெய்வமான அப்பு).

இந்தத் தெய்வங்களைப் பாராட்டும் விதத்தில் இதன் பண்புகளை அறியலாம். உதாரணமாக வருணனைப் பற்றிய செய்திகள் சில வருகின்றன. ரிக் வேதத்தில் வருணனின் கை, கால், முகம் போன்ற உறுப்புகளின் வர்ணனை உள்ளது; அவனது செயல்பாடுகளும் காட்டப்படுகின்றன.

வருணன் அரசனுக்குரிய மதிப்புடையவனாகக் காட்டப் படுகிறான். இந்திரன் இயற்கையைக் குறிப்பாக நீரையும் நதிகளையும் ஒழுங்குபடுத்தியவன். இவனது கட்டுக்குள் இவை கீழ்ப்படுகின்றன.

ரிக் வேதம் குறிக்கும் தெய்வங்களில் இந்திரனைப் பற்றிய தகவல்கள் நிறையவே கிடைக்கின்றன. ரிக் வேதம் கூறும் அஸ்வினி தெய்வங்களில் தேவர்கள் முக்கியம். இந்திரன் இவர்களில் முக்கியப்படுத்தப்படுகிறான். ரிக் வேதத்தில் இந்திரன் சிறந்த போர் வீரனாகக் காட்டப்படுகிறான்.

இவன் 99 நகரங்களைப் போரில் வென்றவன். வீரர்களின் தலைவன். இவனது தேரை மாதலி என்பவன் ஓட்டுகிறான். இவன் விருத்திரனுடன் அடிக்கடி போரிட்டதால் விருத்திரஹா என அழைக்கப்படுகிறான். போர்க்களத்தில் இவனுக்கு அக்கினி உதவுகிறார். ஒரு காலத்தில் மலைகள், சிறகுகள் உடையதாய்ப் பறந்துகொண்டிருந்தன. இந்திரனே அவற்றை ஒரு குறிப்பிட்ட இடத்தில் இருக்குமாறு போரிட்டு அடக்கினான்.

இந்திரனுடைய ஆயுதம் வஜ்ராயுதம். இதை இடி என்று ரிக் வேதம் வருணிக்கிறது. இந்திரனுக்கு உவமையாகக்கூட இடி வருகிறது. இதை உருவாக்கியவன் துவஷ்டா, இது இரும்பாலானது. கூரிய முனைகள் உடையது. பொன் போல் ஒளி வீசுவது. ஒருமுறை இந்திரன் தன் வஜ்ராயுதத்தால் பூமியைக் கீறித் தண்ணீரைக் கொண்டுவந்தான்.

இந்திரனிடம் வில் அம்பு, ஈட்டி என்னும் ஆயுதங்களும் இருந்தன. ஈட்டி வளைந்திருக்கும். இவனது வில்லிலிருந்து புறப்படும் அம்பு தோத்திரப் பாடல் போல் வேகமாகச் செல்லுகிறது. இந்திரனின் பகைவனாக இருள் இருக்கிறான், இவன் ஒரு அரக்கன். இந்திரன் இடியை இவன்மீது பாய்ச்சி அழிக்கிறான். ஒருமுறை பகைவர்கள் நீரைச் சிறைவைத்தபோது தன் ஆயுதத்துடன் போர் செய்து நீரைச் சிறைமீட்கிறான்.

இந்திரன் மழையைக் கொடுப்பதால் வார்ல்ப்பவன் எனப்படுகிறான் இவன் தன்னை வேகப்படுத்த சோமரசத்தைக் குடிக்கிறான். தாய்ப் பசு கன்றுகளை அழைப்பதுபோல நீரைப் பாதுகாக்க இந்திரனை அழைக்கிறார்கள். ரிக், வேத காலத்திலிருந்தே இந்திரன் இயற்கை. சூழல் ஆகியவற்றின் நண்பனாகவும் பாதுகாப்பாளனாகவும் காட்டப்படுகிறான். தமிழகத்து இந்திரன் இயற்கை சார்ந்து இருந்ததால் வேத இந்திரனின் பாதிப்புக்கு இடம் கொடுக்க ஏதுவாயிற்று.

இந்திரனின் மகன் பற்றிக் கூறப்படும் செய்தியை ரிக் பாடல் ஒன்று கூறும். இதுமேற்கோளாக வருவது. இவன் பலமுள்ளவன் என்று ஆரம்பகால ரிக் வேதத்தில் கூறப்படுகிறான். இந்திரன் விருத்திரனுடன் போர் செய்த போது விஷ்ணு உதவி செய்கிறான். விஷ்ணு குறித்த பாடல்களிலும் இந்திரன் குறிப்பிடப்படுகிறான்.

இந்திரனின் குதிரை பூட்டிய தேரில் செல்லுகிறான். ரிக் பாடலில் ஒரு இடத்தில் இந்திரனின் உடன்பிறந்தவனாக அவன் குறிக்கப்படுகிறான். இந்திரனின் மனைவி இந்திராணி. இவள் துவஷ்டாவின் மகள் என்றும் சில பாடல்களில் குறிப்புகள் உள்ளன. தன்னை வழிபடுபவரைப் பாதுகாக்கும் இயல்பு உடையவன் இந்திரன்; ஆனால் புலனைக் கட்டுப்படுத்த முடியாதவன் என்ற ஒரு குறிப்பு உண்டு என்கிறார் குருக்கள்.

பண்டைத் தமிழ் இலக்கியங்களில் குறிப்பிடப்பட்ட இந்திரனைப் பற்றிய செய்திகளை ஒப்பிட ரிக் வேதத் தகவல்கள் பயன்படும் என்று தோன்றுகிறது.

தொல்காப்பியர் மருத நிலத்தைக் கூறும்போது வேந்தன் மேய தீம்புனல் உலகம் என்று கூறுகிறார். இதற்கு இளம்பூரணர் இந்திரன் மேவிய உலகம் என்கிறார். அதாவது வேந்தன் என்பதற்கு இந்திரன் எனப் பொருள் கொள்கிறார். இந்த உரைஆசிரியர்களின் கருத்தையே ஆராய்ச்சியாளர்களும் எடுத்துக் கொண்டுள்ளனர். அப்படியானால் நீர் இறையாண்மை யுடனும் வேளாண் தொழிலுடனும் தொடர்புடையவன் இந்திரன் என எடுத்துக்கொள்ளலாம்.

ஆய் அண்டிரன் என்னும் ஆய் மன்னன் இறந்தபோது உறையூர் ஏணிச்சேரி முடமோசியர் பாடிய பாடலில் (எண் 241) “அண்டிரன் வருஉ மென்ன ஒண்டொடி வச்சிரத் தடக்கை நெடியோன் கோயிலுள்ள போர்ப்புறு முரசம் கறங்க ஆர்ப்பெரும் தன்றால் விசும்பினானே” என்கிறார்.

இதற்குப் பழைய உரையாசிரியர் ஆய் அண்டிரன், "துறக்க உலகில் செல்லுவான்; அப்போது விசாலமான வச்சிரத் தடக்கை நெடியோனின் கோவில் திறந்திருக்கும்" எனப் பொருள் கூறுகிறார். (உ.வே.சா. 1956 பக். 417) இதே பொருளை ஔவை துரைசாமிப் பிள்ளையும் ஒத்துக்கொள்கிறார். (1951-HZP II) இங்கு வச்சிரத் தடக்கையான் நெடியோன் எனக் குறிப்பிடப் படுவது இந்திரனையே என்பதை முந்தைய உரையாசிரியர்கள் தெளிவாகக் கூறுகிறார்கள்.

கடலுள் மாய்ந்த இளம் பெருவழுதி என்ற புலவர் பாடிய ஒரு புறநானூற்றுப் பாடலில் (எண் 182) வரும் இந்திரர் அமிழ்தம் என்பதற்குப் பழைய உரைகாரர் "இந்திரருக்குரிய அமிழ்தம் தெய்வத்தான் ஆதல் தவத்தால் ஆதல் தமக்கு வந்து கூடுவ தாயினும்" எனப் பொருள் கொள்ளுகிறார். (உவேசா 1956 ப. 337) இதே கருத்தை ஔவை துரைசாமிப் பிள்ளையும் கொள்கிறார். (மேற்படி ப. 397)

ஐங்குறுநூறு மருதப் பாடல் ஒன்றில் (எண் 62) இந்திர விழா பற்றிய சிறு குறிப்பு வருகிறது. தலைவி தலைவனைப் பழிக்கும் போது இந்திர விழாவில் பரத்தையர் கூறியதுபோல என்னும் உவமையைச் சொல்லிப் பழிக்கிறான். அம்மூவனாரின் இந்தப் பாடலுக்கு இந்திர விழாவில் தம் மனத்திற்கு இனிய மங்கை யருடன் கூவி மகிழ்தல் மரபு என்று பொருள் கொள்கிறார். இந்திர விழாவில் பரத்தையர் கூடுவர், ஆடல் பாடல் நிகழ்த்துவர் என்கிறார் (1979 பக்.87). ஔவையின் கணக்குப்படி இது நகரச் சார்பு உடையது.

பத்துப் பாட்டில் ஒன்றான திருமுருகாற்றுப்படையில் திருவாவினன்குடி பற்றிக் கூறும்போது நக்கீரர் இந்திரனை

மீற்றுப்பத்து அடுக்கிய நாட்டத்து
மீறுபல வேள்வி முற்றிய வென்றாடு கொற்றத்து
ஈரிரண்டு ஏந்திய மருப்பின் ஏழினத்
தாழ்பெரும் தடக்கை உயர்த்த யானை
எருத்தம் ஏறிய திருக்கிளர் செல்வனும்
நாற்பெரும் தெய்வத்து நன்னகர் நிலை

என்கிறார்.

உரைகாரர் இதற்கு "இந்திரன் ஆயிரம் கண்களைக் கொண்டவன், வேள்விகளை நடத்தியவன், நான்கு கொம்புகளை உடைய யானையின் புறக்கழுத்தில் ஏறி ஊர்கின்றவன்" என்கிறார் (சோம சுந்தரனார் 1969, பக்.67). இங்கு நூறு வேள்வி செய்தவன் என இந்திரன் பாராட்டப்படுகிறான்.

கலித்தொகை மருதக்கலியில் உள்ள இரண்டு பாடல்களில் (எண் 91, வரி 8: எண் 98 வரி 32) வரும் தெய்வம் என்பதற்கு இந்திரன் என்றே நச்சினார்க்கினியர் பொருள்கொள்கிறார். இங்கு தன்னிடம் குறையில்லை என்பதைத் தெய்வசாட்சியாகச் (இந்திரன் சாட்சியாக) சொல்லுகிறேன் என்னும் பொருள் தொனிக்கிறது.

பரிபாடலின் எட்டாம் பாடல் செவ்வேளைப் பற்றியது. இதில் வரும் நல்திசை காப்போன் (வரி 7) என்னும் சொல்லுக்கு இந்திரன் முதலியோர் எனப் பொருள்கொள்கிறார் பரிமேலழகர். (உ.வே.சா. பரிபாடல் 1948 ப.80). நல்திசை எட்டுத்திசைகளைக் குறிக்கும். இவற்றைக் காப்பவர்கள் இந்திரன், நிருதி, இயமன், அத்திரி, வருணன், வாயு, குபேரன், ஈசானன் ஆகியோராவர்.

இதே நூலின் எட்டாம் பாடலில் திருப்பரங்குன்றத்தின் பெருமை பேசப்படுகிறது. ஏறாதீர்க்கும் இந்திரர் இரும் வருமென என்கிறார் நல்லந்துவனார். இந்த வரிக்குப் பரிமேலழகர் இந்திரனது அதிர்க்கும் பெரிய உருமேறு எனவும் மன்றல் முரசு அதிர என்கிறார் (உ.வே.சா. மேற்படி ப. 82).

பரிபாடலில் வரும் செவ்வேள் பற்றிய குன்றம் பூதனாரின் பாடல் (எண் 9) முருகனின் மனைவிகள் வள்ளி, தெய்வானை எனக் கூறும். முருகன் வள்ளியை மணந்த கதை ஆரம்பகாலச் சங்கப்பாடல்களில் இல்லை. இது பரிபாடல் காலத்தில் வாய்மொழியாகப் பேசப்பட்ட கதை. முருகனின் முதல் மனைவி தேவயானை, இந்திரனின் மகள். இவள் கண்ணீர் சிந்தினாள் எனும் செய்தியும் இப்பாடலில் வருகிறது. (பரி பாடல் 9 வரி 6–11) பரிமேலழகர் காலத்தில் இக்கதை மேலும் பரவலாகியிருக்கிறது. (உ.வே.சா. ப.ஆ, பரிபாடல் 1948 ப.94).

செவ்வேளைப் பற்றிய பரிபாடல் (எண் 5, வரி 22–54) சிவபெருமானிடம் 'உம் கூட்டத்தால் உண்டாகும் கருவைச் சிதைக்க வேண்டும்' என்னும் வரம் கேட்டதாகவும் சிவன் அதற்கு இணங்கியதாகவுமான புராணக் கதையைக் கூறுகிறது.

வைகையைப் பற்றிய ஒரு பாடல் பரிபாடலின் பின்னிணைப் பாக உள்ளது. தலைவன் வைகையாற்றில் நீராடும் காட்சியை வருணிக்கும்போது, 'அந்தரவாணியாற்று ஆயிரம் கண்ணினாள் இந்திரன் ஆகும் தகைத்து' எனப்படுகிறது (வரி 95, 96). இங்கு பரிமேலழகர் இந்திரன் ஆயிரம் கண்களை உடையவன் என்னும் புராணப் பெயரைக் குறிக்கிறார் (உ.வே.சா., ப.223).

நல்மனம் படைத்தவன் செல்வம் பெற்றால் வரம்பு கடக்க மாட்டான், கீழ்மகன் செல்வம் பெற்றால் தன்னை இந்திரனுக்குச்

சமமாக நினைப்பான் என்று நாலடியார் குறிப்பிடுகிறது. (எண் 346). திணைமாலை நூற்றைம்பது என்ற நூலில் இந்திரன் மருதநிலக் கடவுளாகக் குறிப்பிடப்படுகிறான் (மருதத் திணை எண் 145).

திருக்குறள் இந்திரனைப் பற்றிக் கூறும் செய்தியைப் பலரும் மேற்கோளாகக் காட்டுகிறார்கள். 'ஐந்தவித்தான் ஆற்றல் அகல் விசும்புளார் கோமான் இந்திரனே சாலும் கரி' என்னும் திருக்குறள் பாடலுக்கு (எண் 25) பழைய உரையாசிரியர்கள் எல்லாருமே இந்திரன், அகலிகை கதையை மையப்படுத்துகிறார்கள். பரிமேலழகர் புலன்களை அடக்காத நிலைக்கு இந்திரன் சான்று என்பார்.

சிலப்பதிகாரக் காலத்தில் இந்திரனைப் பற்றிய கதைகள் வேகமாகப் பரவ ஆரம்பித்துவிட்டன என்று தெரிகிறது. சிலப்பதிகாரத்தில் இந்திரவிழவூர் எடுத்த காதை என்ற தலைப்பு உள்ளது. இந்திரன் வழிபாட்டையும் விழாவையும் இந்தக் காதை குறிப்பிடுகிறது. இதன்படி புகாரில் இந்திரனுக்குரியதாக வஜ்ரக்கோட்டம், ஐராவதக் கோட்டம், கற்பகக் கோட்டம் என்னும் மூன்று கோவில்கள் இருந்தன என்றும் ஊகிக்கலாம்.

வஜ்ரக்கோட்டத்தில் இந்திரனின் சிற்பம் அல்லது அதற்கு நிகரான வடிவம் இருக்கவில்லை. வஜ்ராயுதத்தின் வடிவமே கருவறையில் இருந்திருக்கலாம் என்று அடியார்க்கு நல்லார் கூறுகிறார். வஜ்ரக் கோட்டத்திலிருந்த முரசை ஐராவதம் இருக்கும் கோவிலுக்கு யானைமேல் கொண்டுசென்றனர் (வரி 141–143). இது இந்திர விழா நடக்கப் போவதற்கு அறிகுறி. இந்திரனின் யானை தூய்மையான வெள்ளை நிறமுடையது. இது இந்திரனின் கொடியில் இருந்தது என்கிறார் அடியார்க்கு நல்லார். மேலும் இவர் கற்பகக் கோட்டத்திலிருந்து யானைக்கொடியை எடுத்துச் செல்வர் என்கிறார் (உ.வே.சா., சிலப்பதிகாரம் 1960 ப.145).

சிலப்பதிகாரம் அரங்கேற்றுக் காதையில் வரும் இந்திரச் சிறுவன் (வரி 119) என்னும் சொல் இந்திரனின் மகனைக் குறிப்பது. இவனை சயந்த குமாரன் என்கிறார் அடியார்க்கு நல்லார் (உ.வே.சா. சிலப்பதிகாரம் 1960 ப.72). இக்காதையில் வரும் சொல்லுக்குப் பழைய உரையாசிரியர் இத்தலைக்கோலைத் தேவேந்திரன் மகன் சயந்தனாக நினைத்து மந்திர விதியாலே பூஜித்து வழிபட்டு என்கிறார். (உ.வே.சா., மேற்படி ப.72).

அரங்கேற்றுக் காதை தொடக்கத்தில் இந்திரச் சிறுவனாகிய சயந்தன் அகத்தியரால் பெற்ற சாபமும் விமோசனமும் வருகிறது, சிலப்பதிகாரப் பழைய உரைகாரர் காலத்தில்

இந்திரனைப் பற்றிய கதை இன்றும் பரவலாக அறியப்பட்டிருக்க வேண்டும்.

இந்திரன் பற்றிச் சில தொன்மங்களையும் உரையாசிரியர்கள் கூறுகிறார்கள். இந்திரன் மலைகளின் சிறகை வெட்டினான். பாண்டியனின் வளை ஆயுதம் இந்திரனின் முடியை உடைத்தது. தனது நாட்டில் பருவமழை பெய்யாததால் ஒரு மேகத்தைச் சிறையிலடைத்த பாண்டியன் அதனை எச்சரிக்கை செய்தான். இப்படியான கதைகள் சிலப்பதிகார அரும்பத உரையாசிரியர் காலத்துக்கு முன்பே பரவலாகிவிட்டன.

காடுகாண் காதையில் வரும் மெய்ப்பாட்டியற்கை என்பதற்கு அரும்பத உரையாசிரியர் இந்திர நூலைக் காண்க என்கிறார் (உ.வே.சா., மேற்படி, ப: 295). அடியார்க்கு நல்லார் இந்திர வியாகரணம் காணலாம் என்பார். (மேற்படி 307). நாடுகாண் காதையில் வரும் இந்திர விகாரம் (வரி 14) என்பதற்குப் பழைய உரைகாரர் இந்திரன் நிருமித்தது என்கிறார் (உ.வே.சா., ப:253). இப்படியாக இந்திரன் பற்றிய பல செய்திகள் இளங்கோவடிகள் காலத்தில் வாய்மொழியாகப் பேசப்பட்டு உரையாசிரியர் காலத்தில் பரவலாகியிருப்பதை ஊகிக்கலாம்.

மணிமேகலை காப்பிய காலத்தில் புராணக் கதைகளின் பெருக்கம் இன்னும் அதிகமானது. உதயகுமாரன் சித்திராபதியிடம் மணிமேகலையின் மேல் கொண்ட மயக்கத்தைச் சொன்னபோது அவள் புன்னகையுடன், 'வானவர்கள் காம மயக்கத்தால் செய்த காரியங்கள் பற்றிய கதைகள் பல உண்டு. தேவர்கள் தலைவனை எல்லோருக்கும் தெரியுமே உதயகுமரா! அவன் கற்பு மங்கைகள் ஏழுபேரிடம் ஆசைகொண்டான். இதையறிந்த அவன் மனைவி அந்த முனிவர்களின் மனைவிகளின் வடிவைத் தாங்கி தன் கணவனுக்கு இன்பம் கொடுத்தாள். இப்படி எத்தனை கதைகள் உள்ளன' என்றாள்.

மணிமேகலை நூலில் பாத்திர மரபு கூறிய காதையில் இந்திரன் பெரும் மழை பொழிவித்த செய்தி வருகிறது. ஆபுத்திரனின் அமுதசுரபிக்கு வேலையில்லாமல் ஆக்கச் செழிப்பைக் கொடுக்கிறான் இந்திரன் (வரி 49–51).

மணிமேகலை இந்திரனைத் தேவர் கோமான், தேவர் கோன், வானவர் தலைவன், விண்ணவர் தலைவன், அமரர் தலைவன், வானவன், இந்திரன், வானவர் பெருந்தகை, ஆயிரங்கண்ணோன் எனப் பல பெயர்களால் அழைக்கிறது. இப்பெயர் பெருக்கமே மணிமேகலை காலத்தில் இவன் பிரபலமாயிருந்ததற்கு அடையாளம்.

மொத்த இந்தியாவில் வடமொழிச் சார்புப் புராணங்களில் கூறப்பட்ட இந்திரன் தன்வயமாக மண்ணுக்குரிய கடவுளாக வழிபாடு பெற்றது தமிழகத்தில் மட்டும்தான். வேதங்களில் வீரனாகவும், மழை கொடுப்பவனாகவும் கூறப்படுவதன் சாயல் சங்கப் பாடல்களிலும் உண்டு. இவனை இந்திரவில் (புறநானூறு 20, அகநானூறு 84) விசும்பின் வில் (அகநானூறு 192) வானவில் (பரிபாடல் 18) எனக் கூறப்படுவதன் தொடர்ச்சிதான்.

சந்திரரே சூரியரே சாமி பகவானே
இந்திரரே இப்ப மழை பெய்ய வேண்டும்

என்பது நாட்டார் பாடல்.

16 முதல் 19ஆம் நூற்றாண்டுவரையுள்ள காலங்களில் மொழிபெயர்க்கப்பட்ட தமிழ்ப் புராணங்களில் இந்திரன் பல பெயர்களில் குறிக்கப்படுகிறான். அமராவதியோன், சதமகன், கோபதி, போகி, விண்முழுதானி, வாசவன் வானவன், கௌசிகன், வெள்ளைவாரணன், பொன்நகர் செல்வன், வேந்தன், சுவர்க்கன், சக்கிரன், புரந்தரன், சங்கிரந்தனன், பாகசாதனன், கநாசி, கனா சதீப், யுதிந்திரன், புரந்தரன் என 21 பெயர்களில் குறிக்கப்படு கிறான்.

இந்திரன் அட்டதிக் பாலகர்களில் ஒருவனாகவும் குறிக்கப் படுகிறான். இந்திரன், அக்கினி, யமன், நிருதி, வருணன், வாயு, குபேரன், ஈசானன் ஆகிய திக் பாலகர்களுக்குக் குறிப்பிட்ட திசை உண்டு. இந்திரனுக்குக் கிழக்குத் திசை.

வேத காலத்தில் பிரபலமான முக்கியக் கடவுளாக இந்திரன் இருந்தான். வேதங்களுக்குப் பிற்பட்ட புராணங்களில் பல்வேறு செயல்பாடுகளுக்கு உரியவனாகக் காட்டப்படு கிறான். இவனது உலகம் – இந்திரலோகம்; தேவர்களின் தலைநகரம் – அமராவதி; மலை – மந்திரமலை, ஆயுதம் – இடி, மாயவலை, வாகனம் வெள்ளை நிற ஐராவத யானையும், வெள்ளை நிற உச்சைஸ்ரவஸ் குதிரையும், கொடியில் இடி, திசை கிழக்கு, நட்சத்திரம் கேட்டை, தாவரம் பிரண்டை அல்லது முடக்கத்தான். இவன் எழுதியது ஐந்திரம் இலக்கணம், மனைவி இந்திராணி, ஆண்மக்கள் ஜெயந்தன், அர்சுனன், வாலி பெண் மகள் தெய்வயானை. இப்படியான விசயங்கள் தமிழ்ப் புராணங்கள் வழி பரவின.

இந்திரனின் சிற்பம் பற்றிய விரிவான விவரணத்தை டி.எ. கோபிநாத ராவ் தருகிறார். இந்திரன் நான்கு கைகள் உடையவன். இரண்டு கைகளை உடைய சிற்பங்களும் உண்டு. நின்ற – அமர்ந்த கோலச் சிற்பங்களும் காணப்படுகின்றன.

வெள்ளை யானை மேல் இந்திரன் அமர்ந்திருப்பான். இந்த யானைக்கு நான்கு தந்தங்கள்.

இந்திரனின் வலது கை சக்தி ஆயுதத்தையும் இடது கை அங்குசத்தையும் வைத்திருக்கும். இன்னொரு இடது கை இந்திராணியின் இடுப்பிலும் இன்னொரு வலது கை உத்பலா மலரையும் ஏந்தியிருக்கும். இந்திராணி இடதுபுறம் இருப்பாள். பேரழகியாகக் காட்டப்பட்டிருப்பாள். இருபுறமும் கந்தர்வப் பெண்கள் வெஞ்சாமரை வீசுவர்.

இந்திரனின் வேறு வகைச் சிற்பங்களும் உண்டு. வஜ்ராயுதம், அங்குசம், நீலோற்பலம் ஆகியனவும் இருக்கும். ஒரு கை இந்திராணியை அணைத்திருக்கும். நீலோற்பல மலருக்குப் பதில் தாமரை மலர் இருப்பதும் உண்டு. முன் இடது வலது கரங்கள் அபய வரத முத்திரையுடனும், பின் கைகள் அங்குசமும் வஜ்ராயுதமும் தாங்கியும் இருக்கும். நான்கு கைகளுடன் பத்மபீடத்தில் இருப்பதுமுண்டு. ஒரு கையில் அக்கமாலை தாங்கிய சிற்பமும் உண்டு.

சிவனுக்கு இருப்பதைப் போல் நெற்றிக்கண் உள்ள சிற்பமும் உண்டு. ஜடாமகுடம், யக்ஞோபவீதத்துடனும் இருப்பான். பொதுவாக இந்திரன் வெண்ணிறத்தவனாய்க் காட்டப்படு வான். இந்திராணி பொன்னிறத்தவள். இரண்டு கைகள். இடது கையில் மலர் இருக்கும்.

இந்திரனின் ஆயுதங்களில் வஜ்ராயுதம் முக்கியமானது. இதற்குப் புராணப் பின்னணி உண்டு. இந்திரன் தேவாசுரப் போரில் ததீசி முனிவரிடமிருந்து வஜ்ராயுதத்தைப் பெற்றான். அந்த முனிவரின் முதுகெலும்பு அந்த ஆயுதம் என்பது புராணம்.

ததீசி முனிவர் வேதகால ரிஷி. இவரைப் பற்றிய புராணத்தை திருமலைநாதர் என்பவர் தமிழில் மொழிபெயர்த் திருக்கிறார். காலம் 16ஆம் நூற்றாண்டு. இதில் வஜ்ராயுதத்தை இந்திரன் பெற்ற வரலாறு விரிவாக வருகிறது. இந்தியாவின் பெரிய விருதான பரம்வீர் சக்ராவில் ததீசி முனிவரின் முதுகெலும்புப் படம் உள்ளது. அதாவது இந்திரனின் ஆயுதம் இதில் வரையப்பட்டுள்ளது.

இந்திரன் வழிபட்டுப் பாவம் தீர்த்த தலங்கள் தமிழகத்தில் சில உள்ளன. நாகப்பட்டினம், மயிலாடுதுறையின் அருகே உள்ள சக்திபுரீஸ்வரர் கோவில், கருங்குயில் நாதன் பேட்டை இந்திரனின் பெயரால் அழைக்கப்படுகிறது. தட்சனின் யாகத்தை வீரபத்திரன் அழிக்க வந்தபோது இந்திரன் கருங்குயிலாக ஓடினான் என்பது தலபுராணம்.

தமிழகக் கடவுள்களில் சங்க காலத்தில் பேசப்பட்டவை வழிபாடு பெற்றவை, பல்லவர் காலத்தில் அடையாளம் இல்லாமல் ஆகிவிட்டவை உண்டு. வருணன், இந்திரன், பலராமன் எனச் சிலவற்றில் இவற்றில் இந்திரன் முழுவதுமாக மறைக்கப் பட்டதற்கு இத்தெய்வம் பற்றிய தொன்மங்களும் முக்கியக் காரணம்.

வேதகாலத்தில் மதிப்பிற்குரியவனாக இருந்த இந்திரன் கி.பி. எட்டாம் நூற்றாண்டிற்குள் கிருஷ்ணனின் எதிரியாகச் சித்திரிக்கும் கதைகளுக்கும் உரியவனாகிவிட்டான். தமிழகத்தில் மணிமேகலை காப்பியம் உருவாகும் முன்பே இக்கதைகள் பரவிவிட்டன.

தமிழக வரலாற்றின் ஆரம்ப காலத்தில் இந்திரன் நீர்த் தெய்வமாக மழையுடன் பிணைக்கப்பட்டுப் பேசப்படுகிறான். இதனால் இவன் உழவர்களால் வணங்கப்பட்டான். மருதநிலக் கடவுளாக வயலும் வயல் சார்ந்த இடங்களின் தெய்வமாக அடையாளப்படுத்தப்பட்டான்.

14

சிற்ப நூல்களில் இந்திரனின் வடிவம்

பிரகத் சம்ஹிதா, விஷ்ணு தருமோத்திரம் உட்பட பல நூல்களும் இந்திரனைத் திக் பாலகர்களில் முதல்வனாகக் கூறுகின்றன. திக்பாலகர்கள் இந்திரன் (கிழக்கு நோக்கி), வருணன் (மேற்கு), குபேரன் (வடக்கு), எமன் (தெற்கு), அக்னி (தென்கிழக்கு), நிருதி (தென்மேற்கு), வாயு (வடமேற்கு), ஈசானன் (வட கிழக்கு) ஆகியோராவர்.

மத்தியகாலக் கோவில்களில் சுற்று மண்டபங்களில் திக்பாலகர்களுக்கு இடம் கொடுக்கப்பட்டது. சாளுக்கியர் நுளம்பர் ஆட்சிக் காலத்தில் நவக்கிரக வழிபாடு பெருகியபோது திக்பாலகர்களின் உருவங்களும் மண்டபத் தூண்களில் இடம்பெற ஆரம்பித்தன.

விஜயநகரப் பேரரசு, தமிழகத்தில் கால் ஊன்றியபோது திக்பாலகர்களின் உருவங்கள் கோவில் தூண்களில் அலங்கரிக்க ஆரம்பித்தன. எட்டுத் திசை பாலகர்களில் இந்திரன் விமானத்திலும் கோபுரத்திலும் இடம்பெற ஆரம்பித்தான். விமானத்தில் இந்திரன் கிழக்கு நோக்கி இருக்க வேண்டும் என்பது சாத்திரம். தமிழகத்தில் மட்டுமல்ல வட இந்தியக் கோயில்களில் குறிப்பாக ஒரிசா மாநிலக் கோவில் விமானங்களிலும் இந்திரன் இடம் பெற்றான்.

இந்திரனைப் பற்றிய தகவல்கள் காவியங்களிலும் புராணங்களிலும் மட்டுமல்ல சிற்பச் செந்நூல்களிலும் வருகின்றன. சதபதப் பிரமாணம் என்ற நூல் 'இந்தா' என்னும் சொல்லிலிருந்து 'இந்திரன்' என்னும் பெயர் உருவானது என்று கூறும். இவன் வேதகாலக் கடவுள். ரிக் வேதம் இவனைப் பற்றிச் சொல்லும் விஷயங்கள் முக்கியமானவை. இவன் தோற்றத்திற்கு அப்பாற்பட்டவன்; தோற்றுவிக்கப் பட்டவன் அல்லன்; எதிரிகளே இல்லாதவன்.

தைத்திய சம்ஹிதை, விஷ்ணுவையும் யக்ஞ புருஷர் களையும் இந்திரன் எதிர்த்தான் எனக் கூறும். சாகரன், மகேந்திரன், பருகுதா, சகஸ்ர ரட்சகன் என்னும் பெயர்களாலும் இந்திரன் அழைக்கப்பட்டான். இவன் சுரேஷா, அமராபதி தேவராஜன் என்னும் பெயர்களிலும் அழைக்கப்பட்டதை மிகப் பழைய நூல்கள் கூறுகின்றன.

இந்திரனின் வடிவம், ஆயுதம், நிறம் தொடர்பான செய்திகள் சிற்ப நூல்களில் வருகின்றன. புராணங்களிலும் காவியங் களிலும் வருகின்றன. ஆனால் இவற்றிற்கிடையே கொஞ்சம் மாறுபாடு உண்டு.

இந்திரனின் கையில் வஜ்ராயுதம் இருக்கும்; இவனது வாகனம் ஐராவதம் என்னும் பெயருடைய வெள்ளையானை. இவன் மனைவி இந்திராணி என்ற சசி. இந்தச் செய்திகளில் மாற்றமில்லை. இந்திரனின் வடிவம், கைகள் காட்டும் முத்திரை ஆகியவை குறித்துச் சிற்ப நூல்களில் விரிவான விளக்கங்கள் உள்ளன. விளக்கங்களுக்கு மாறுபட்ட அமைப்புடன்கூடிய சிற்பங்கள் கோவில்களில் உள்ளன. இந்த மாறுபாடு காலம்தோறும் உருவாகிறது. இந்திரனைப் பற்றிய செய்திகள் பண்பாட்டு ரீதியான காரணங்களால் கூடவோ குறையவோ மாறவோ செய்திருக்கின்றன.

இந்திரனின் வாகனமான ஐராவதம் என்ற யானை வெள்ளை நிறமுடையது. பக்கத்துக்கு ஒன்றாக இரண்டு தந்தங்கள் வீதம் நான்கு தந்தங்களை உடையது. தேவர்களும் அசுரர்களும் அமுதம் வேண்டிப் பாற்கடலைக் கடைந்தபோது ஐராவதம் யானை வெளிப்பட்டது என்பது புராணம். அப்போது இந்திரன் அதைத் தனக்குச் சொந்த வாகனமாக எடுத்துக் கொண்டான்.

இவன் கையிலுள்ள வஜ்ராயுதம் மிகுந்த சக்தி வாய்ந்தது. இது உருவான வரலாறு குறித்து விஷ்ணுதர்மோத்திரம்

என்ற நூல் கூறும். இந்திரன் ஒருமுறை அசுரன் ஒருவனை எதிர்ப்பதற்கு ஆயுதம் இல்லாமல் தவித்தான். அப்போது ததீசி என்ற முனிவர் தன் விலா எலும்பை ஒடித்து வஜ்ராயுதமாக உருவாக்கி இந்திரன் கையில் கொடுத்தார் என்று ஒரு கதை உண்டு.

தேவி மஹாத்மியம் என்ற நூல் இந்திரனின் மனைவியான இந்திராணி யானை வாகனத்தை உடையவள், இவளது கையில் தாமரை மலர் இருக்கும் என்று கூறுகிறது. இதே நூல் இந்திரனுக்கு நான்கு கைகள்; மேல் கைகளில் வஜ்ராயுதம், சக்தி ஆயுதம் இருக்குமென்று கூறுகிறது. அத்துடன் கீழ் கைகள் அபய, வரத முத்திரை காட்டுமென்றும் தலையில் கிரீட மகுடம் உடைய அவன் கற்பக மரத்தின்கீழ் இருப்பான் என்று கூறுவதுடன் அவன் நிறம் சிவப்பு என்றும் அவனது கொடியில் யானைப் படம் இருக்குமென்றும் கூறுகிறது.

விஷ்ணு தர்மோத்திர என்ற நூல் இவ்வாறு கூறுகிறது: இந்திரன் 1000 கண்களை உடையவன்; 6 கைகள் கொண்டவன்; இரண்டு கைகள் அபய வரத முத்திரை காட்டுவன. பிற இரண்டு கைகளில் வஜ்ராயுதம், சக்தி ஆயுதம் இருக்கும்; எஞ்சிய இரண்டு கைகளில் ஒன்றில் பாத்திரமும் இன்னொன்றில் தாமரை மலரும் இருக்கும்.

காசிப சில்ப சாஸ்திரம் என்ற நூல் இவன் நான்கு கைகள் கொண்டவன், இரண்டு கைகளில் அங்குசமும் சக்தி ஆயுதமும் இருக்கும், இரண்டு கைகள் அபய, வரத முத்திரை காட்டுவன என்று கூறும்.

ரூபகமஞ்சரி என்ற நூல் இந்திரனின் ஒரு கையில் சக்தி ஆயுதத்துக்குப் பதில் சூலம் இருக்கும் என்றும், **சில்பரத்தினம்** என்ற நூல் இவன் கையில் சங்கு இருக்கும் என்றும் குறிப்பிடுகின்றன.

பிரஹத் சம்ஹிதை என்ற நூல் இந்திரனுக்குச் சிவனைப் போல மூன்று கண்கள் உண்டு என்றும், இவன் வெள்ளை நிறம் உடையவன் என்றும் கூறும்.

மத்சயப் புராணம் இவனுக்கு இரண்டு கைகள் உண்டென்றும் ஒரு கையில் வஜ்ராயுதமும் இன்னொரு கையில் குவளைமலரும் இருக்குமென்றும் இவன் சியாமள நிறம் உடையவன் என்றும் கூறும். இதே நூலில் வேறு ஒரு இடத்தில் இந்திரன் சக்தி ஆயுதமும் அங்குசமும் ஏந்தியவன், யானையின் மேல் பகுதியே இவனது ஆசனம் என்று கூறி, கீர்த்தி மகுடம் உடையவன் என்றும் கூறும்.

சாளுக்கியர் காலத்திலேயே இந்திரனின் சிற்பங்கள் கோவில்களில் செதுக்கப்படும் நிலை உருவாகிவிட்டது. சாளுக்கியரின் ராமலிங்கேஸ்வரர் கோவிலில் (கர்நாடகம்) இருக்கும் இந்திரன் வஜ்ராயுதம், பத்மம், சங்கு, ஏந்தி அபயமுத்திரை காட்டுகிறான். கிழக்குச் சாளுக்கியர் காலத்தில் இந்திரன் பேரழகு உடையவனாகச் செதுக்கப்பட்டுள்ளான் (கோலிங்கேஸ்வரர் கோவில்). இந்த இந்திரன் சமபங்கக் கோலத்துடன் இருக்கிறான். வலது கையில் வஜ்ராயுதம் இடது கை கத்யவலம்பிகாவாக உள்ளது.

எல்லோரா கைலாச நாதர் கோயில் குகையில் திக் பாலகர் களின் ஓவியங்கள் உள்ளன. இந்திரன் இந்திராணியுடன் யானை மேல் அமர்ந்து இருக்கிறான். கர்நாடகா பீமேஸ்வரர் கோவிலில் இரண்டு கைகளையுடைய இந்திரன் சிற்பம் உள்ளது.

தமிழகத்தில் சோழர் காலத்துக்கு முன்பே இந்திரனின் சிற்பங்கள் கோவில்களில் அமைக்கும் சூழல் உருவாகிவிட்டது. பிற்காலச் சோழர் கலத்துச் சிதம்பரம் கோவிலில் இந்திரனின் சிற்பங்கள் பெருமளவில் உள்ளன. இங்கு இந்திரன் அங்குசம் வஜ்ராயுதம் ஏந்தியிருக்கிறான். அபய வரத முத்திரை காட்டு கிறான். இந்திரனின் இரண்டு பக்கங்களிலும் வெண்சாமரம் வீசும் கந்தர்வப் பெண்கள் உள்ளனர்.

விஜயநகரக் காலத்து ஸ்ரீசைலம் (மல்லிகார்ஜுனா கோவில்) லேபாட்சி கோவில்களில் இந்திரன் திக்பாலகர்களில் ஒருவனாய் இருக்கிறான். லேபாட்சி கோவில் கல்யாண மண்டபத்தில் இந்திரனுக்கு ஆளுயரச் சிற்பம் உள்ளது. சமபங்கக் கோலத்தில் அபய வரத முத்திரையுடன் வஜ்ராயுதத்துடன் இருக்கிறான். இதில் இந்திரனுக்கு மூன்று கண்கள் உள்ளன. காளகஸ்தி காலேஸ்வரர் கோவில் கல்யாண மண்டபத்தில் இந்திரனுக்கு ஆளுயரச் சிற்பம் உள்ளது. வட இந்தியாவில் மதுரா, சாஞ்சி, புவனேஸ்வர் எனச் சில இடங்களில் ஆளுயரச் சிற்பங்கள் உள்ளன.

மகாபாரதக் கதைப்படி இந்திரனின் மகன் அர்ஜுனன். இக்காவியத்தில் இந்திரன் ஒரு கதாபாத்திரமாக வருகிறான். பாகவதக் கதையின்படி இந்திரன் செழிப்பின் கடவுள்; மழைக் கடவுள்; யாதவ மக்கள் இவனுக்கு வழிபாடு செய்வதை கிருஷ்ணன் மறுக்கிறான். இதனால் இந்திரன் ஆயர்பாடியில் பெரும் மழையைப் பொழிவிக்கிறான். கோகுலத்து மக்களைக் காப்பாற்றுவதற்கு விஷ்ணு கோவர்த்தனகிரியைக் குடையாகப் பிடிக்கிறான்.

இந்திரன் கிருஷ்ணன், மோதல் பற்றிக் கல்வெட்டியல், சிற்பவியல் அறிஞர் கோபிநாத ராவ், "இந்தக் கதை தொன்மமாக இருந்தாலும் ஒரு பண்பாட்டு வரலாறு வெளிப்படுகிறது. கி.பி.7 –10ஆம் நூற்றாண்டுகளில் இந்திரனுக்கு எதிரான கூட்டம் உருவாகியிருக்கிறது. கிருஷ்ண வழிபாட்டைப் பரவல் ஆக்குவதற்கு இந்திரனைப் பழிக்கும் கதைகள் உருவாக்கப்பட்டிருக்க வேண்டும்" என்று கூறுகிறார்.

சங்ககாலத்துப் பரிபாடல் என்னும் நூலின் காலத்திலேயே இந்திரன்மேல் பழிசுமத்தும் கதைகள் உருவாகிவிட்டன. மணிமேகலையில் இதற்கு வேறு வகையான சான்றுகள் உள்ளன.

15

இந்திரன் தொடர்பான நாட்டார் கதை

புகழேந்திப் புலவரின் பெயரில் 16க்கும் மேல் அம்மானைப் பாடல்கள் உள்ளன. அவற்றில் ஒன்று சித்ரகுப்த நயினார் கதை. இது நீண்ட அம்மானை வடிவில் ஆனது. இதன் முதல் பதிப்பு 19ஆம் நூற்றாண்டின் இறுதியில் வந்துவிட்டது. இந்த அம்மானையில் இந்திரனைப் பற்றிய கதை வருகிறது. இங்கு இந்திரன் சைவ மதச் சார்புடன் விவசாயத்திற்கு அடிப்படை உயிரினமான பசுவின் மைந்தனாகக் காட்டப்படுகிறான்.

தமிழகத்தில் சித்திரை மாதம் சித்திரை நட்சத்திரத்தில் சித்ரகுப்தனுக்கு நோன்பு நோற்பது என்ற வழக்கம் இப்போதும் நடைமுறையில் உள்ளது. மரண தேவனான எமனின் உதவியாள் சித்ரகுப்தன் எனப்படுவான். இவன் உயிர்களின் பாவ புண்ணியங்களைப் பதிவு செய்பவன். சிவன் வரைந்த ஓவியத்திலிருந்து எழுந்து வந்தவன். மார்க்கண்டேயன் கதையுடன் தொடர்புடையவன்.

அகலிகை – கௌதமர் கதையில் இவன் பசுவின் புத்திரனாகக் காட்டப்படுகிறான். இந்திரன் தன் பாவத்தைப் போக்க மதுரைக்கு வருகிறான். மதுரையை மையமாகக் கொண்டு இந்திரன் பற்றிய சில கதைகள் வழக்கில் உள்ளன.

சித்திரபுத்திரர் நைனார் நோன்பு இப்போதும் நடைமுறையில் உள்ளது. இந்தச் சடங்கின்போது வீட்டின் பெரிய அறையில் குத்துவிளக்கு ஏற்றி அதன் முன் வெற்றிலை, பாக்கு, பழம் வைத்துப் பனை ஓலை ஏட்டில் எழுதப்பட்ட சித்ரகுப்தன் அம்மானையை வழிபடுவர். பின்னர் இந்த அம்மானையின் கதையை ஒருவர் படிக்க மற்றவர்கள் கேட்பார்கள். இதைப் படிப்பவருக்குத் தட்சணையும் கொடுப்பார்கள். நைனார் நோன்புச் சடங்கு அன்று சாப்பாட்டில் அகத்திக்கீரையைக் கட்டாயம் சேர்க்க வேண்டும்.

காஞ்சிபுரம் கைலாசநாதர் கோவிலில் சித்ரகுப்தனின் செப்புப் படிமம் உள்ளது. இங்கே இவன் ஓலைச்சுவடியைக் கையில் வைத்திருக்கிறான். இந்தப் படிமத்தை இந்திரனாகவும் கொள்ளுகின்றனர்.

பார்வதியும் சிவனும் கைலாயத்தில் வீற்றிருக்கும்போது சிவன் பார்வதியைப் பார்த்து, "இப்போது சுவர்க்க உலகத்தில் பாவ புண்ணிய கணக்கை எழுதுவதற்கு ஆள் இல்லை; நம்முடைய மக்கள் இரண்டு பேர் இருந்தும் பலனில்லை; அவர்கள் எப்போதாவது நம்மைப் பார்க்க வருகிறார்கள்; நாம் ஒரு மகனை உற்பத்தி செய்யலாமா" என்று கேட்டான். பார்வதியும் அதற்கு மகிழ்ச்சியோடு இணங்கினாள்.

சிவன் பார்வதியிடம் தங்கத்தினால் ஒரு பலகை கொண்டு வரச்சொன்னான். அதில் தன்னைப் போலவே ஒரு சித்திரத்தை வரைந்தான். பின்னர் பார்வதியிடம் இந்தச் சித்திரத்தைப் பார்த்து, குழந்தையே வா என்று கூப்பிடு என்றான். அவளும் அப்படியே அழைத்தாள். உடனே தங்கப்பலகையில் இருந்து ஒரு குழந்தை வந்தான். அவனுக்குச் சித்ரகுப்தன் எனப் பெயரிட்டான் சிவன். பார்வதி அவனை மடியில் வைத்துச் சீராட்டினாள். பரமசிவன் அவனுக்கு இறப்பவர் பிறப்பவர் கணக்குகளை எழுத வேண்டிய முறையைக் கற்பித்தான்.

சித்ரகுப்தன் இப்படியாகத் தன்னுடைய தொழிலைச் செய்துகொண்டிருந்தான். இந்த நேரத்தில் இந்திரனும் இந்திராணியும் தங்களுக்குப் பல ஆண்டுகளாகக் குழந்தை இல்லையென்றும் தங்கள் வம்சம் தழைக்க ஒரு குழந்தை வேண்டுமென்றும் சிவனிடம் சொன்னார்கள். பரமசிவன் சுவர்க்கத்தில் இருந்த காமதேனுவைப் பார்த்து நீ ஒரு பசுங்கன்றாக மாறி இந்திரனின் வீட்டுக்குச் செல்வாய் என்று கூறினான்.

காமதேனு பசுவின் கன்றாக இந்திரன் வீட்டிற்குச் சென்றது. இந்திராணி அதைத் தன் குழந்தையாக எண்ணி வளர்த்தாள். அந்தக் கன்று பசுவாக வளர்ந்தபோது அதுவும் மலடாகவே இருந்ததைக் கண்டாள். இந்திராணிக்கு வருத்தம் தாங்கவில்லை. மீண்டும் பரமசிவனிடம் சென்றாள். தன் வளர்ப்புப் பசுவுக்குக் குழந்தை கிடையாதா என்று கேட்டாள்.

பரமசிவன் சித்ரகுப்தனிடம், "இவள் பசுவுக்குக் குழந்தைபாக்கியம் உண்டுமா என்று பார்த்துச் சொல்" என்றார். அவனும் தன் பேரேட்டைத் திருப்பிப் பார்த்தான். "இந்தப் பசுவுக்கு நானே குழந்தையாகப் பிறக்க வேண்டும்" என்பது விதி பெருமானே. நான் இதற்குக் குழந்தையாகப் பிறக்கிறேன் என்று சொன்னான். பரமசிவனும் "சரி அப்படியே செய். உன்னுடைய வேலையைத் தற்சமயம் திருமாலிடம் ஒப்படைத்து விட்டுப் போ" என்று சொன்னான். சித்ரகுப்தன் அப்படியே செய்தான்.

இந்திரனின் காமதேனு பசு மேய்ந்த தோட்டத்திற்குச் சென்றான் சித்ரகுப்தன். அங்கே உள்ள பொய்கையில் தாமரை மலராகக் கிடந்தான். ஒருநாள் இந்திரனின் பசு அங்கே நீர் குடிக்க வந்தது. தண்ணீரைக் குடித்த பசு தாமரை மலரையும் தின்றுவிட்டது. கொஞ்ச நாளில் அது கர்ப்பம் அடைந்தது. அதன் அடையாளத்தைக் கண்ட இந்திராணி மகிழ்ச்சியடைந்தாள். அவள் கண்ட கனவு பலித்தது.

பசுவுக்கு ஆண் குழந்தை பிறந்தது. அதை மார்போடு அணைத்துக்கொண்டாள். அந்த நேரத்தில் குழந்தையின் தாய் காமதேனு தன் காலால் குழந்தையை மிதித்துவிட்டது. அதனால் கோபம்கொண்ட இந்திராணி பசுவைக் கம்பால் அடித்துத் துரத்தினாள். பசுவும் தனக்கு விமோசனம் கிடைத்துவிட்டது என்று எண்ணி வான் உலகத்துக்குச் சென்றுவிட்டது. பரமசிவனிடம் தன் கடமை முடிந்தது, வந்து விட்டேன் என்றது.

இந்திராணி குழந்தைக்குப் பால் கொடுக்கப் பசுவைத் தேடினாள்; காணவில்லை. வேறுவழியின்றி வேறு ஒரு காராம்பசுவின் பாலைக் குழந்தைக்குக் கொடுத்தாள். குழந்தை வளர்ந்தது. அந்தக் குழந்தை இயல்பாகவே பல புத்தகங்களைப் படித்தவன் போல் நடந்து கொண்டது. அதன் முகத்திலிருந்து அறிவொளி வீசியது. இந்திரன் "இந்தக் குழந்தை ஈசனின் அருளால் வந்தது; அதனால் அதன் போக்கில் விட்டுவிட வேண்டும்" என்று நினைத்துக்கொண்டான். ஒரு முறை அந்தக் குழந்தை பரமசிவனைப் பார்க்கப் போகிறேன் என்று இந்திரனிடம் சொல்லிவிட்டுச் சென்றது.

இந்திரன் பரமசிவனிடம் என் புத்திரன் என்னைத் தவிக்க விட்டு வந்து விட்டானே என்று சொல்லி அழுதான். அதற்குப் பரமசிவன் இந்தச் சித்ரகுப்தன் என் புதல்வன்; எமனிடம் கணக்கு எழுத என்னால் படைக்கப்பட்டவன்; பாவ புண்ணியம் செய்தவர்களின் தண்டனையை நிறைவேற்றும் சக்தி படைத்தவன். ஆகவே உன் கவலையை விடு; எனக்கு அவன் மகனாகவே இருப்பான். அவனைப் பார்ப்பதற்கு நீ எப்போது வேண்டுமானாலும் இங்கு வரலாம் என்று சொன்னான்.

இந்திரனும் இந்திராணியும் தனது மகனான சித்ரகுப்தனைப் பார்த்து, "மகனே நாங்கள் உன்னைப் பார்க்க எப்போது வரவேண்டும்," என்று கேட்டார்கள். "சித்திரை மாதத்தில் சித்திரை நட்சத்திரத்தில் எனக்கு விவசாய மக்கள் விழா கொண்டாடுவார்கள். அப்போது உங்களையும் மக்கள் நினைப்பார்கள். அந்த விழாவில் உங்களைப் பார்ப்பதற்கு நான் வருவேன்" என்று சொன்னான்.

இப்படியான ஒரு கதை தென் மாவட்டங்களில் வழங்குகிறது.

16

சாஸ்தாவின் படிமங்கள்

சோழ நாட்டுப் பிடவூர் கிழார் பற்றி மதுரை நக்கீரனார் பாடிய பாடல் புறநானூற்றில் உள்ளது (394). இங்கு குறிப்பிடப்படும் பிடவூர் தஞ்சாவூர் மாவட்டம் திருப்பிடவூர் என்னும் கிராமமாகும் என்று கூறுகின்றனர். இங்குள்ள கோவில் அய்யனாருக்குரியது; இவர் பெரியசாமி எனவும் படுகிறார். இந்தக் கற்கோவிலைப் பெரியபுராணம் ஆசிரியர் சேக்கிழார் குறிப்பிடுகின்றார் என்று ஒரு கருத்து உண்டு. சாஸ்தா கையிலே ஏட்டுச் சுவடியை ஏந்திப் பூரணா புஷ்கலாவுடன் இருக்கின்றார். இதுபோன்று சாஸ்தாவின் பழமைக்கு நிறைய எடுத்துக்காட்டுகளைக் கூறுகின்றனர். தமிழகத்தில் மிகப் பழைய தெய்வம் சாஸ்தா என்று ஒரு கருத்து நிலவுகிறது.

சாஸ்தாவின் உருவம் பற்றிப் பல்வேறு கருத்துகள் உள்ளன. நடைமுறை வழிபாட்டின்படி சாஸ்தாவின் படிமம் உள்ளது. ஆகம முறைப்படி இதற்குப் பல்வேறு விளக்கங்கள் கூறுகின்றனர். இது குறித்து அம்சுமத்பேத ஆகமம், சுப்ரபேத ஆகமம், காரண ஆகமம் ஆகிய மூன்று சிற்பச் சாத்திரங்களும் குறிப்பிடுகின்றன என்கிறார் தொல்லியல் அறிஞர் டி.எ. கோபிநாத ராவ்.

பொதுவாக சாஸ்தாவின் படிமம் மஞ்சள் நிறத்தில் அமைந்திருக்க வேண்டும். இவரது முகம் தாண்டவ அமைதியில் இருக்கும்; மூன்று கண்கள்,

நான்கு கைகள் என இருப்பார்; முன் கைகள் இரண்டும் அபய வரத முத்திரை காட்டும். பின் இரண்டு கைகளிலும் கட்கம், கேடயம் என்னும் ஆயுதங்கள் இருக்கும். இந்த சாஸ்தா பத்மாசனத்தில் அமர்ந்த கோலத்தில் இருப்பார்.

இன்னொரு சாஸ்தா வடிவம் உண்டு. இவருக்கு இரண்டு கைகள்; வலது கையில் செண்டு ஆயுதம். இன்னொரு கையில் பழம், இலைகள். இவர் இருண்ட நிறத்தில் இருப்பார். மார்பில் யக்ஞோபவீதம். இவர் தன் கழுத்தில் பலவிதமான அணிகள் அணிந்திருப்பார். இவரது உடலமைப்பு பூதங்களைப் போல் காட்சியளிக்கும். சில சமயம் கழுத்தில் தொங்கும் மாலையில் ஒரு மணி தொங்கிக்கொண்டிருக்கும். இவர் தலைமுடி கருப்பாக இருக்கும்.

சாஸ்தா இரண்டு கால்களை மடக்கி யோகாசனத்தில் இருப்பார் என்று சுப்ர பேத ஆகமம் கூறும். இந்த ஆகமப்படி இவரது மார்பில் யக்ஞோபவீதம் தவழும். இரண்டு கைகள், இரண்டு கண்கள் என அமைந்திருப்பார். ஒரு கையில் செண்டு ஆயுதம், இன்னொரு கையில் இலைகளும் பழங்களும் இருக்க வேண்டும்

காரண ஆகமம் சாஸ்தாவிற்கு என்று ஒரு தனி வடிவத்தைக் கூறுகின்றது. இவர் பீடத்தில் இருப்பார். இருண்ட வடிவம், இரண்டு கைகள், பிற அமைப்புகள் எல்லாம் முன்பு கூறப்பட்டவை போல் இருக்கும். சாஸ்தாவிற்கு இன்னொரு வடிவம் உண்டு. இடது கை மடியின் மேல் இருக்கும். பவுத்த போதி சத்துவரின் கையில் இருக்கும் வஜ்ரதண்டம் என்னும் ஆயுதம் வலது கையில் இருக்கும். இவர் நீல நிறத் தலை முடியும் விரிந்த சடை முடியும் உடையவர்.

ஆர்யா என அழைக்கப்படும் சாஸ்தா யோகாசனத்தில் யோகியாகவும் இருப்பார். இதுபோன்ற சாஸ்தா வடிவம் வீராசனம் அல்லது சுகாசனத்தில் இருப்பதுண்டு. ஐயப்பன், சாஸ்தா, அய்யனார், ஆர்யா என்னும் பெயர்களில் அழைக்கப் படும் வடிவங்கள் சற்று மாறுபட்டிருக்கும்.

ஐயப்பன் ஒரு பிரம்மச்சாரி. யோக நிலையில் குத்துக் காலிட்டு அமர்ந்து தவம்செய்துகொண்டிருப்பார். சாஸ்தா, பூரண புஷ்கலை இருபுறமும் இருக்கப் பரிவாரத் தெய்வங் களுடன் இருப்பார். எங்கேயிருந்தாலும் இடது காலை மடித்து வலது காலைத் தொங்கவிட்டிருப்பது வழக்கம். ஐயப்பன் இரண்டு கால்களையும் மடித்து முழங்கால் மேலே தூக்கியபடி இருப்பார்.

சாஸ்தாவின் அடையாளம் நாய், ஆடு, கோழி ஆகியன என்று ஒரு ஆகமம் கூறும். இருபுறமும் இவரது மனைவிகள் இருப்பது வழக்கம். இவரது வாகனம் யானை அல்லது குதிரை. கொடியிலே கோழி இருக்கும். சில படிமங்களின் இரண்டு புறமும் மாடனா, வர்ணகி என்னும் இரண்டு மனைவிகள் இருப்பார்கள். இந்தப் பெண் உருவங்களின் மார்பகங்கள் பெரிதாகக் காட்டப்பட்டிருக்கும். இந்த சாஸ்தா அழகற்ற தோற்றம் உடையவராய் இருப்பார்.

கேரளம் சாத்தான்கோட்டை கோவிலில் உள்ள சாஸ்தாவின் செப்புப் படிமமானது நின்ற கோலமாய் உள்ளது. இவர் வில் அம்பு ஆயுதங்கள் தாங்கியவர். அழகிய அணிகலன்கள் அணிந்திருப்பார். இரண்டு புறமும் பூரணை, புஷ்கலைகள் நின்ற கோலத்தில் உள்ளனர். இவர்கள் பத்மம், நீலோத்பல மலர்களை ஏந்தியுள்ளனர்.

தஞ்சை மாவட்டம் திருப்பறையூர் சிவன் கோவிலிலுள்ள சாஸ்தா செப்புப் படிமமாய் இருக்கிறார். இவர் யானையின் மேல் வீராசனத்துடன் இரண்டு கைகள் கொண்டவராய் உள்ளார். ஒரு கையில் செண்டு ஆயுதம் உள்ளது. இன்னொரு கை கடக முத்திரை காட்டுகிறது. இவர் விரிசடை உடையவர். சென்னை அருங்காட்சியகத்தில் உள்ள சாஸ்தா யோகப் பட்டத்துடன் இருக்கிறார். இவர் சின் முத்திரை காட்டுகிறார். பெரும்பாலும் இந்த உருவம் சோழர் காலச் சிற்பமாக இருக்கலாம் என்கின்றார் கோபிநாதராவ்.

தமிழகத்தில் தென்மாவட்டங்களில் கிராமத்துத் தெய்வங்களில் அய்யனார் பிரபலமானவராக இருக்கிறார். இவர் ஊர்த் தெய்வம் மட்டுமல்லர்; குடும்பத் தெய்வமாகவும் உள்ளார். சாஸ்தாவையும் அய்யனாரையும் ஒரே தெய்வமாகக் கூறும் வாய்மொழி மரபு 19ஆம் நூற்றாண்டுக்கு முன்பே ஆரம்பித்துவிட்டது. இதுகுறித்து சாஸ்தா கதை என்னும் அரிஹரபுத்திரர் கதை என்ற ஒரு வில்லுப்பாட்டு உண்டு (கு. ஆறுமுகம்பெருமாள் நாடார் 1962).

அய்யனார் மாசி மாதம் தேய்ப்பிறையில் அமாவாசைக்கு முந்தின நாள் பிறந்தார் என்பது ஐதீகம். அய்யனார் அல்லது சாஸ்தா என்னும் தெய்வம் நீர் நிலைகளுடன் அல்லது சுனை யுடன் தொடர்புடையது. இது தமிழகத்திற்கு மிகவும் பொருந்தி வருகிறது. அய்யனார் பெருமளவில் நாட்டார்த் தன்மையுடன் வழிபாடு சார்ந்த தொடர்புடையவராய் இருக்கிறார்.

இவருக்குத் துணைத் தெய்வங்களாக இருளப்பன், கருப்பண்ணசாமி, ராக்காயி, நீலி, செல்லி, கருப்பாயி என்பவர்கள்

இருக்கிறார்கள். சப்த கன்னிகைகள் பரிவாரத் தெய்வங்கங்களாகவும் இருப்பதுண்டு. இவை வைதீக மரபுசார்ந்த தெய்வங்கள் அல்ல. இந்த ஏழு பெண் தெய்வங்களின் பெயர்கள் இடத்துக்கு இடம் மாறிக்கொண்டே இருக்கும்.

அய்யனார் கோவில்களில் சைவமும் அசைவமும் என இரண்டும் படைக்கப்படுகிறது. துணைத் தெய்வங்கள் முழுக்கவும் நாட்டார் வழிபாடு சார்ந்தவை. இதனால் அய்யனார் நாட்டார்த் தெய்வமாகவும் பெரும்பாலான கோவில்களில் இருக்கின்றார். துணைத் தெய்வங்களுக்கு அசைவப் படைப்பு போடும்போது அய்யனார் இருக்கும் அறையைத் துணியால் மறைத்துவிடுவார்கள்.

தென்மாவட்ட அய்யனார் கோவில்களில் குலாலர் அல்லது வேளாளர் ஜாதியினர் பூசை செய்வதுண்டு. இந்தத் தெய்வத்திற்குரிய சுடுமண் சிற்பங்களைச் செய்வதும் அதற்குச் சக்தி கொடுப்பதற்கு முதல் பூசை செய்வதும் வேளாளர் ஜாதியினரே. இதனால் இவர்கள் இந்தத் தெய்வத்திற்குப் பூஜை செய்வதற்குத் தகுதியுடையவர்கள் ஆகிவிட்டனர். அய்யனார் சிற்பங்கள் பெரும்பாலும் சுடுமண் சிற்பங்களாய் இருப்பதால் இதற்குரிய உரிமை வேளாளர்களுக்குக் காலம்கால மாகத் தொடர்கிறது. இவர்கள் பூணூல் போடுவதற்குத் தகுதியுடையவர்கள் ஆவர்.

தென்மாவட்டங்களில் சில கிராமங்களில் சிவராத்திரியில் அய்யனார் கோவிலுக்குச் செல்கின்றனர். எருது கட்டு விழாவில் ஆடு மாடுகளை அய்யனாருக்கு நேர்ச்சையாக வழங்குவதும் உண்டு. தைப்பொங்கல் மஞ்சுவிரட்டு விழாவில் அய்யனார் கோவில் மாடுகளை அடித்து விரட்டுவர். அய்யனார் கோவில் விழாவில் மண் பிரதிமைகளை நேர்ச்சையாக வைப்பதும் உண்டு.

அய்யனாருக்கு வளை, செண்டு போன்ற ஆயுதங்கள் உண்டு. இவரது வாகனம் யானை அல்லது குதிரையாக இருக்கும். சில இடங்களில் யானையின் மேல் அங்குசத்துடன் அய்யனார் இருக்கிறார். ஆனால் குதிரையின் மேல் சவுக்கு இல்லாத கோலம் உண்டு. அய்யனாருக்கு முன்பகுதியில் இரண்டு பெரிய குதிரைகள் இருக்கும். இதைப் பேச்சு வழக்கில் சேமக் குதிரை என்பர். இந்த குதிரைகள் முன்னங்கால்களைத் தூக்கி நிற்கும். இவற்றின் கால்களில் பூதங்களும் நடுவே காளி உருவங்களும் இருப்பதுண்டு.

சில இடங்களில் அய்யனாரின் மார்பில் யக்ஞோபவீதம் தவழும். இவர் கரண்ட மகுடத்துடன் இருப்பார். வலது

காதில் குழை, குண்டலம், கழுத்தில் நிறைந்த ஆபரணம், வலது கையில் தண்டம் என இருப்பார். இடது கை இடது காலைத் தொட்டிருக்கும்.

கேரளா வரலாற்றிலும் இலக்கியங்களிலும் வழிபாடு, தொன்மம், வாய்மொழிக் கதைகள் ஆகிய எல்லாவற்றிலும் பரசுராமருக்கு என்று தனி இடம் உண்டு. இதைக் கன்னியாகுமரி முதல் காசர்கோடுவரை தேட முடியும். பரசுராமர் நிறுவியதாக 108 கோவில்கள் உண்டு என்பது வழக்காறு. இவற்றில் 18 கோவில்கள் அய்யனார் கோவில்கள் என்கின்றனர். சபரிமலை அய்யனாரை நிறுவியவர் பரசுராமன் என்று கூறுகின்றனர். தன் அவதார முடிவில் அய்யனார் ஐயப்பனாக வந்தார். 12 வயதில் சபரிமலையில் ஐக்கியமானார் என்ற ஐதீகம் பரசுராமருடன் சேர்த்துச் சொல்லப்படுகிறது.

கேரளத்தில் ஐயப்பன் ஆறு இடங்களில் கோவில் கொண்டுள்ளான். இவை அச்சன்கோவில், ஆரியங்காவு, குளத்துப்புழை, எரிமேலி, பந்தளம், சபரிமலை ஆகியன என்கின்றனர்.

அச்சன்கோவில், தென்காசி-செங்கோட்டை வழியில் 30 கிலோமீட்டர் தொலைவில் உள்ளது. இந்தக் கோவிலில் தர்ம சாஸ்தா குடிகொண்டிருக்கிறார். இங்கு பரசுராமர் பூரணை புஷ்கலையுடனும் கையில் வாள் ஆயுதத்துடனும் அமர்ந்த கோலத்தில் இருக்கும் ஐயப்பனைப் பிரதிஷ்டை செய்தார் என்று சொல்லுகின்றனர்.

தென்மலையின் அருகே செங்கோட்டையிலிருந்து 20 கிலோமீட்டர் தொலைவில் ஆரியங்காவு உள்ளது. அடர்ந்த சோலை மிகுந்த பகுதி இது. இங்குள்ள புஷ்கலையைச் சௌராஷ்ட்ர இனத்துடன் இணைத்துப் பேசப்படும் கதை இப்போதும் வழக்கில் உள்ளது.

குளத்துப்புழை, செங்கோட்டையிலிருந்து 50 கிலோமீட்டர் தொலைவில் கேரள எல்லையில் உள்ளது. குழந்தைகளைப் பள்ளிக்கு அனுப்பும் முன்பு இங்கே சென்று வழிபாடு செய்யும் வழக்கம் உள்ளது.

சபரிமலையில் ஏழு கோட்டைகளில் முதலில் இருப்பது எரிமேலி. ஐயப்பனோடு தொடர்புடைய புராணக் கதையுடன் சேர்த்துப் பேசப்படுகிறது. இங்குதான் ஐயப்பன் மகிஷனை வதம் செய்தான் என்கிற புராணம். இவன் கையில் வில், அம்புடன் காட்சியளிக்கின்றான்.

பந்தளம், சபரிமலை செல்லும் வழியிலுள்ள ஊர். குறு நில மன்னர்கள் வாழ்ந்த இடம். பாண்டி நாட்டுடன் திருமணத் தொடர்புடையது. இங்கே மணிகண்டன் அம்பலம் உள்ளது. சபரிமலைக் கோவிலின் திரு ஆபரணம் இந்தக் கோவிலில் தான் உள்ளது. சபரிமலையில் ஐயப்பன் அமர்ந்த கோலத்தில் இருக்கின்றான். இவன் சின்முத்திரை காட்டுகிறான்.

பரசுராமர் கேரளத்தில் ஐந்து கோவில்களை அமைத்தார் என்று இன்னொரு ஐதீகம் உண்டு. இந்தக் கோவில்களில் உள்ள சாஸ்தாவின் மூலப்படிமங்கள் ஒரே மாதிரியானவை அல்ல.

குளத்துப்புழைக் கோவிலில் ஐயப்பன் பாலகராக, பிரம்மச்சாரியாக அரச கோலத்தில் இருக்கிறார். அச்சன் கோவிலில் கிரகஸ்தனாக குதிரை மேல் இருப்பார். இவரது வலது கையில் வாள் இருக்கும். சபரிமலையில் வானப்பிரஸ்த நிலை. பரசுராமன் பிரதிஷ்டை செய்த ஐந்தாவது கோவிலைப் பற்றிய செய்தி கிடைக்கவில்லை என்கின்றனர். சாஸ்தா சன்னியாசி வடிவில் இருக்கின்றார். இவர் சபரிமலையின் உச்சியிலே உள்ளார் என்னும் கதை மரபுவழி வழங்குகிறது.

17

பண்டைக்காலத்தில் சாத்தன் வழிபாடு

தமிழகத் தெய்வங்களிலேயே மிகப் பழமையான தெய்வம் சாத்தன். இதற்குப் பண்டைய இலக்கியங்களிலும் கல்வெட்டுகளிலும் சான்றுகள் உள்ளன. ஈரோடு மாவட்டம் அரச்சலூரில் கற்பாறைப் படுக்கையில் ஒரு பிராமிக் கல்வெட்டு உள்ளது. இரண்டு வரிகள் "எழுத்தும் புணருத்தான் மலைய் வண்ணக்கன் தேவன் சாத்தன்" என்று இருக்கிறது அந்தக் கல்வெட்டு. மலை வண்ணக்கனான தேவன் சாத்தன் என்பவன் இசை எழுத்துக்களைச் சேர்த்து அமைத்தான் என்பது இதன் பொருள். இக்கல்வெட்டு கிபி நான்காம் நூற்றாண்டைச் சார்ந்தது என்கின்றனர்.

இங்கு குறிப்பிடப்படும் சாத்தன் என்பவர் ஓர் இசைக் கலைஞர் ஆவார். இவன் இசையமைத்த பகுதியும் இந்தப் பாறையில் உள்ளது. இவன் தேவன் சாத்தன் என்னும் முழுப் பெயருடையவன். இதனால் சாத்தன் என்ற பெயர் அன்று அறியப் பட்ட ஒன்றாக இருந்திருப்பது தெரியவருகிறது.

புறநானூற்றில் நக்கீரரின் ஒரு பாடல் (375) "பிடவூர் அறப்பெயர் சாத்தன்" என்ற பெயரைக் குறிப்பிடுகிறது. பிடவூர் சோழநாட்டில் உள்ள ஊர். இதுபற்றிய ஒரு விளக்கத்தைப் புறநானூற்றுப் பதிப்பாசிரியர் உ.வே. சாமிநாதையர் கூறுகிறார். பிடவூரில் மாசாத்துவான் கோவில் ஒன்று இருந்தது. பெரிய புராணத்தில் இப்படிக் குறிப்பிடப்படும் போது மாசாத்துவான் என்பவன் தெய்வமாகவே

குறிப்பிடப்படுகிறான் என்கிறார் பதிப்பாசிரியர் (உ.வே.சா, புறநானூறு 1956 பக்கம் 594).

ஒரு விஷயத்தை நாம் ஊகிக்கலாம். 2000 வருஷங்களுக்கு முன்பு சோழ நாட்டுப் பிடவூரில் சாத்தனுக்கு ஒரு கோவில் இருந்தது. ஆயிரம் ஆண்டுகள் கழிந்து சேக்கிழார் காலத்திலும் பிடவூரில் சாத்தனுக்குக் கோவில் இருந்தது. ஆனால் அது சைவச் சமயம் தொடர்புடையது. அது ஒரு பிடவு சாத்தன் கோவில். இவன் வேறு இடங்களிலும் குடிபெயர்ந்து கோவில் கொண்டிருக்கிறான். வழிபடு தெய்வமாகவும் ஆகியிருக்கிறான்.

நக்கீரன் குறிப்பிடும் சோழ நாட்டுப் பிடவூர் இப்போது திருப்பத்தூர் எனப்படுகிறது. இப்போதும் இங்கு சாத்தனுக்குக் கோவில் இருக்கிறது. இதில் சோழர்களின் கல்வெட்டுகள் உள்ளன. ஒரு வகையில் சங்க காலத்தின் தொடர்ச்சி இது.

சங்க காலத்தில் எழுதப்பட்ட பாடல்களில் சாத்தன் என்னும் பெயருடைய புலவர்கள் பாடிய பாடல்களும் உள்ளன (அடிக்குறிப்பு பார்க்க). இவர்கள் பல்வேறு காலங்களில் வாழ்ந்தவர்கள்; பல்வேறு இடங்களைச் சார்ந்தவர்கள்; வேறுபட்ட தொழில்களைச் செய்தவர்கள். ஆனால் இவர்களை இணைப்பது சாத்தன் என்ற பெயர்தான். நாட்டையாண்ட அரசர்களின் பெயர்களில்கூட சாத்தன் என்ற பின்னொட்டு உள்ளது.

பாண்டியன் தீரன் சாத்தன், கருவூர் சேரமான் சாத்தன் என்பன சில உதாரணங்கள். இவர்களில் ஒருவர் பாண்டியன்; இன்னொருவர் சேரன். இதனால் சாத்தன் பெயர் பரவலாக அக்காலத்தில் அறியப்பட்டதாக இருந்தது என்று ஊகிக்க லாம். ஒரு பெயர் அதிலும் தெய்வத்தின் பெயர் பரவலாக அறியப்பட்டிருந்தால் மட்டுமே ஆள் பெயராக மாறும். இந்தப் பொது விதியின்படி பார்த்தால் 2000 ஆண்டுகளுக்கு முன்பே சாத்தன் என்ற தெய்வம் வழிபடப்பட்டது என்று சொல்ல முடியும்.

சிலப்பதிகாரம் காப்பியத்தில் சாத்தன் பற்றிய குறிப்பு வருகிறது. இந்நூலில் பாசண்டசாத்தன் என்ற தெய்வம் குறிப்பிடப்படுகிறான். சிலப்பதிகாரத்துக்கு உரையெழுதிய ஆயிரம் ஆண்டுகளுக்கு முற்பட்ட அடியார் நல்லார் இந்தப் பாசண்ட சாத்தனைப் பற்றிச் சில செய்திகளைச் சொல்லுகிறார் (உ.வே. சாமிநாதையர் சிலப்பதிகாரம் 1966, ப.240).

அடியார்க்கு நல்லார் சொல்லுகிறார், "இந்தத் தெய்வம் வரம் கொடுப்பது. பாசண்டம் என்றால், 96 வகை சமய சாத்திரங்களால் தருக்கக் கோவையாகும்" என்கிறார். இவர்

வளையாபதி என்ற காப்பியத்தில் இருந்தும் மேற்கோள் காட்டுகிறார்.

பண்ணால் திறத்தால் பழுதின்றி மேம்பட்ட
தொண்ணூற்றாறு வகை கோவையும் வல்லவன்
விண்ணாறு இயங்கும் விறலவா் ஆயினும்
கண்ணாறி நோக்கிக் கடுநகை செய்வான்

என்ற பாடலில் பாசண்டன் பற்றிய குறிப்பு வருகிறது. அதாவது சாத்திரங்கள் பல அறிந்தவன் பாசண்ட சாத்தன் என்பது இப்பாடல் கூறுகிறது.

இளங்கோவடிகள் 'கனாத்திறம் உரைத்த காதை'யில் புறம் பணையான் வாழ் கோட்டம் என்ற கோவில் குறிப்பிடப் படுகிறது. இந்தக் கோவில் மா சாத்தன் என்ற தெய்வத்திற்குரியது என்று பொருள் கொள்கிறார் சிலப்பதிகார உரையாசிரியர் அடியார்க்கு நல்லார்.

இவர் புறம்பணையான் கோவிலை சாதவாகனன் கோவில் என்று பொருள் சொல்லிவிட்டுப் புறம்பணை என்ற சொல்லுக்குப் புறம்பு அணைந்த இடம், அதாவது ஊருக்கு வெளியே என்று பொருள் கொள்கிறார். இதன்படி புறம் துணைக்குப் புறம்பு அமைந்த இடம் ஊருக்கு வெளியே என்றும் பொருள் கொள்ளலாம். அப்படியானால் ஊருக்கு எல்லையாக வெளியே உள்ள கோவில் என்று பொருளாகிறது. இதன்படி சாஸ்தா எல்லைத் தெய்வமாகக் குறிப்பிடப்படுகிறார்.

அடியார் நல்லார் உரையின்படி சாஸ்தா எல்லைத் தெய்வமாக இருந்திருக்கிறார் என்றும் ஊகிக்கலாம். அடியார்க்கு நல்லாருக்கு முன்பும் சாத்தன் ஊரின் எல்லையில் கோவில் கொண்டிருந்திருக்க வேண்டும். பன்னிரு பாட்டியலைப் போன்ற இலக்கண நூல்களில் சாஸ்தா காக்கும் கடவுளாகக் குறிக்கப்படுகிறார். மகாபாரத அம்மானை என்ற நூலில் பாசண்டம் என்பது மதமாகக் குறிப்பிடப்பட்டாலும் சாத்தன் காக்கும் கடவுளாகக் குறிப்பிடப்படுகிறார். இப்படியான செய்திகள் கொண்டு அய்யனாரையும் ஒப்பிட்டுப் பார்க்கலாம்.

சங்க காலத்தை அடுத்த காலகட்டத்தை வரலாற்று ஆசிரியர்கள் சங்கம் மருவிய காலம் என்று கூறுகின்றனர். இந்தக் காலத்தில் சிவனும் விஷ்ணுவும் ஒன்று என்னும் கருத்து உருவானது. சிலப்பதிகாரக் காலத்தில் சாத்தன் சைவக் கடவுளாக ஆக்கப்பட்டான்.

பக்தி இயக்கக் காலத்தில் சாத்தன் சிவனின் மகனாகக் கொள்ளப்பட்டான். இன்றுவரை இந்தக் கதை தொடர்கிறது.

“திருநாவுக்கரசர் தேவாரத்தில் சாத்தனின் மகனாக வைத்தான் என்று ஓர் இடத்தில் கூறுகிறார்.

முருகனும் சிவனின் மகன், சாஸ்தாவும் மகன்; இருவரும் சகோதரர்கள் எனக் கூறும் வழக்கம் பக்தி இயக்கக் காலத்தில் ஆரம்பித்துவிட்டது. இப்போதும் அது தொடர்கிறது.

சாஸ்தாவைத் தம்புரான் அல்லது நம்புரான் என்று குறிக்கும் வழக்கம் நாஞ்சில் நாட்டில் உண்டு. சாஸ்தா கோவிலைத் தம்புரான் கோவில் என்று கூறும் வழக்கம் தென்மாவட்டங் களில் சில இடங்களில் உண்டு. சாஸ்தா தெருவில் வாகனத்தில் வருவதைத் தம்புரான் விளையாட்டு என்று கூறுவர். இதற்குத் தனியான குதிரை வாகனம் உண்டு. இது சுழலும்படியான அமைப்புடையது.

சாதவாகனர்களின் தெய்வமான சாத்தனையும் தமிழகத்தின் தெய்வமான சாத்தனையும் ஒன்றாக இணைத்த கதைகள் பல்லவர் காலத்திற்கு முன்பே வழங்க ஆரம்பித்து விட்டன. கி.பி 3–4ஆம் நூற்றாண்டுகளில் சாதவாகனர்கள் கடலூர் பகுதியில் சிற்றரசராய் இருந்தனர். அப்போது பல்லவர்கள் தலையெடுக்கவில்லை. இந்தக் காலத்தில் சாதவாகனரின் தெய்வமான சாத்தனைத் தமிழரும் ஏற்றுக்கொண்டனர். இதனால் ஏற்பட்ட கலப்பு பரவலாயிற்று.

பக்தி இயக்கக் காலத்தில் சாத்தனைப் பூதங்களின் நாயகனாகவும் கணநாதனாகவும் கருதி வழிபடும் வழக்கம் உருவாக்கிவிட்டது. காஞ்சிப் புராணத்தில் உள்ள கணநாதரைப் பற்றிய துணைக் கதைகள் பக்தி இயக்கக் காலத்துடன் தொடர்புடையவை.

அடிக்குறிப்புகள்

சங்க காலப் பாடல்களில் சாத்தனார் என்னும் பெயருடைய புலவர்களின் பெயர்கள் வருமாறு:

அழிசி, நற்சாத்தனார், ஆடுறை மாசாத்தன், ஆலம் பெரி சாத்தன், உறையூர் கதுவாய் சாத்தன், உறையூர் முதுகண்ணன் சாத்தன், ஒக்கூர் மாசாத்தனார், கருவூர் கதப்பிள்ளை சாத்தனார், கருவூர் சேரமான் சாத்தன், கருவூர் பூதல் சாத்தன், சீத்தலைச் சாத்தனார், செயலூர் இளம் பொன் சாத்தன், பெருந்தலை சாத்தன், பெரும் சாத்தன், பெரும் தோள் குறுஞ் சாத்தனார், பேரிசாத்தன்.

18

பூரணையும் புஷ்கலையும்

சாஸ்தாவிற்கு இரண்டு மனைவிகள் என்று மரபுவழியான புராணக் கதைகள் கூறுகின்றன. பெரும்பாலான கோவில்களில் சாஸ்தாவின் இரண்டு பக்கங்களிலும் அவரின் மனைவிகள் இருப்பதைப் பார்க்கலாம். இவர்களை பூரணை என்றும் புஷ்கலை என்றும் அழைக்கிறார்கள்.

தொல்லியல் அறிஞரும் சிற்பங்கள் பற்றி விரிவாக எழுதியவருமான டி.எ. கோபிநாத ராவ், "சாஸ்தா சிற்பத்தின் இருபுறமும் மதனா, வர்ணதி என்னும் இரண்டு மனைவியர்கள் காட்டப்படுவதுண்டு; இவர்கள் வட இந்தியப் புராணங்களில் பேசப்படுகின்றவர்கள்; இவர்களின் மார்புகள் பெரிதாகக் காட்டப்பட்டிருக்கும்; சாஸ்தா செழிப்பின் அடையாளம் என்பதால் இப்படிக் காட்டப்பட்டிருக்கலாம்" என்று கூறுகிறார்.

பெரும்பாலான சாஸ்தா கோவில்களில் பூரணை, புஷ்கலை சிற்பங்கள் அமர்ந்த கோலத்திலே இருப்பதாகக் காட்டப்பட்டிருக்கும். இவர்களின் வலது கையில் நீலக்குவளை மலர்கள் இருக்கும்.

பூரணை, புஷ்கலை என்னும் இருவரும் தெய்வலோகத்துப் பெண்கள். பூவைப் போன்ற மென்மையானவர்கள். புஷ்கலை பூவிலிருந்து பிறந்தவள். முழு நிலவைப் போன்ற அழகுடையவள்; குளிர்ச்சியுடையவள்; பூவின் மென்மையிலிருந்தும் பனியின் குளிர்ச்சியிலிருந்தும் உருவாக்கப்பட்டவள்.

இப்படியான கதைகள் இவர்களை மிக உயர்ந்த நிலைக்குக் கொண்டு செல்கின்றன. எனவே சாஸ்தா தன் இரண்டு பக்கங்களிலும் இரண்டு மலர்களை வைத்திருக்கிறார். இந்தப் பெருமையின் காரணமாக இவரின் நெஞ்சம் ஈரமுடையது என்பது புராணக் கதையின் தாத்பரியம். திராவிட மரபில் சாஸ்தாவை நீருடன் இணைப்பதை இத்துடன் சேர்த்துக் கொள்ளலாம். சாஸ்தாவின் கோவில் பெரும்பாலும் ஆறு, சுனை, அருவி, நீர்நிலை ஆகியவற்றின் பக்கத்தில் இருப்பதை இங்கு ஒப்பிட்டுப் பார்க்கலாம்.

பிற்காலப் புராணங்களிலும் வாய்மொழிக் கதைகளிலும் சாஸ்தாவின் மனைவிகள் பற்றிப் பல்வேறு கதைகள் உள்ளன. மதுரை தொடர்பான ஒரு வாய்மொழிக் கதை இப்போது வழங்குகிறது.

சாஸ்தாவின் மனைவிகளான பூரணை, புஷ்கலை பற்றிய புராணக் கதைகள் 17ஆம் நூற்றாண்டில் எழுத்து வடிவில் வந்துவிட்டன என்ற கருத்தும் இருக்கிறது. இவை முழுக்க வாய்மொழி வடிவிலும் உள்ளன. கோபிநாதராவ் பிற்காலச் சோழர் காலத்துக்கு முன்பே பூரணை, புஷ்கலைகளைச் செப்புப் படிமங்களாகச் செய்யும் வழக்கம் தோன்றிவிட்டது என்று கூறுகிறார். ஆகவே பூரணை, புஷ்கலை பற்றிய கதைகள் சோழர்களின் காலத்துக்கு முற்பட்டு வழங்கியிருக்கலாம் என்று ஊகிக்கலாம்.

இமயமலைச் சாரலிலே சத்தியபூர்ணா என்னும் முனிவர் இருந்தார். இவர் தூய்மையான தவத்தால் பெரும் வரங்களைப் பெற்று வாழ்ந்தவர். அவருக்கு பூரணா, புஷ்கலா என்னும் இரண்டு புதல்விகள் இருந்தனர். இருவரும் ஒரே நேரத்தில் பிறந்த இரட்டையர்கள்; இருவரும் மணப்பருவம் அடைந்தனர்; முனிவர் தன் மக்களிடம் "உங்களுக்கு விஷ்ணுவைக் கணவனாக அடையும் பாக்கியம் இருக்கிறது. விஷ்ணுவை நோக்கித் தவம் செய்யுங்கள்" என்றார்.

புதல்விகள் இருவரும் தவம் செய்தனர். விஷ்ணு அவர்களின் முன்னே தோன்றினார். சகோதரிகள் தங்கள் ஆசையை வெளியிட்டனர். அவர், "இப்பிறவியில் இது நிறைவேறாது. அடுத்த பிறவியில் இருவரும் வேறுவேறு தந்தைகளுக்குப் பிறந்து சாஸ்தாவை மணந்துகொள்வீர்கள்" என்றார்.

புஷ்கலை அடுத்த பிறவியில் நேபாள நாட்டு மன்னன் பளிங்கன் என்பவனுக்கு மகளாகப் பிறந்தாள். பளிங்கன் மகா பண்டிதன்; சக்தி உபாசகன்; காளியிடம் வரங்கள் பெற்றவன்.

இறப்பு தனக்கு வரக்கூடாது என ஆசைப்பட்டான். அதற்காக ஒரு யாகம் செய்தான்.

யாகத்தீயில் ஆயிரம் கன்னிப் பெண்களைப் பலி கொடுத்தால் நினைத்தது நடக்கும் என்ற அசரீரி கேட்டது. 999 கன்னிகளைப் பலி கொடுத்துவிட்டான். ஒரு பெண் பாக்கி. சர்வ லட்சணம் பொருந்திய கன்னியைத் தேடினான். அவள் கிடைத்துவிட்டாள். அவள் பெயர் கன்னிகா.

பளிங்கன் ரகசியமாக கன்னிகாவை யாகக்குண்டலத்திற்குக் கொண்டு வந்தான். அவள் சிவனை உபவாசம் இருந்து சக்தி பெற்றவள். யாகசாலையில் இருக்கும்போதே தியானம் செய்தாள். சிவனே என்னைக் காப்பாற்று என்று சப்தமிட்டுச் சொன்னாள். அவளது குரல் சிவனுக்குக் கேட்டது. சிவன் சாஸ்தாவிடம் "பூதக்கணங்களுடன் பளிங்கன் யாகம் செய்யும் இடத்திற்குப் போ, கன்னியைக் காப்பாற்று" என்றார். சாஸ்தா பூதக்கணங்களுடன் யாக சாலைக்கு வந்தார்.

யாகக் குண்டத்தில் அமர்ந்திருந்த கன்னிகாவைக் காப்பாற்ற விரும்பினார். அதே சமயத்தில் யாகத்தில் குருதி சிந்தாமல் பார்த்துக் கொள்ள வேண்டும் என்றும் நினைத்தார். தன் சாஸ்திர நியாய ஞானத்தைப் பிரயோகித்து யாகம் நடக்காதவாறு ஆக்கிவிட்டார். யாகக்குண்டத்தின் மேல் திடீரெனப் பனிக்கட்டிகள் விழுந்தன.

பளிங்கனும் மந்திரம் அறிந்தவன். நெருப்புப் பற்றும்படி மந்திரித்தான். ஆனால் சிவனது அருளால் வெள்ளம் சூழ்ந்தது. சாஸ்தா கன்னிகாவைக் காப்பாற்றி அவளது வீட்டிற்கு அனுப்பினார். பளிங்கன் தனியே விடப்பட்டான். பளிங்கனைப் பிடிக்க பூதகணங்களை ஏவினார். பளிங்கன் சாஸ்தாவைப் பணிந்தான்.

பளிங்கன் சாஸ்தாவிடம், "என் மகள் புஷ்கலையை உனக்குத் தருகிறேன் மணந்துகொள்" என்றான். சாஸ்தாவுக்கு விஷ்ணு கொடுத்த வரம் நினைவுக்கு வந்தது. தான் புஷ்கலையை மணக்க வேண்டும் என்பது விதி. "இப்போது அது நிறைவேறப் போகிறது என்று நினைத்துக் கொண்டார். புஷ்கலையை மணந்துகொண்டார்."

தட்சண பாரதத்தில் கொச்சி நாட்டில் பிஞ்ஞகன் என்ற குறுநில மன்னன் இருந்தான். இவன் சிவனின் பக்தன். ஒரு சமயம் பிஞ்ஞகன் வேட்டையாடப் போனபோது கூடவே ஆயுதம் தரித்த வீரர்களும் சென்றார்கள். வீரர்கள் விலங்குகளைக் கலைத்துவிட்டார்கள். பிஞ்ஞகன் தனியாக விலங்குகளை

விரட்டிச் சென்றான். அரசனுடன் வீரர்கள் செல்லவில்லை; பின்தங்கினார்கள். அரசன் வேட்டையின் மும்முரத்தில் தன்னை வீரர்கள் பின்பற்றி வராமல் இருப்பதைக் கவனிக்கவில்லை. வெகு தூரம் சென்றுவிட்டான்.

மாலை மயங்கியது; இருட்டு ஆரம்பித்தது; அரசன் தனியே விடப்பட்டான்; செல்லும் வழியறியாது மயங்கினான்; நேரம் கடந்தது; காட்டு மிருகங்கள்கூட சப்தமிடவில்லை. மரங்களின் நடுவே தனியே நின்றான். அந்தச் சூழ்நிலை அவனை மேலும் பயமுறுத்தியது.

இந்த நேரத்தில் யாரோ அழும் சப்தம் கேட்டது. ஓரிடத்தில் மட்டுமல்ல, சுற்றிலும் கேட்டது; யாரோ சண்டை யிடுவது போன்ற சத்தம்; இடிச்சிரிப்பு காதைத் துளைத்தது. தொடர்ந்து ஒளிவெள்ளம். அரசன் சுற்றிலும் பார்த்தான். எலும்புக் கூட்டு உருவங்கள். அவை ஆரவாரமாகச் சண்டை யிட்டுக் கொண்டன. அரசன் தைரியசாலியென்றாலும் சூழ்நிலை அவனைப் பயமுறுத்தியது.

அரசனுக்கு அந்தக் காட்டில் பேய்கள் கூட்டமாக நிற்கின்றன என்ற உண்மை புரிந்தது. தனி ஆள் ஆயுதத்தால் பேய்களை எதிர்க்க முடியாது. அதிலும் எலும்புக்கூடுகளுடன் மோத முடியாது. எப்படித் தப்புவது என்று தெரியவில்லை. அரசன் பூதநாதனே தன்னைக் காப்பாற்ற முடியும் என நம்பினான். "மோகினியின் மைந்தனே செண்டாயுதம் தாங்கிய இறைவா என்னைக் காப்பாற்று என்று கூவியழைத்தான்; அப்போது அதிசயம் நிகழ்ந்தது; அவனைச் சுற்றிலும் கேட்ட சப்தம் அடங்கியது. இப்போது எலும்புக்கூடுகளைக் காணவில்லை. மாயம் விலகியது.

அந்த நேரத்தில் வெள்ளை நிறத்தில் ஒரு குதிரை வந்தது. அதன் மேல் ஒரு வீரன் உட்கார்ந்திருந்தான். அவனது உடலில் இருந்து ஒளிவீசியது. இருள்கூட இப்போது இல்லை. அந்த வீரன் கொச்சி அரசனைத் தன் குதிரையில் ஏற்றிக்கொண்டான். குதிரை மெல்ல நடந்தது. ஆனால் காட்டை எளிதில் கடந்தது. அரண்மனைக்கு வந்தது. அந்த வீரன் பூதநாதன்தான் என்று அரசன் அறிந்துகொண்டான். அவனை வணங்கினான். உன்னை யார் என்று கண்டுகொண்டேன்; உனக்காகக் காத்திருக்கிறேன் என்றான்.

அரசன் பூதநாதனிடம் "எனக்கு மணப்பருவத்தில் ஒரு மகள் இருக்கிறாள். அவள் பெயர் பூரணா; உன்னை அவள் மணக்க வேண்டும் என்பது விதி. அவள் போன ஜென்மத்தில்

செய்த தவத்தின் காரணமாய் நீ வந்திருக்கிறாய். விஷ்ணு வரம் கொடுத்து இருக்கிறார். உன்னை நினைத்துக்கொண்டிருக்கிறாள். நீ அவளை ஏற்றுக்கொள்ள வேண்டும்” என்றான்.

பூதநாதன் மறுக்கவில்லை. அரசனின் வேண்டுகோளை ஏற்றுக்கொண்டான். அவளை மணந்துகொண்டான். அவள் பூர்ண ஹரிஹராத்மஜன் என்ற பெயரைப் பெற்றாள். சாஸ்தா தன் இரு மனைவிகளுடன் கைலாயம் சென்றார். சிவன் அவர்களுக்கு ஆசி வழங்கி மேலும் சக்தி பல கொடுத்தார்.

நேபாள அரசனும் புஷ்கலாவின் தந்தையுமான பளிங்கன் தன் மருமகனான சாஸ்தா இன்னொரு பெண்ணை மணந்து கொண்டான் என்ற செய்தியைக் கேள்விப்பட்டான். அவனுக்குக் கோபம் தாங்க முடியவில்லை. ஆவேசம் அடைந்தவனாக மகளுக்கு நியாயம் கேட்க பூதநாதனிடம் வந்தான்.

புஷ்கலா தன் தந்தையிடம், “என் கணவர் இரண்டாவது மணம் செய்தது முந்திய ஜென்ம சாபம்; முந்திய ஜென்மத்தில் நானும் பூரணாவும் சகோதரிகளாக இருந்தோம்; இப்போது அதன் தொடர்ச்சி; இது பற்றி நீங்கள் கவலைப்படாதீர்கள்” என்றாள்.

பளிங்கன் மகளின் பேச்சைக் கேட்கவில்லை. “பூதநாதன் உனக்குத் துரோகம் செய்துவிட்டான். என் மனம் அமைதி இழந்துவிட்டது. எனக்கு நியாயம் கிடைக்க வேண்டும்” என்று சொல்லிவிட்டுப் பூதநாதனிடம் சென்றான். மகள் தடுத்தாள்; பலன் இல்லை.

பளிங்கன் பூத நாதனைப் பார்த்து, “உன் செயலுக்காக உன்னைச் சபிக்கப் போகிறேன்; நான் இதுவரை படித்த மந்திரங்களின் சக்தி அனைத்தையும் திரட்டி உன்னைச் சபிக்கிறேன்; என் தவ வலிமையும் இதில் சேரட்டும்” என்றான்.

“சாபத்திற்காகக் காத்திருக்கிறேன் நீ சபிக்கலாம்” என்றான் பூதநாதன். இந்த மண்ணுலகில் நீ மானிடனாய் ஜெனிப்பாய்; பிரம்மச்சாரி ஆகவும் யோகியாகவும் இருப்பாய் என்று பளிங்கன் சாபம் கொடுத்தான். சாஸ்தா அதை ஏற்றுக்கொண்டார். அவரால் திருப்பிச் சபிக்க முடியும் என்றாலும் அதைச் செய்யவில்லை.

சாஸ்தா பளிங்கனைப் பார்த்து “நான் மனிதனாய்ப் பிறந்து பிரம்மச்சாரியாய் இருக்க வேண்டும் என்பது விதி. உன் சாபம் எனக்கு உதவும். நீ பந்தள நாட்டில் அரசனாகப் பிறப்பாய். உனக்கு நான் மகனாகப் பிறப்பேன். அப்போது

என்னால் உனக்குப் பெருமை வரும். என் பக்தர்கள் உன்னைப் பாராட்டுவார்கள்” என்றான்.

சாஸ்தாவின் மனைவியான புஷ்கலையை மனிதப் பெண்ணாகக் கூறும் வேறு ஒரு வாய்மொழிக் கதை உண்டு. அது மதுரை வடிவப் பகுதியில் உள்ள சவுராஷ்ட்டிர சாதியுடன் இணைத்துக் கூறப்படுகிறது. இந்த ஜாதியினர் மதுரையில் கணிசமான அளவுக்கு வாழ்கின்றனர். இவர்களின் தாய்மொழி சௌராஷ்ட்ரா; பட்டு நெசவுத் தொழில் செய்கின்றனர்.

இந்த இனத்தில் பெரிய பட்டு வணிகர் ஒருவர் இருந்தார். அவர் தென் கேரளத்தின் குறுநில அரச வம்சப் பெண்களுக்குப் பட்டு வணிகம் செய்பவர். அதற்காக மதுரையில் இருந்து செங்கோட்டை வழி ஆரியங்காவு சென்று நெடுமங்காட்டிற்குப் போவார். பின் தென்கேரளம் செல்லுவார். ஒருமுறை அப்படிப் போனார்.

வணிகருக்கு ஒரே மகள். பெயர் பூரணா. மணப்பருவத்தில் இருந்தாள். மாட்டு வண்டியில் பட்டுத்துணிகளை ஏற்றிக் கொண்டிருந்தபோது அப்பாவிடம், “நானும் உங்களோடு வருவேன்” என்றாள். வணிகர் வேண்டாம் என்று மறுத்துப் பார்த்தார். மகள் அடம்பிடித்தாள். வேறு வழியில்லை. அவளை அழைத்துச் சென்றார்.

வண்டி ஆரியங்காவிற்கு வந்தபோது வண்டியை நிறுத்தச் சொன்னார். வணிகர் இன்று இங்கே தங்கி ஐயப்பனை வழிபட்டுவிட்டுச் செல்வோம் என்றார். மகளுக்கும் அதில் சந்தோஷம். ஆரியங்காவில் வணிகர்கள் தங்குவதற்குரிய உதவிகளைக் கோவில் பூசகர்கள் செய்து வந்தார்கள். வணிகனின் மகளுக்கு அந்தக் கோவிலின் சூழ்நிலை பிடித்திருந்தது.

ஆரியன்காவு கோவில் மூலவரான ஐயப்பனைப் பார்த்து மதி மயங்கி நின்றாள் பூரணா. அவரை விட்டுப் பிரிய அவளுக்கு மனம் இல்லை. அடுத்த நாள் காலை வணிகர் பயணத்திற்கு ஆயத்தமான போது வண்டி புறப்பட்டது. மகள், “நான் வரவில்லை. இங்கேயே இருக்கிறேன்,” என்றாள். வணிகர் திடுக்கிட்டார்.

“அப்பா இந்த ஐயப்பன் என்னைக் கவர்ந்துவிட்டார். அவரை விட்டு என்னால் பிரிய முடியவில்லை. நான் இங்கேயே இருக்கிறேன். நீங்கள் போய் வாருங்கள்” என்றாள் மகள் பூரணா. தந்தை எவ்வளவோ சொல்லிப் பார்த்தார். மகள் கேட்கவில்லை.

வணிகருக்கு ஏற்கெனவே வணிகம் தொடர்பான ஒரு பிரச்சினை உண்டு. இப்போது மகள் வேறு வர மறுக்கிறாள், பிடிவாதம் பிடிக்கிறாள். அவருக்கு மகள்மீது அளவு கடந்த பாசம். வேறு வழி இல்லை. கோவில் பூசகரிடம் மகளை ஒப்படைத்தார். "கவனமாய்ப் பாதுகாக்க வேண்டும்" என்று கேட்டுக்கொண்டார். வணிகர் காட்டு வழி நெடுமங்காட்டுக்குப் போனார்.

நடுகாட்டுக்குப் போகும்போது வண்டியை ஒரு யானை மறித்தது. தும்பிக்கையால் வண்டியைப் பிடித்தது. லேசாக அசைத்தது. வணிகர் நடுங்கிய குரலில் "ஆரியங்காவு ஐயப்பா" என அழைத்தார். அப்போது ஒரு இளைஞன் வந்தான். அவன் வேட்டைக்காரன் என்பது அவனது அடையாளத்தால் தெரிந்தது. யானையின் முன்னே வந்தான். தன் கையைக் காட்டினான், யானை ஓடியது.

வணிகர் வேட்டைக்காரனைப் பார்த்தார். அவன் சாதாரண ஆளாகத் தெரியவில்லை. வணிகர் அவனுக்குப் பட்டு வஸ்திரம் ஒன்றைக் கொடுத்தார். "உனக்கு என்ன வேண்டும் கேள்," என்றார். வேட்டைக்காரன், "ஐயா உமது மகளை எனக்குத் திருமணம் செய்து கொடுப்பீரா?" என்று கேட்டான். வணிகர் யோசிக்கவில்லை, சரி என்று சொல்லிவிட்டார்.

வணிகர் பின்னர் யோசித்தார். எனக்கு ஒரு மகள் இருப்பது இந்த வேட்டைக்காரனுக்கு எப்படித் தெரியும். தெரிந்தவன் போல் அடையாளத்துடன் பேசுகிறானே என்று நினைத்தார். திரும்பிவரும்போது அவனைப் பார்த்துக்கொள்ளலாம் என்று எண்ணினார். நெடுமங்காட்டுக்குச் சென்றார். அங்கே அவருடைய எல்லாப் பட்டுத்துணிகளும் விற்றுவிட்டன.

வணிகர் வெறும் வண்டியுடன் திரும்பினார். பூசகரிடம் மகளை எங்கே என்று கேட்டார். அவள் கோவிலின் உள்ளே இருக்கிறாள் என்றார். அவர்கள் இருவரும் அர்த்தமண்டபம் சென்றனர். அவளை அங்கு காணவில்லை. பூசகர் "இப்போது பார்த்தேனே" என்றார்.

வணிகரும் பூசகரும் கோவிலின் எல்லா இடங்களிலும் பூரணாவைத் தேடினர். வணிகர் மனம் நொந்து கோவிலில் படுத்து விட்டார். தன்னை மறந்து உறங்கினார். அவரது கனவில் ஐயப்பன் வந்தார். உன் மகளை ஆட்கொண்டு விட்டேன் என்றார். வணிகர் பூசகரிடம் கனவைச் சொன்னார்.

பூசகர் கருவறைக் கதவைத் திறந்தார். அங்கு ஐயப்பனின் உருவத்தைப் பார்த்த வணிகர் திகைத்தார். நடுக் காட்டில்

வேட்டைக்காரனாக வந்த இளைஞனுக்குத் தான் கொடுத்த பட்டாடை ஐயப்பனின் உருவத்திற்கு அணியப்பட்டிருந்ததைக் கண்டார். இது எப்படி இங்கே வந்தது என்று பூசகரிடம் கேட்டார்.

பூசகர் திகைத்தார். "இப்படி விலைகூடிய வஸ்திரம் இந்தக் கோவிலில் கிடையாது. நேற்று நடுக்காட்டில் வந்த வேட்டைக்காரனே உங்கள் மகளை ஆட்கொண்டவன்" என்றார்.

ஆரியங்காவில் இந்தக் கதைதொடர்பான சடங்குகள் ஆண்டுதோறும் டிசம்பர் மாதம் நடக்கிறது. சுவாமி ஐயப்பன் சபரிமலையில் பிரம்மச்சாரி ஆகவும், குளத்துப் புழையில் பாலகன் ஆகவும் ஆரியங்காவில் பூரணாதேவியுடனும், அச்சன் கோவிலில் புஷ்கலையுடனும் காட்சியளிக்கிறார்.

ஐயப்பன் ஆரியங்காவில் மதுரை சௌராஷ்டிரா இனத்துப் பூர்ணா தேவியுடன் இருக்கிறார் என்பது ஐதீகம். இந்தத் திருமணமும் நிச்சயத்தாம்பூலமும் சடங்காக, விழாவாக நடக்கின்றன. இந்த நிச்சயத்தாம்பூலச் சடங்கைப் பாண்டியன் முடிப்பு என்று கூறுகின்றனர்.

ஆண்டுதோறும் டிசம்பர் மாதம் நடைபெறும் இந்த விழாவில் திருவிதாங்கூர் தேவசம்போர்டு உறுப்பினர்கள் கலந்துகொள்கின்றனர். இவர்கள் ஐயப்பனின் பிரதிநிதிகளாக வருகின்றனர். மதுரை சௌராஷ்டிரா மக்கள் இவர்களைச் சம்பந்திகளாக உறவுகொண்டாடி வரவேற்கின்றனர்.

ஆரியங்காவு தேவஸ்தானம் சௌராஷ்டிரா மகாஜன சங்கம் மதுரை என்ற அமைப்பே இந்தத் திருக்கல்யாண உற்சவத்தை நடத்துகிறது. இந்த விழா கேரள பாணியில் ஆனதாக இருந்தாலும் விழாவும் சடங்கும் தமிழ்ப் பாணியில் நடக்கிறது.

விழாவின் சிறப்பு அம்சமாக அபிஷேகம், தீபாராதனை யுடன் சிறப்புக் கலை நிகழ்ச்சிகளும் நடைபெறும். ஜோதி ரூப தரிசனத்திற்குப் பின்பு அபிஷேகம் அன்னதானம் நடக்கும். இரவிலும் கலை நிகழ்ச்சிகள், அன்னதானம் நடக்கும். இந்த விழாவில் பூரணா தேவியின் படிமம் மணமகளாக அலங்கரிக்கப்படும். பொங்கல் படைக்கப்படும். ஐயப்பன் ஜோதி வடிவில் மக்களுக்கு அருள் பாலிப்பார்.

கருவறையில் இருக்கும் அம்மனின் ஜோதி ரூபத்தைக் கோவில் பூசகரான தந்திரி சௌராஷ்ட்ர சமூகத்தினரிடம் வழங்குவார். பின் இதே ஜோதி வடிவம் கருவறை ஐயப்பனிடம்

கொண்டு செல்லப்படும். ஐயப்ப ஜோதியுடன் பூரணா ஜோதி ஐக்கியமானார் என்று ஓர் ஐதீகம்.

ஆரியங்காவு கோவிலில் காலையில் சௌராஷ்டிர இனப் பெண்ணின் நிச்சயத்தாம்பூலம், சம்பந்தி விருந்து, மாலையில் தாழப்பொலி ஊர்வலம் (மாப்பிள்ளை அழைப்பு ஊர்வலம்) என்பன நடக்கின்றன. இதில் பூரண அம்மனின் சார்பில் 21 தட்டுகளில் நிச்சயத்தாம்பூலப் பொருட்களைக் கொண்டு செல்கின்றனர். திருவிதாங்கூர் தேவசம் சார்பில் மூன்று தட்டுகளைக் கொண்டு வருகின்றனர். பிறகு இதர சடங்குகள் நடக்கின்றன.

தர்ம சாஸ்தா இளவரசனைப் போல் வேடமிட்டு வருவார். வாணவேடிக்கை, கலை நிகழ்வு, அன்னதானம் என எல்லாச் செயல்பாடுகளையும் சௌராஷ்ட்ரா மக்களும் திருவிதாங்கூர் தேவசத்தினரும் செய்கின்றனர்.

19

ஏழு பெண் தெய்வங்கள்

இந்தியத் தாய்த்தெய்வ மரபிலும் இந்து வழிபாட்டு மரபிலும் இந்திய நாட்டார் தெய்வ வழிபாட்டிலும் உள்ள பொதுத்தன்மைகளில் சப்த மாதர்கள் பற்றிய செய்திகள் முக்கியமானவை. பழைய வேதங்களிலும் புராணங்களிலும் இந்திய அளவிலான நாட்டார் மரபிலும் பேசப்படும் சப்த மாதர்கள் குறித்த செய்திகள் விரிவாகத் தொகுக்கப்பட்டுள்ளன.

சப்த மாதர்களைச் சப்த மாத்திரிகா சப்த கன்னிகா என்றும் கூறுவர். குலதெய்வம் எது என்று தெரியவில்லையென்றால் சப்த மாதர்களில் ஒருத்தியை வழிபடலாம் என்று சொல்லும் வழக்கம் இப்போதும் உண்டு. அந்தகாசுரன் என்ற அரக்கனை அழிக்க முடியாமல் எல்லோரும் பயந்து நடுங்கிய போது சிவனின் வாயிலிருந்து ஈஸ்வரி பிறந்தாள். இவள் உடம்பிலிருந்து மகேஸ்வரி, பிராமி, வைஷ்ணவி, இந்திராணி, கவுமாரி, வராகி, சாமுண்டி ஆகிய சப்தமாதர்கள் பிறந்தனர் என்பது ஒரு கதை.

மகிஷன் என்னும் அரக்கனை அழிப்பதற்கு உமாதேவி புறப்பட்டபோது அவள் உடம்பில் இருந்து சப்த மாதர்களும் வீரபத்திரரும் பிறந்தனர் என்பது ஒரு கதை. இதுபோன்று சப்த மாதர்களின் பிறப்பு பற்றிப் பல கதைகள் உள்ளன; வேறு பல செய்திகளும் கிடைக்கின்றன.

வராக புராணத்தில் ஏழு மாதர்கள் பற்றிய செய்திகள் வருகின்றன. தேவர்களும் அசுரர்களும் போர்செய்தபோது இந்திரனுக்கு பிராமணி,

மகேஸ்வரி, கவுமாரி, வைஷ்ணவி, வராகி, இந்திராணி, சாமுண்டி ஆகியோர் உதவினார்கள். இவர்கள் ஆண் கடவுள்கள் ஆன பிரம்மா, மகேஸ்வரன், குமரன், விஷ்ணு, வராகன், இந்திரன், எமன் ஆகியோரின் மனைவிகள் ஆவர் என்பது வராக புராணம் கூறும் கதை.

வராக புராணம் வேறோரிடத்தில் யோகீஸ்வரியையும் சேர்த்துச் சப்த மாதர்கள் எட்டு பேர் என்று கூறுகிறது. மார்க்கண்டேய புராணம் சப்த மாதர்கள் ஏழு என்றும் இன்னோர் இடத்தில் எட்டு என்றும் கூறும்.

பிரகத்த புராணம் பிராமியைக் கங்கையின் அடையாளம் என்றும் சப்த கன்னிகைகளில் கங்கையும் ஒருத்தி என்றும் கூறும் என்று சிற்பவியல் அறிஞர் டி.எ கோபிநாத ராவ் கூறுகிறார். அவர் புராணங்களில் மட்டுமல்ல தொல்லியல் சான்று களிலும் சப்தமாதர்கள் பற்றிய செய்திகள் உள்ளன என்கிறார்.

சப்த மாதர்கள் பற்றிய செய்திகள் வேத காலத்திற்கு முன்பே கிடைக்கின்றன; என்றாலும் ரிக்வேதத்தில்தான் இது பற்றிய முறையான தகவல்கள் காணப்படுகின்றன என்கிறார் பட்டாச்சாரியார்.

குப்தர்கள் காலத்தில் (கி.பி. 3ஆம் நூற். முதல் கி.பி. 575வரை) சம்ஸ்கிருதம் இலக்கிய மொழியாகவும் பிராகிருதம் பேச்சு மொழியாகவும் இருந்தது. இக்காலத்தில் இதிகாசங்களும் புராணங்களும் பதிவுசெய்யப்பட்டன. புதிய தொன்மங்கள் உருவாயின. இக்காலச் சமயம் பற்றி ஆராய்ந்த யூ.பி. ஷா. என்பவர் பழைய யட்சி வழிபாடு பல மாற்றங்களைப் பெற்றுப் புதிய இந்து மதத் தாய்த்தெய்வங்களின் உருவாக்கத்திற்குக் காரணமானது என்கிறார்.

இந்தக் காலத்தில் பெண்தெய்வ வழிபாட்டின் பெருக்கம் அதிகமானது. இதே காலத்தில் சப்தமாதர்கள், ஜைனமத அம்பிகா, புத்தமத ஹரித் ஆகியன மீட்டுருவாக்கம் பெற்றன. இவை பற்றிய தொன்மங்கள் பெருகின. குப்தர் காலத்தில் தோன்றிய மார்க்கண்டேய புராணத்தில் சப்தமாதர் பற்றிய தொன்மம் இந்தச் சூழ்நிலையில்தான் இதே காலகட்டத்தில் உருவானதாகக் கருதப்படுகிறது. பிரகத் சம்ஹிதா தொகுக்கப்பட்ட காலத்தில் சப்த தெய்வங்களின் குழுமங்கள் பற்றிய தொன்மங்கள் வளர்ச்சியடைந்தன.

ஸ்கந்த குப்தன் என்னும் குப்த அரசன் காலத்துக் (கி.பி.455–467) கல்வெட்டு ஒன்றில் சப்தமாதர் பற்றிய குறிப்பு நேரடியாக

வருகிறது. இது பீகாரில் கிடைத்தது. இதே காலத்தில் உதயகிரி பாறைக்கல்வெட்டின் முதல் வரியே சப்தமாதர் வணக்கத்துடன் தொடங்குகிறது என்கிறார் கோபிநாத ராவ்.

மவுரியருக்குப் பின்னர் வந்த குஷாணப் பேரரசு காலத்தில் (கி. மு.30முதல் – கி.பி 375வரை) வட இந்தியாவில் பௌத்தம் செல்வாக்குப் பெற்றிருந்தது. இக்காலகட்டத்தில் குடையப்பட்ட குடைவரைக் கோயில் ஒன்றில் 18 பெண் சிற்பங்கள் உள்ளன. இவற்றில் சப்தமாதர்கள் உருவங்களும் அடங்கும். இவை குஷாணர் காலச் சிற்பங்களின் மாதிரிகள் என்கிறார்கள்.

சாளுக்கியர் (கி.பி.6ஆம் நூற். முதல் 12ஆம் நூற்.) கதம்பர் (கி.பி. 345முதல் 525வரை) காலங்களில் சப்த மாதர்கள் வழிபாடு பரவலாகிவிட்டது. கர்நாடகத்தில் பிஜப்பூர் மாவட்டம் ராவலா குடி குடைவரைக் கோயிலில் (கி.பி.7 ஆம் நூற்.) சப்த மாதர்களின் சிற்பங்கள் உள்ளன. இவர்களில் ஐந்துபேருக்குச் சன்னவீரம் காணப்படுகிறது. சாமுண்டி , பிராமி இருவருக்கும் சன்னவீரம் இல்லை. பிராமி மூன்று தலைகளை உடையவளாய்க் காட்டப்பட்டுள்ளாள்.

ஆர்.சி. அகர்வால் என்பவர் ராஜஸ்தான் பகுதியிலுள்ள சப்தமாதர் பற்றிய செய்திகளைச் சேகரித்திருக்கிறார். இவர் குறிப்பிடும் செய்திகளின்படி கி.பி.5–6ஆம் நூற்றாண்டுகளில் சப்த மாதர்கள் வழிபாடு இருந்தது; சப்தமாதரின் கைகளில் வஜ்ராயுதம் உள்ளது; இவர்களில் குழந்தை ஏந்தியவர்கள் உண்டு; கமண்டலம், பாசம், சட்டி ஏந்தியவர்களும் உண்டு; யக்ஞோபவீத்திரம் அணிந்தவர்களும் உண்டு; வராகி நடனமாடும் நிலையில் காட்டப்பட்டுள்ளாள்; இவளது இடது கையில் ஆண் குழந்தை இருக்கிறது போன்றவை அச்செய்திகள்.

உதயப்பூர் தாலேஸ்வரர் மகாதேவர் கோவிலில் உள்ள சப்தமாதர்கள் எல்லோரும் கையில் குழந்தையுடன் உள்ளனர். ஒவ்வொருவரும் குழந்தைக்குப் பால் ஊட்டுவது போல் காட்சியளிக்கிறார்கள். ராஜபுதனம் அமிர் அருங்காட்சியகத்தில் சப்தமாதர்களின் சிற்பங்கள் உள்ளன. இவற்றில் சிலவற்றுக்கு இடதுகையில் குழந்தை உள்ளது. இவை 11ஆம் நூற்றாண்டுச் சிற்பங்கள்.

வங்காளம், ஓரிசா மாநிலங்களில் சப்த மாதர்கள் தாய்த் தெய்வங்களாக வழிபடப்பட்டு வந்தனர். புவனேஸ்வர் அருங்காட்சியகத்தில் சப்த மாதர்களின் சிற்பங்கள் உள்ளன; இவை ஏழாம் நூற்றாண்டு என்கிறார்கள்.

புவனேஸ்வர் பரமேஸ்வரர் கோயிலில் இருக்கும் சப்த மாதர்கள் சிற்பங்களில் வராகிக்கு நான்கு கைகள் உள்ளன. இரண்டு கைகளில் தாமரையும் மீனும் உள்ளன. பிற கைகள் அபய, வரத முத்திரை காட்டுகின்றன. இவள் பஞ்ச மகரத்தில் அமர்ந்திருக்கிறாள். இந்த வராகி தாந்திரிக வழிபாட்டுடன் தொடர்புடையவள் என்கிறார் ஜே.என் பானர்ஜி. இது 8–9ஆம் நூற்றாண்டு சிற்பம் என்பது இவரது ஊகம்.

ஒரிசாவில் சப்தமாதர்களை யோகினியுடன் இணைத்துப் பேசுகிறார்கள். பூரி கோவிலில் உள்ள சப்த மாதர்களிடம் வங்காளப் பாதிப்பு உண்டு. இங்குள்ள மாதர்கள் வீரபத்திரர், கணேசர் வழிபாட்டுடன் தொடர்புடையவர்கள்.

சப்த மாதர்கள் தொடர்பாக அறிஞர்களிடம் பல்வேறு கருத்துக்கள் உள்ளன. ஆரம்பகாலத்தில் அச்சமூட்டும் வழிபடு தெய்வங்களாக இருந்த தாய்த்தெய்வங்கள் பின்னர் சப்த கன்னிகைகள் ஆயின. இவர்கள் ஏழுபேர் என்பது ஒரு கருத்து. ஏழு அல்ல என்ற கருத்தும் உண்டு. எட்டாம் நூற்றாண்டு முதல் 16ஆம் நூற்றாண்டுவரை இந்த ஏழு என்ற எண்ணிக்கை பெருமளவில் மாறுதல் இல்லாமல் பரவலாக இருந்தது.

இப்பெண் தெய்வங்களுடன் ஆண் தெய்வங்களைத் தொடர்பு படுத்தும் முறையும் இதே காலத்தில் பரவலாகியிருந்தது. மேலும் கார்த்திகைப் பெண்களையும் சப்தமாதர்களுடன் இணைக்கும் கதைகள் இக்காலத்தில் உருவாகிவிட்டது.

சப்த கன்னிகை அல்லது சப்த மாதர்களின் பெயர்கள் ஒவ்வொரு காலகட்டத்திலும் இடங்களுக்குத் தக்கவாறு மாறியுள்ளன. பொதுவாக பிராமி, (பிராமணி) மகேஸ்வரி, வைஷ்ணவி, இந்திராணி, சாமுண்டி (நரசிம்ஹி), கவுமாரி, வராகி என்பது ஒரு மரபு.

இந்தத் தெய்வங்கள் முறையே பிரம்மா, சிவன், விஷ்ணு, இந்திரன், யமன், குமரன், வராகன் ஆகிய ஆண் கடவுள்களின் மனைவிகள் ஆவர். இந்தத் தெய்வங்கள் மட்டுமல்ல, நாராயணி, அபிராமி, நரசிம்ஹி ஆகிய தெய்வங்களையும் சப்தமாதர்களாகக் கூறும் மரபு உண்டு.

சப்தமாதர்களின் சிற்ப வடிவம்கூடக் காலம்தோறும் மாறி இருக்கிறது. கைகளின் எண்ணிக்கை, ஆயுதங்கள், பிற கருவிகள், முத்திரைகள் ஆகியவற்றிலும் வேறுபாடுண்டு. இவற்றின் வடிவங்களை உத்தேசமாக அல்லது பொதுவாகப் பார்ப்போம்.

வராகி

பன்றி வடிவ முகம். வட இந்திய மரபில் வராஹிக்குச் சைவ அடையாளம் உண்டு. பொதுவாக இதற்கு வைஷ்ணவ அடையாளத்தைக் கூறுவது மரபு. வராகியைத் திருமாலின் அடையாளமாகவே கொள்கிறார்கள். இவள் கருப்பு ஆடையுடன் இருப்பாள். ஒரு கையில் அக்கமாலை இருக்கும்.

பிராமி

பிரம்மாவின் அம்சம். நான்கு கைகள். வாகனம் அன்னம், வெள்ளை நிற ஆடை; கழுத்தில் ஸ்படிக மாலை; இவள் கைகளில் குண்டிகை, பாசம், அக்கமாலை ஆகியன இருக்கும்.

மகேஸ்வரி

சிவனின் அடையாளம். மூன்று கண்கள், நான்கு கைகள்; அங்குசம், பாசம், மணி, சூலம், பரசு, வாள், தமரு ஆகியவற்றில் இரண்டு அல்லது நான்கு இருக்கும்; வாகனம் காளை; பார்வதியின் அடையாளம் தெளிவாகத் தெரியும். ஐந்துமுகங்கள் கொண்ட மகேஸ்வரியும் உண்டு.

கவுமாரி

முருகனின் அம்சம்; நான்கு கைகள்; வஜ்ராயுதம்; சக்தி ஆயுதம் இருக்கும்; அபய, வரத முத்திரை காட்டும். சில கவுமாரி சிற்பங்களின் கைகளில் அட்சமாலை, குண்டிகை உள்ளன. மயில், முருகனின் வாகனம். சேவல் கொடி கட்டப்படுவது உண்டு.

இந்திராணி

இந்திரனின் அம்சம். கைகள் நான்கு. வஜ்ராயுதம், சக்தி ஆயுதம் அம்பு கைகளில் இருக்கும். வாகனம் வெள்ளை யானை.

வைஷ்ணவி

விஷ்ணுவின் அவதாரம். நான்கு கைகள்; மேலுள்ள கைகளில் சங்கு சக்கரமும் கீழ் கைகளில் அக்கமாலை, குண்டிகை போன்றனவும் இருக்கும்; இவளை நாராயணி என்று கூறுவதும் உண்டு.

சாமுண்டி

ருத்ரனின் அம்சம்; 32 கைகளை உடையவள்; கபால மாலை அணிந்திருப்பாள்; முகத்தில் கோரைப்பல்; புலித்தோல்

உடுத்திருப்பாள்; இவை இவளது அடையாளம்; கைகளில் சூலம், சக்தி, கபாலம் போன்றன இருக்கும்; வாகனம் பிணம்; இவளை எமனின் அம்சமாகவும் சொல்வதுண்டு; மூன்று கண்கள்; கைகளில் பாம்பு, திரிசூலம், வாள், தமரு இருக்கும்; மார்பில் சர்ப்பம் தவழும்.

சப்த மாதர்களைச் சிவனின் அம்சமாகச் சொல்வது பழைய மரபு; இவர்கள் ஏழுபேரில் சிவன் அம்சம் உடைய தெய்வங்களாக மகேஸ்வரி, வராகி, சாமுண்டி , கவுமாரி ஆகியோரைக் கூறுவர். வைஷ்ணவி விஷ்ணுவின் அம்சம்; வராகியையும் விஷ்ணு அம்சமாகக் கொள்வதுண்டு. பிராமி பிரம்மனின் அம்சம். இந்திராணி இந்திரனின் மனைவி. இதுபோன்ற கதைகள் காலந்தோறும் மாறிக்கொண்டே இருந்திருக்கின்றன.

தென்னிந்தியாவில் இவர்களின் எண்ணிக்கை மாநிலம் தோறும் மாறுபடுகிறது.

ஆந்திராவில் பேலோரம்மா, அங்கம்மா, முத்தியாலம்மா, தில்லி பொலிசி, பங்காரம்மா, மாதம்மா, ரேணுகா, பக்கம்மா, லிங்கம்மா, சூரம்மா, குரம்மா, கனகம்மா ஆகியோரைச் சப்த மாதர்களாகச் சொல்லுவர்.

கர்நாடகாவில் அன்னம்மா, அத்தேஸ்வரி அம்மா, மாயேஸ்வரி அம்மா, மாம்மா, சடலம்மா, சொக்கலம்மா, அகலம்மா, பொலரம்மா, அங்கம்மா, முத்தாலம்மா, தில்லி போலசை, பங்காரம்மா, மாதம்மா, ரேணுகா ஆகிய தெய்வங்களைச் சப்தமாதர்களாகக் கூறுவர்.

இம்மாநிலத்தில் சப்த கன்னிகளை நீருடன் தொடர்பு படுத்திக் கூறுகிறார்கள். இத்தெய்வங்கள் காலரா நோயை உருவாக்குபவை என்ற நம்பிக்கை உண்டு. இங்கு மைசூரில் சிவனின் மனைவியாகக் கருதப்படுகிறாள்.

தமிழகத்தில் சிலப்பதிகாரக் காலத்திலேயே சப்த மாதர்கள் அல்லது சப்தகன்னிகைகளின் வழக்காறு இருந்து வந்ததை உரையாசிரியர்கள் வழி ஊகிக்க முடிகிறது. அறுவர்க்கு இளைய நங்கையாக பிடாரி என்ற சாமுண்டியைக் கூறுவதன் மூலம் இளங்கோவடிகள் காலத்தில் சப்தகன்னிகை வழிபாடு அறிமுகமாகிவிட்டது என்கிறார்கள்.

அறுவர் என்பதைக் கார்த்திகைப் பெண்கள் என்று கொண்டு சப்த கன்னிகைகளில் ஆறுபேர் குமாரனை வளர்த்தவர் என்பர். தமிழகத்தில் பல்லவர், முற்கால பாண்டியர், பிற்காலச் சோழர் ஆகியோரின் காலத்தில் சப்த கன்னிகைகள்பற்றிய செய்திகள் கிடைக்க ஆரம்பித்துவிட்டன.

பல்லவர்களின் குடைவரைக் கோயில்களில் சப்த மாதர்களின் சிற்பங்கள் காணப்படுகின்றன; காஞ்சி கைலாசநாதர் கோயில் சுற்றுச்சுவரில் சப்தமாதர்களில் புடைப்புச் சிற்பங்கள் உள்ளன. இவை ராஜசிம்மன் காலத்தவை என்பர் (கி.பி.700–730). இங்குள்ள சப்தமாதர் சிற்பங்கள் கி.பி.720க்கு முன்பே அமைக்கப்பட்டு விட்டன என்கிறார்கள்.

பல்லவர்களின் சப்தமாதர் சிற்பங்கள் குறித்து ஆராய்ந்த வர்கள் இந்த வழிபாடு ஒரிசாவிலிருந்து சாளுக்கியர் வழி பல்லவர் களுக்கும் முற்காலப் பாண்டியர்களுக்கும் வந்திருக்கலாம் என்கிறார்கள். முத்தரையர்களின் குடைவரைக் கோயில்களில் உள்ள சப்தமாதர்கள் சிற்பங்களும் இப்படியே வந்தன என்பர்.

ஏழு பெண் தெய்வங்களுடன் கணேசர், வீரபத்திரர் ஆகியோரின் சிற்பங்களை வைப்பது ஒரு மரபு. தில்லி தேசிய அருங்காட்சியகத்தில் பல்லவர்காலச் சப்த மாதர்களின் சிற்பங்கள் உள்ளன. இதில் சப்தமாதர்களுடன் வீணாதரர் தட்சிணாமூர்த்தி நான்கு கைகளுடன் இருக்கிறார். இவரிடம் வீணை, பரசு, பாசம் போன்றன உள்ளன.

தமிழகத்தின் சேந்தமங்கலத்திலிருந்து எடுக்கப்பட்டுச் சென்னை அருங்காட்சியகத்தில் உள்ள சப்தகன்னியருடன் யோக தட்சணாமூர்த்தி, வீரபத்திரர் சிலைகளும் இருக்கின்றன.

முத்தரையர் என்னும் சிற்றரசர் காலத்தில் கட்டப்பட்ட மலையப்பட்டி சிவன் கோயில் முக மண்டபத்துச் சுவரில் சப்த கன்னிகளுடன் வீரபத்திரன், விநாயகன் உள்ளனர். இந்திரனின் அருகே யானையும் சாமுண்டியின் அருகே ஆந்தையும் வராஹியின் அருகே கலப்பையும் உள்ளன.

முற்காலப் பாண்டியர் குடைவரைக் கோயில்களில் சப்த மாதர்களின் சிற்பங்கள் உள்ளன. குறிப்பாகப் புலையாப் பட்டி, மதுரை குன்னத்தூர், திருக்காளக்குடி, ஆலம்பாக்கம், திருக்கட்டளை, வேளச்சேரி போன்ற கோவில்களைக் குறிப்பிடலாம். இவை எட்டாம் நூற்றாண்டின.

பிற்காலச் சோழர் காலத்தில் சப்த மாதர்கள் பரிவாரத் தேவதைகளுடன் இணைந்துவிட்டனர். சோழர் காலத் தொடக்கத்தில் வீரட்டானேஸ்வரர் கோயிலில் (கி.பி. 10ஆம் நூற்) உள்ள சப்தமாதர்கள் தட்சணாமூர்த்திக்குச் சமமாக வழிபாடு பெற ஆரம்பித்துவிட்டனர். இது சாளுக்கியரின் செல்வாக்கில் வந்தது.

சோழர்களின் ஆட்சி உச்சத்தில் பரிவாரத் தேவதைகளின் பட்டியலில் சப்த கன்னிகைகளும் இருக்க வேண்டும் என்ற கட்டாயம் வந்துவிட்டது. சேந்தமங்கலம் கோயிலில் காணப்படும் முதலாம் ராஜராஜனின் கல்வெட்டில் அந்த ஊருக்கு அளித்த வரிவிலக்கு பற்றிய செய்தி உள்ளது. இதில் பரிவாரத் தேவதைகளின் பட்டியலில் துர்க்கை, சேத்திர பாலன், கணபதி ஆகியோருடன் சப்த கன்னிகைகளும் உள்ளனர்.

முதலாம் ராஜேந்திரனின் ஒரு கல்வெட்டில் சப்த மாதர்களுக்கு நிபந்தம் கொடுத்த செய்தி உள்ளது. ஜெர்மன் அப்பர்ட்ஸ் அருங்காட்சியகத்திலும் பாரிஸ் அருங்காட்சியகத்திலும் சாமுண்டீஸ்வரி சிற்பம் இருப்பதை தியடோர் பாஸ்கரன் பார்த்திருக்கிறார். இவை பிற்காலச் சோழர் காலத்தவை என்கிறார்.

தமிழகத்தில் குறிப்பிட்ட ஏழு ஆலயங்களைச் சப்தகன்னிகை களுக்கு உரியதாகக் கூறுகிறார்கள். அவை சக்கரப்பள்ளி (பிராமி), அரியமங்கை (மகேஸ்வரி), கவுமாரி (சூலமங்கலம்), வைஷ்ணவி (நல்ல சேரி), வராகி (பசுபதி கோவில்), இந்திராணி (தாடி மங்கை), சாமுண்டி (திருப்புள்ளமங்கை) ஆகியன.

நாயக்கர் காலத்திற்குப் பின்பு சப்த மாதர் வழிபாடு பெருநெறி கோயில்களில் பரவலாகவில்லை. ஆனால் நாட்டார் வழிபாட்டில் பெருமளவில் பரவியிருக்கிறது.

தமிழக நாட்டார் மரபில் வட இந்தியப் புராணக் கூறுகள் பெருமளவில் கலந்துள்ளன. ஆயினும் பொதுவான திராவிடத் தன்மைகள் அவற்றை விட்டு அகலவில்லை.

தமிழகக் கிராமங்களிலுள்ள குளங்களின் கரையில், நீராழியில், சுனைகளில், சிறு ஊருணிகளில், அரச மரம், ஆல மரம் போன்ற மரங்களின் அடியில் சப்த மாதர்கள் சிற்பங்களாய் உள்ளனர். இவர்களின் இத்தனை பெருக்கம் நாயக்கர் காலத்தில் ஏற்பட்டிருக்கலாம்.

நாயக்கர் காலத்தில் எழுதப்பட்ட வையாபுரிப் பள்ளு என்ற நூலில் வரும்,

ஓடிக்காட்டு கன்னிமார்க்கு
மழையும் உடன் இறங்கவே தான்
வெடிப்பாக தெற்காக பூசையும் போட்டு
விழுந்து விழுந்து கும்பிடுங்கடி

என்ற வரிகளில் குறிப்பிடப்படும் கன்னிமார் என்பதற்கு சப்தகன்னியர் என்று பொருள் கொள்கின்றனர்.

தமிழக நாட்டார் மரபில் சப்த கன்னிகளின் பெயர்களும் வழிபாட்டு முறைகளும் பெருநெறி மரபிலிருந்து மாறுபட்டாலும் இவற்றில் சில பொதுவான ஒற்றுமைகள் உள்ளன. தமிழக நாட்டார் மரபில் சப்தகன்னிகைகளின் பெயர்கள் இடத்துக்கு இடம் மாறுபடுகின்றன.

தமிழகத்தில் மாரியம்மன், பத்திரகாளி, உச்சிமாகாளி, காளி, காந்தாரி அம்மன், வண்டிமலைச்சியம்மன், அழகு நாச்சியம்மன், கரடி அம்மா, உமையம்மா, அங்காளம்மன், எல்லையம்மன், பேச்சியம்மன், முப்புடாதி அம்மன், பிடாரி அம்மன் போன்ற தெய்வங்களும் சப்த கன்னிகைகளின் வரிசையில் உள்ளன.

தமிழ் மாவட்டங்களில் பரவலாக வழிபாடு பெறும் முத்தாரம்மன் என்னும் தெய்வத்தைப் பற்றிய கதைப்பாடல் சப்தகன்னிகைகளின் பிறப்பைப் பற்றிக் கூறும்போது நமசிவாய மந்திரத்தில் இருந்து அவை பிறந்ததாகக் கூறும். இக்கதைப் பாடல் சப்தகன்னிகையரின் பிறப்பை,

> காளி காளி என்றொருத்தி காளாத்தி என்றொருத்தி
> நீலி நீலி என்றொருத்தி நீலகண்டி என்றொருத்தி
> வல்லி என்றும் சில்லி என்றும் மங்கையர்கள் தான் பிறந்தார்
> எல்லனைய ராக் கதியும் இன்பமுடன் தான் பிறந்தார்

என்று கூறும். இந்தக் கதைப்பாடல் சப்த கன்னிகைகளை வரிசைப்படுத்தும். இவை பெருநெறி மரபில் இல்லாதவை.

தென்தமிழ் மாவட்ட மலைகளில் வாழும் காணிக்காரர்கள் என்னும் மலைவாழ் மக்களிடம் சப்த கன்னிகைகள் வழிபாடு உள்ளது. இவர்களின் தெய்வங்களாக அடியுலவு கன்னி, நடு உலவு கன்னி, கலையுலவு கன்னி, ஆறு வெட்டுக்கன்னி, ஓங்கங்க கன்னி – ஆகியவற்றைக் கூறலாம். மன்னான் பழங்குடியினரிடமும் தோடர்களிடமும் சப்த கன்னிகை வழிபாடு உள்ளது.

தென் ஆர்க்காடு, நாகப்பட்டினம் பகுதிகளில் வாழும் மீனவர், பறையர், வன்னியர் மக்களிடம் சப்த கன்னிகள் வழிபாடு பரவலாக உள்ளது. வன்னியருக்கும் மீனவருக்கும் குட்டியாண்டவர் குல தெய்வமாக உள்ளார். இவரது கோவில் களில் சப்த கன்னிகைகள் துணைத் தெய்வங்களாக உள்ளன.

இந்தப் பகுதிகளில் தை, மாசி மாதங்களில் சப்த கன்னிகைகள் விழா நடக்கிறது. பிச்சவரம் குட்டியாண்டவர் கோயில் தொடர்பான சப்தகன்னிகைகள் பற்றிப் பல கதைகள் வழங்குகின்றன. இந்தப் பகுதி மக்கள் மாசி மாதத்தில் வரும்

மகர நட்சத்திரம் சப்த கன்னிகைகளுக்கு உகந்த நாள் என்ற நம்பிக்கையுடன் வழிபடுகிறார்கள்.

பூம்புகார் புதுக்குப்பம் கோயில் சடங்கில் ஊர் மக்கள் அனைவரும் பங்குகொள்கிறார்கள். ஏழு கன்னிகைகள் ஆடுதல், குறி கூறுதல், பூசாரி சாட்டையால் அடித்துப் பேய்களை விரட்டுதல், அவை நெருப்பாக மாறிக் கடலில் விழுதல் ஆகிய நிகழ்ச்சிகள் சடங்காக நடத்திக் காட்டப்படுகின்றன.

வடதமிழ் மாவட்டக் கடற்கரையோரக் கிராமங்களில் நிலவும் சப்தகன்னிகை தொடர்பான சடங்குகளும் நிகழ்ச்சிகளும் முறைப்படுத்தப்பட்ட சமயங்களின் புராணங்களில் இருந்து வந்தவை என்பது குறிப்பிடத்தகுந்தது. ஒரு ஆண்டில் தை மாதம் முதல் தேதியிலிருந்து மாசி மாத முழுநிலவு முடியும் காலம்வரை கடற்கரையில் இந்தக் கன்னிகைகள் உலாவுகின்றன எனும் நம்பிக்கை உள்ளது.

உங்கள் நூலகம், மே 2023

20

கல்வெட்டுகளில் உணவும் நைவேத்தியமும்

தமிழக வரலாற்றை எழுதியவர்கள் பழைய உணவுப் பழக்கங்களைக் கல்வெட்டுகளின்வழி மேலோட்டமாகக் குறிப்பிடுகின்றனர். பண்டைய உணவுப் பழக்கங்கள் பற்றிய செய்திகள் பெரும்பாலும் கோவில் நிபந்தக் கல்வெட்டுகளில் மட்டுமே உள்ளன. நாட்டார் வழக்காற்றியல் செய்திகளின் வழி கொஞ்சம் சேகரிக்க முடியும் என்றாலும் இவை முழுமையான தகவல்கள் என்று சொல்ல முடியாது.

கல்வெட்டுகளில் சொல்லப்படும் உணவு வகைகள் குறிப்பிட்ட சமூகத்திற்கு உரியவை அல்லது கோவில்களில் நைவேத்தியமாகப் படைக்கப்பட்டவையாக இருக்கும். கோவில்களில் அல்லாமல் வேறு பகுதிகளில் கிடைத்த கல்வெட்டுகளில் வழிநடைப் பயணிகளுக்கும் பொதுமக்களுக்கும் கொடுக்கப்பட்ட நிபந்தச் செய்திகளில் உணவு வழங்கல் பற்றிய கொஞ்சம் தகவல்களும் உள்ளன. இவற்றையெல்லாம் ஒட்டுமொத்தமாகச் சேர்த்துப் பண்டைய சமூகத்தின் முழுமையான உணவுப் பழக்கத்தை வரையறை செய்ய முடியாது.

கன்னியாகுமரி மாவட்டத்தில் 2024வரை கிடைத்த கல்வெட்டுக்கள் 820 என்ற அளவிலேயே உள்ளன. இவற்றில் சில அச்சில் வரவில்லை.

இந்தக் கல்வெட்டுகளில் வருகின்ற உணவு தொடர்பான செய்தி களைப் பார்ப்போம்; முக்கியமாகக் கோவில்களுக்கு நிபந்தம் கொடுத்தவர்களில் பலர் பிராமணர்களின் சாப்பாட்டுக்காகக் கொடுத்த நிபந்தங்கள் அதிகம் உள்ளன. இவை பற்றிய செய்திகள் பல இடங்களில் வருகின்றன. (பின் இணைப்பு எண். 1)

பிராமணர் அல்லாதவர்களுக்கும் உணவு வழங்கிய செய்திகள் குமரிக் கல்வெட்டுகளில் காணப்படுகின்றன. முக்கியமாக, கோவில் அல்லாத பகுதிகளில் காணப்படும் தனிக் கல்வெட்டுகளில் இச்செய்திகள் உள்ளன. யோகிகள், பரதேசிகள், புனிதத் தலங்களுக்கு யாத்திரை செல்லும் பயணிகளுக்கு உணவு கொடுத்த அல்லது சமைத்துச் சாப்பிடத் தானியங்களையும் பொருட்களையும் கொடுப்பதற்கு ஏற்பாடு செய்ததைக் கூறும் நிபந்தக் கல்வெட்டுக்கள் உள்ளன. (பின் இணைப்பு எண் 2)

வைஷ்ணவ அடியவர்களுக்கு உணவு வழங்கக் கொடுக்கப் பட்டதான செய்திகள் கல்வெட்டுகளில் காணப்படவில்லை. நாகர்கோவிலை அடுத்த புரவசேரி என்னும் ஊரிலுள்ள விஷ்ணு கோவிலில் உள்ள கல்வெட்டு, இங்கு திவ்யபிரபந்தம் பாடல்களைப் பாராயணம் செய்யும் வைணவப் பிராமணர் களுக்கு உணவு வழங்கிய செய்தியைக் கூறுகிறது. இது முற்காலப் பாண்டியர்காலக் கல்வெட்டு. கோவில்களில் நடக்கும் பூசைகளில் பந்தீரடி மிஸ்ட்டான பூஜையும் ஒன்று. இதில் சிறப்பான நைவேத்தியம் உண்டு. பூசை முடிந்த பின்பு இந்த உணவு பிராமணர்களுக்குப் பரிமாறப்படும்; இது அவர்களுக்கு மட்டும் உரிய சிறப்பு உணவாகக் கருதப்படும்

பழைய தென்திருவிதாங்கூர் (இன்றைய கன்னியாகுமரி மாவட்டம்) பகுதியில் சுசீந்திரம் தாணுமாலயன் கோவிலிலும் திருவட்டாறு ஆதிகேசவப் பெருமாள் கோவிலிலும் பத்மநாபபுரம் அரண்மனை வளாகத்திலும் கணிசமான அளவுக்குப் பிராமணர் களுக்கு நண்பகல் உணவு வழங்கப்பட்டது. இப்படியாக இலவசமாக வழங்கப்பட்ட உணவை உண்பதற்குத் தென்பாண்டிக் கிராமங்களில் இருந்து ஏழைப் பிராமணர்கள் தென் திருவிதாங்கூர் ஊர்களில் குடியேறியிருக்கின்றார்கள். இப்படியாகக் குடியேறியது பற்றிக் கதைப்பாடல்களில் சான்றுகள் உள்ளன.

சுசீந்திரம் கோவிலை விரிவாக ஆராய்ந்த கே கே பிள்ளை இந்தக் கோவிலில் சாப்பிட்ட பிராமணர்கள் எண்ணிக்கை பற்றி விரிவாகக் கூறுகிறார். சுசீந்திரம் கோவில் கல்வெட்டு களில் முதல் ராஜராஜனின் ஆண்டுக் காலத்தில் ஆரம்பித்து வேணாட்டு அரசன் கோத கேரளா வர்மன், பிற்காலப்

பாண்டியனான பராக்கிரமப் பாண்டியன், திருவிதாங்கூர் அரசர் மார்த்தாண்ட வர்மா உள்ளிட்டோர்களின் பெயர்கள் பிராமணர்களுக்கு உணவு அளிக்க நிபந்தம் கொடுத்தவர்களின் பட்டியலில் வருகிறது.

திருவிதாங்கூர் ராஜ்யத்தின் முதல் மன்னரான பால மார்த்தாண்ட வர்மா பிராமணர்களுக்கு ஊட்டுப்புரையும் (சாப்பாட்டு அறை) பிராமணர் அல்லாதவருக்குக் கஞ்சிப்புரையும் (கஞ்சி வழங்கும் சாப்பாட்டு அறை) நிறுவியிருக்கிறார். கன்னியாகுமரி மாவட்டத்தில் பிராமணர்கள் சாப்பிடுவதற்கு என்று நிரந்தரமான கட்டடம் பத்மநாபபுரம் அரண்மனையில் இருந்தது.

சுசீந்திரம் கோவிலில் பதினெட்டாம் நூற்றாண்டில் ஊட்டுப்புரையில் சாப்பிட்ட பிராமணர்களில் சிலர் திப்பு சுல்தானின் படையெடுப்பால் துன்புறுத்தப்பட்டதால் தென் திருவிதாங்கூருக்குக் குடிபெயர்ந்தார்கள் என்று 'திவான் வெற்றி' என்ற கதைப்பாடல் கூறும்.

மார்த்தாண்ட வர்மா ஊட்டுப்புரையை நிறுவினாலும் தர்மராஜா காலத்தில் (1772) பிராமணர்களுக்கு ஆண்டு முழுவதும் ஒரு நாளைக்கு இரண்டு வேளை சாப்பாடு கொடுக்க வேண்டும் என்ற நியதி முறைப்படுத்தப்பட்டது.

பிராமணர்களுக்கு உணவு வழங்குவதற்கு என்று நிபந்த நிலங்கள் விடப்பட்டிருந்தன. கர்னல் மன்றோ காலத்தில் (1812) சுசீந்திரம் கோவிலில் ஊட்டுப்புரை கணக்கும் நிபந்த நிலங்களின் வருமானமும் தணிக்கை செய்யப்பட்டன. ஊட்டுப்புரையில் ஒருவர் மூன்று நாட்கள் தொடர்ந்து சாப்பிடுவதும் கண்காணிக்கப்பட்டது என்று ஆவணங்கள் மூலம் குறிப்பிடுகிறார் கே.கே. பிள்ளை.

வட இந்தியாவில் இருந்து கன்னியாகுமரிக்கு வந்த கோஷாயிகளுக்குச் சாப்பிடுவதற்குக் குறிப்பிட்ட அளவு அரிசி கொடுக்கப்பட்டது. அவர்கள் சுசீந்திரத்தில் தோட்டங்களில் தங்கிச் சமைத்துச் சாப்பிட்டனர்.

வருவாய்த் துறையில் இருந்து தேவசம் தனித்துறையாகப் பிரிந்து செயல்பட்ட பின்னர், 1922இல் ஊட்டுப்புரை வழக்கம் முழுதுமாய் நிறுத்தப்பட்டது. என்றாலும் நமஸ்காரப் பூஜையில் பிராமணர்களுக்குக் கொடுக்கப்பட்ட சாப்பாடு நிறுத்தப்படவில்லை. நமஸ்காரப் பூஜை நைவேத்தியத்தை பெரும்பாலும் வெளியூரிலிருந்து வந்த பிராமணப் பயணிகள் சாப்பிட்டனர்.

சுசீந்திரம் கோவில் ஊட்டுப்புரையில் சாப்பிட்ட பிராமணர்களின் எண்ணிக்கையைக் கோவில் ஆவணங்களின் வழி கே.கே. பிள்ளை கணக்கிட்டிருக்கிறார். 1772முதல் 1911வரை உள்ள ஆண்டுகளில் ஊட்டுப்புரையில் சாப்பிட்டவர்களின் எண்ணிக்கை அதிகரித்துக்கொண்டே வந்திருக்கிறது. 1818–19ஆம் ஆண்டில் மட்டும் 73,726 பேர். இதற்கு 1943ஆம் ஆண்டுக் கணக்குப்படி 6,634 ரூபாய் ஆகியிருக்கிறது. 1841–1842 கணக்கின்படி 86,728 பேர் சாப்பிட்டு வந்துள்ளனர். இதற்கான (1943) ரூபாய் 7812.

இந்தப் போஜனம் அல்லாமல் ஸ்ரீ ஜெயந்தி, சித்திரை விசு, அரசரின் பிறந்த நாள், திருக்கல்யாணம், பத்து நாட்கள் திருவிழா போன்ற சிறப்பு நிகழ்ச்சிகளிலும் பிராமணர்களுக்குத் தனிச் சாப்பாடு போடப்பட்டது. இதுபோன்ற நாட்களில் பிராமணர்கள் அதிக எண்ணிக்கையில் சாப்பிட்டனர். திருவிழாக் காலங்களில் பிராமணர்கள் வெளியூர்களில் இருந்து வந்தனர். மார்கழித் தேர்த் திருவிழாவில் பிராமணர் அல்லாதவருக்கும் உணவு வழங்கப்பட்டது.

சுசீந்திரம் தாணுமாலயன் கோவில் பணியாளர்களுக்கும் கோவிலில் பணிசெய்த தேவதாசிகளுக்கும் ஊதியமாகக் கொடுக்கப்பட்ட கட்டிச்சோறு 600 பேர் சாப்பிடும் அளவுக்கு இருந்தது. சுசீந்திரம் கோவிலில் ஒரு நாளைக்கு 72 தேவதாசிகள் கட்டிச்சோற்றை ஊதியமாகப் பெற்றனர். கட்டிச்சோறு 15/16 நாழி அளவுள்ள அரிசியால் சமைக்கப் பட்ட பச்சரிசிச் சாதமாகும். இதற்கென்று இருக்கும் வட்ட வடிவப் பித்தளைப் பாத்திர அச்சில் சுடு சோற்றை வைத்துத் தயாரிக்கப்படுவதாகும். கட்டிச்சோறு எல்லாம் ஒரே அளவில் இருக்கும். ஒரு சோற்றுக்கட்டியின் அளவு உத்தேசமாய் 600 மி. லிட்டர்.

கோவில் பணியாளர்கள் தங்கள் தேவைக்கு அதிகமாய் இருந்த கட்டிச்சோற்றை ஏழைகளுக்கு விற்பனை செய்தனர். ஏறத்தாழ 80 விழுக்காடு கட்டிச்சோற்றைச் சுசீந்திரம் ஊரைச் சுற்றியுள்ள கிராமங்களில் வாழ்ந்த தொழிலாளர்களும் ஏழை கிராம மக்களும் சாப்பிட்டிருக்கின்றனர்.

சுசீந்திரம் கோவிலில் மட்டுமல்ல பறக்கை, பூதப்பாண்டி, கேரளபுரம் கிருஷ்ணன் கோவில் (நாகர்கோவில்), வடிவீஸ்வரம் (நாகர்கோவில்) போன்ற சில இடங்களில் இருந்த கோவில் களிலும் திருவிழாக்களில் மட்டும் பிராமணர்களுக்கு உணவு வழங்க தனிப்பட்டவர்கள் நிபந்தம் கொடுத்திருந்தனர். இச்செயல்பாடு 1980களில்கூட நடைமுறையில் இருந்தது.

கோவில் நிர்வாகம் மட்டுமல்லாமல் தனிப்பட்ட மடங்களும் தனிப்பட்ட நபர்களும் கோவில் சிறப்பு நிகழ்ச்சிகளிலும் விழாக் காலங்களிலும் பிராமணர்களுக்கும் பிராமணர் அல்லாதவர்களுக்கும் உணவு வழங்கிய செய்திகள் வாய்மொழியாக வழங்கியுள்ளன.

சுசீந்திரம் கோவில் தேர்த்திருவிழாவில் சுசீந்திரம் அருகே உள்ள அக்கரை, தேரூர் என்னும் ஊர்களில் பொது மக்களுக்குக் கஞ்சி வழங்கிய நிகழ்ச்சி 1811இல் தொடங்கியது. இந்த வழக்கம் 1950 களில் கூட நடந்தது. சுசீந்திரத்தை அடுத்த நல்லூர் என்ற ஊரின் அருகேயுள்ள ஒரு குக்கிராமத்தில் வாழ்கின்ற வேட்டாரன் என்ற ஜாதி மக்கள் சுசீந்திரம் தேர்த் திருவிழாவில் சாப்பிடுவதற்கென்றே நிலம் நிபந்தமாகக் கொடுத்த செய்தி இந்த ஊர் சிவன் கோவில் கல்வெட்டில் உள்ளது.

திருவட்டாறு ஆதிகேசவப் பெருமாள் கோவிலில் இருக்கும் கருவறைத் தெய்வம் விஷ்ணு வடிவ 16008 சாளக்கிராமங்களால் ஆனது. ஒரு விஷ்ணு வடிவத்திற்கு ஒரு கைப்பிடி அரிசி சாதம் படைக்க வேண்டும் என்பது ஒரு முறை. அப்படியானால் 16008 விஷ்ணு வடிவங்களுக்கும் 16008 கைப்பிடி அளவு அரிசிச் சாதம் படைக்க வேண்டும். இது உத்தேசமாய் 600 கிலோ அளவு அரிசி வரும். அப்படியானால் இந்தக் கோவிலில் ஒரு நாளைக்கு 600 கிலோ அரிசிச் சாதம் படைத்தார்கள். இந்தச் சாதம் கோவில் பணியாளர்களுக்கும் கோவிலில் பணிபுரிந்த அச்சிகள் எனப்படும் பெண் பணியாளர்களுக்கும் கொடுக்கப்பட்டது. கட்டிச்சோறு என்ற பெயரில் சம்பளமாகக் கொடுக்கப்பட்ட இந்தச் சாதத்தைப் பொது மக்கள் விலைகொடுத்து வாங்கினர்.

கோவில் கல்வெட்டுகளில் பிராமணர்களுக்குக் கொடுக்கப் பட்ட உணவு அமுது என்ற சொல்லால் குறிக்கப்படுகிறது. கோவில் தெய்வத்திற்குரிய உணவு நைவேத்தியம் எனப்பட்டது. கோவில் தொடர்பான உணவுவகைகள் பற்றிய செய்திகள் கல்வெட்டுகளில் உள்ளன.

கறியமுது (கூட்டு வகைகளுடன் கூடிய சாப்பாடு), நெய்யமுது (நெய்ச் சோறு), தயிர் அமுது, (தயிர்ச் சோறு) தேங்காய் அமுது (தேங்காய்ச் சோறு), உப்பு அமுது, மிளகு அமுது, புளியமுது, (புளிச் சாதம்) இலை அமுது (தொன்னையில் பாயசம்), பாயதம் (பாயசம்), பலகாரம், பச்சரிசிச் சாதம், பொங்கல் என்னும் உணவு வகைகள் குமரி மாவட்டக் கல்வெட்டுகளில் காணப்படு கின்றன. இவை கி.பி. 12ஆம் நூற்றாண்டிலிருந்து 18ஆம் நூற்றாண்டுவரை தொடர்ந்து காணப்படுகின்றன.

19ஆம் நூற்றாண்டு ஆரம்பம்வரையுள்ள கல்வெட்டுக் களில் பிராமணர்களுக்குப் பகல் உணவிற்குப் பச்சரிசிச் சோறுதான் பரிமாறப்பட்டது. இந்தச் சோற்றில் ஊற்றுவதற்கு உரிய குழம்பு வகைகள் தொடுகறிகள் பற்றிய விவரங்கள் மிகக் குறைவாகவே காணக் கிடைக்கின்றன. இன்று திருமண விழாவில் பரிமாறப்படும் பல கறிவகைகளின் பெயர்கள் குமரிக் கல்வெட்டுகளில் முழுக்கவும் இல்லை.

திருவட்டாறு ஆதிகேசவப் பெருமாள் கோவில் வழிபாட்டிற்கும் சடங்குகளுக்கும் உரிய நடைமுறைகள் பற்றிய விவரங்கள் (படித்தரம்) ஏட்டில் எழுதிவைக்கப்பட்டுள்ளன. இந்த விவரக் குறிப்பில் முக்கியத் தெய்வத்திற்கும் பரிவாரத் தெய்வங்களுக்கும் படைக்கப்பட்ட நைவேத்தியம், பிராமணர் களுக்குப் பரிமாறப்பட்ட உணவுவகைகள் பற்றிய செய்திகள் உள்ளன.

ஆதி கேசவர் கோவில் படித்தரத்தில் எரிசேரி, ஓலன், பருப்பு, புளிசேரி, உப்பு மாங்காய், உப்பேரி, ஒற்றை வடை, கீரைக் குழம்பு, வாழைக்காய்க் கூட்டு, வழுதலங்காய்ப் பருப்புக் கூட்டு, பூசணிக்காய்க் கூட்டு ஆகிய தொடுகறிகளும் குழம்பு வகைகளும் இடித்துப் பிழிந்த பாயசம், துலா பாயசம், அரவணை, பால் பாயசம், நெய் பாயசம், உண்ணியப்பம் ஆகிய இனிப்புவகைகளின் பெயர்களும் காணப்படுகின்றன.

பெரும்பாலும் பச்சரிசியுடன் சர்க்கரை கலந்து பாயசம் செய்தனர். அம்மன் கோவில்களிலும் சாஸ்தா கோவில்களிலும் பச்சரிசி, சர்க்கரை, சுக்கு, தேங்காய் ஆகியன கலந்து கட்டியான பாயசத்தை வைத்தனர். இதில் நெய் கலப்பது சாதாரணம்.

கவிமணி தேசிக விநாயகம் பிள்ளையின் 'மருமக்கள் வழி மான்மியம்,' 1911இல் 'தமிழன்' பத்திரிகையில் வெளிவந்தது. இந்த நூலில் நாஞ்சில் நாட்டுக் குழம்புவகைகளான சாம்பார், பருப்பு, மொச்சக்கொட்டைத் தீயல், புளிசேரி ஆகியவற்றின் பெயர்கள் வருகின்றன. கூட்டுவகைகளாக அவியல், பொரியல், துவையல், பச்சடி, கிச்சடி, துவரன், சட்டினி, எரிசேரி ஆகியவற்றின் பெயர்களும் பப்படம், பாயசம், பிரதமன் என்னும் பெயர்களும் வருகின்றன.

பழகிய ஒப்பாரிப் பாடல் ஒன்றில் இட்டலி, தோசை, தோய்ப்பன், குடலைப் புட்டு, சீடை, முறுக்கு, சீண்டுருண்டை எனச் சில பலகாரங்களின் பெயர்கள் வருகின்றன.

கன்னியாகுமரி மாவட்டக் கல்வெட்டுகளில் காணப்படாத ஆனால் பழைய ஓலை ஆவணங்களில் காணப்படுகின்ற

திருவட்டாறு கோவிலுடன் தொடர்புடைய கூட்டு எரிசேரி என்னும் கூட்டு கோவில் நைவேத்தியமாகவும் உணவின் தொடுகறியாகவும் இருந்தது. இச்செய்தி கவிமணியின் மருமக்கள் வழி மான்மியத்தில் (1911) வருகிறது. ஆனாலும் இதற்கும் முன்பே கோவில் படித்தரக் குறிப்பிலும் (1606) இது காணப்படுகிறது.

திருவட்டாறு ஆதிகேசவப் பெருமாள் கோவில் நைவேத்தியம் தொடர்பான படித்தர ஆவணத்தில் (1606) எரிசேரியின் பெயர் உள்ளது. இதன் பழமை வரலாறு பதினாறாம் நூற்றாண்டுவரை செல்கிறது. இப்போதும் நாஞ்சில் நாட்டில் இது வழக்கில் உள்ளது.

எரிசேரியில் ஏத்தங்காய் (நேந்திரங்காய்), அல்லது சேனைக் கிழங்கு மட்டுமே பயன்படுத்த வேண்டும் என்பது மரபு. எரிப்புக்கு நல்ல மிளகு மட்டும்தான் பயன்படுத்த வேண்டும், மிளகாய் வத்தல் பயன்படுத்தக் கூடாது என்ற விதி கண்டிப்பாகப் பின்பற்றப்பட்டது. அதன் காரணம், பச்சை மிளகாய் இந்த நாட்டுக் காய் அல்ல, அது வெளிநாட்டுச் சரக்காகும்.

கல்வெட்டுகளில் (எ.கா. கரிய மாணிக்கபுரம் 1558) தர்மக்கஞ்சி ஊற்றுவதற்குக் கொடுத்த நிபந்தம் பற்றிய செய்தி உள்ளது. இப்படி வார்க்கப்படும் கஞ்சி பிராமணர் அல்லாதவர் களுக்கு உரியது. வழிநடைப் பயணிகளும் இதைக் குடிக்கலாம். நாட்டார்த் தெய்வங்களின் கோவில்களிலும் சாஸ்தா கோவில்களிலும் அங்கு வருபவர்களுக்குக் கஞ்சிவார்க்கும் வழக்கம் இப்போதும் நடைமுறையில் உள்ளது. கஞ்சிக்குத் தொடுகறியாகப் பூசணிக்காய் கூட்டுக்கறி இருக்கும். பெரும்பாலும் சம்பா அரிசியைக் கஞ்சி வைக்கவும் மஞ்சள் பூசணிக்காயைக் கூட்டுக் கறி வைக்கவும் பயன்படுத்துவது ஒரு முறையாகும். இதன் பழமை 15ஆம் நூற்றாண்டுவரை எட்டுகிறது.

கன்னியாகுமரி, திருநெல்வேலி மாவட்ட எல்லையில் உள்ள ஆரல்வாய்மொழி திருவிதாங்கூர் பாண்டி நாட்டு எல்லையாக இருந்தது. இங்கே சுங்கச்சாவடி (சவுக்கை) ஒன்றும் இருந்தது. ஆரல்வாய்மொழி அருகேயுள்ள தோவாளையில் திருவிதாங்கூருக்குச் சொந்தமான நிலைப்படை இருந்தது; குதிரை லாயம் இருந்தது; பெரிய சத்திரம் உண்டு. இங்கே பாண்டி நாட்டிலிருந்து வரும் பயணிகள் தங்கலாம்.

தோவாளையில் வழிப்பயணிகளுக்குக் கஞ்சி ஊற்றும் வழக்கம் எப்போது ஆரம்பித்தது என்று சரியாகக் கணக்கிட முடியவில்லை. பால மார்த்தாண்டவர்மாவின் அரச காலத்தில்

(1728–1758 ஆக இருக்கலாம்) தோவாளையில் காலை பத்து மணிமுதல் 3மணிவரை கஞ்சியும் கீரைக் குழம்பும் பனையோலைப்பட்டையில் கொடுத்திருக்கிறார்கள்.

இது பிராமணர் அல்லாதவருக்குக் கொடுக்கப்பட்ட உணவு. 1948வரை இது வழக்கில் இருந்தது. தினமும் 60 மரக்கால் (உத்தேசமாக 300 லிட்டர்) அரிசியைப் பொங்கிக் கஞ்சியாக ஆக்கிக் கொடுப்பது வழக்கமாக இருந்தது. இந்த வழக்கத்தைத் திருவாங்கூர் திவானாக இருந்த சி.பி. ராமசாமி நிறுத்தினார்.

சிறிய கோவில்களில் படைக்கப்பட்ட பலகாரம் பற்றிக் கல்வெட்டுகளில் குறிப்பு உண்டு. கரியமாணிக்கபுரம் ஆழ்வார் கோவில் கல்வெட்டு (1509) கரியமாணிக்க ஆழ்வாருக்குக் குறுணிப் பணியாரம் படைத்து வழிபடுவதற்கு நிபந்தம் கொடுத்த செய்தி வருகிறது. குருணி என்றால் எட்டுப் படி (ஒரு மரக்கால் இது 5.3 லிட்டர் அளவு வரும்). இந்தப் பணியாரம் தேங்காய், கதலிப்பழம், சீரகம், மிளகு, சர்க்கரை, எரி கரும்பு, பச்சரிசி ஆகியவற்றால் செய்யப்படுவது. இது பற்றிய செய்தி வேறு கல்வெட்டுகளிலும் வருகிறது.

பிராமணர்களுக்குக் கொடுக்கப்பட்ட சாப்பாடு, கோவில் நைவேத்தியம் போன்றவையெல்லாம் பச்சரிசியில் பொங்க வேண்டும். பச்சரிசிச் சோற்றுடன் பருப்பு, நெய்விட்டுப் பிசைந்து பப்படம், ஊறுகாய் ஆகிய தொடுகறியுடன் பிராமணர்கள் சாப்பிட்ட செய்தி பழம் ஆவணம் ஒன்றில் வருகிறது.

பெரும்பாலும் சாப்பாட்டின் இறுதியில் அரிசிப் பாயசம் கொடுக்கப்பட்டது. பாயசத்தைத் தொன்னையில் ஊற்றிக் கொடுப்பது வழக்கம் (பூதப்பாண்டி சிவன் கோவில் தனிக் கல்வெட்டு). பொங்கல் மட்டும் மதிய உணவாகப் பரிமாறப் பட்டது. (மேல புதுவூர் தனிக் கல்வெட்டு 1680). பச்சரிசிப் பொங்கல் தேங்காய், நெய், நல்ல மிளகு, இஞ்சி, உப்பு ஆகியவை சேர்த்துச் சமைக்கப்பட்டது.

கல்வெட்டுகளிலும் பழைய முதலியார் ஆவணங்களிலும் வாழைக்காய், வழுதலங்காய் ஆகிய காய்கறிகளே அடிக்கடி சொல்லப்படுகின்றன. கத்தரிக்காயின் பெயர் வரவே இல்லை. பிராமணர் அல்லாதவரின் கோவில்களில் படைப்புச் சோற்றுக்குக் கூட வழுதலங்காய்ப் பொரியல் வைப்பது மரபாக இருந்தது. நாட்டார் தெய்வக் கோவில் படைப்புச் சோற்றில் வழுதலங்காய்ப் பொரியல் இருக்க வேண்டும் என்ற வழக்கம் இப்போதும் உள்ளது.

நிறுவனச் சமய தெய்வங்களின் கோவில்களில் இன்னின்ன தெய்வங்களுக்கு இன்னின்ன நைவேத்தியம் என்று முறைப் படுத்தப்பட்ட வழக்கம் உண்டு. இந்தச் செய்தி பெரும்பாலும் கோவில்களின் பூசகர் அல்லது கோவிலைச் சார்ந்தவர்களால் வாய்மொழியாகக் கடத்தப்பட்டு வருகிறது. இந்த முறையைப் படித்தரம் என்று கூறுகின்றனர்.

இதுபற்றிய செய்திகள் அபூர்வமாகக் கல்வெட்டு களிலும் உள்ளது. சில கோவில்களில் படித்தரம் விவரமுள்ள ஓலைச்சுவடிகள் உள்ளன (திருவட்டாறு ஆதிகேசவப்பெருமாள் கோவில்). ஒருவிதத்தில் கோவில் வழிபாடு, சடங்கு தெய்வங் களுக்குரிய நைவேத்தியம், விழா சிறப்பு நிகழ்ச்சி ஆகியவற்றுக்குச் செலவழிக்க வேண்டிய விவரங்களைப் படித்தரம் என்றும் கூறலாம்.

நாட்டார் தெய்வக் கோவில்களில் இதுபோன்ற படித்தரங்கள் எழுதிவைக்கப்படவில்லை. ஆனால் இதை வாய்மொழி வழியாகச் சொல்லிப் பாதுகாக்கிறார்கள். ஒரு தலைமுறையினர் அடுத்த தலைமுறைக்குச் செய்தியைக் கடத்துவதில் ரகசியத்தையும் நெறிமுறையையும் கையாளு கிறார்கள். இதனால் தெய்வத்திற்குரிய படையலில் அதன் சுவை பெரும்பாலும் மாறாமல் இருந்து வருகிறது.

கன்னியாகுமரி மாவட்ட நிறுவனச் சமயக் கோவில்களில் நைவேத்தியமும் நாட்டார் வழிபாட்டுக் கோவில்களின் படைப்பு உணவுகளும் ஊர்கள்தோறும், தெய்வங்கள்தோறும் மாறுபடுவது உண்டு. தென்திருவிதாங்கூர் கோவில்களின் படையல்களின் பெயர்கள் மக்களுக்கும் சாதாரணப் பக்தனுக்கும் தெரிந்திருக்கிறது.

திருவட்டாறு ஆதிகேசவப்பெருமாள் கோவிலில் படைக்கப் படும் நைவைத்தியம் பிற கோவில்களிலிருந்து வேறுபட்டது. இந்த நைவேத்திய உணவைத் தயாரிப்பதற்குரிய பக்குவம், சேர்மானங்கள் பற்றிய விவரங்கள் பனை ஓலைகளில் எழுதப் பட்டுப் பாதுகாக்கப்பட்டு வந்தன. நாகர்கோவிலின் ஒரு பகுதியான கோட்டாறு தேசிய விநாயகர் கோவிலில் நைவேத்தியம் பற்றிய விவரங்கள் கணிப்பொறியில் பதிவேற்றப் பட்டுப் பாதுகாக்கப்படுகிறது.

கோவில் விழாக் காலங்களில் குறிப்பாக, தேர்த் திருவிழாவில் பக்தர்களுக்குப் பரிமாறப்பட்ட நீராகாரத்தில் கூட ஒரு மரபு இருந்தது. கன்னியாகுமரி, சுசீந்திரம், பறக்கை, நாகர்கோவில், பூதப்பாண்டி, திருப்பதிசாரம், தெரிசனங்கோப்பு,

தாழக்குடி, பத்மநாபபுரம், குமாரகோவில், கேரளபுரம் ஆகிய தேர்த் திருவிழா நடக்கின்ற ஊர்களில் பானைக்கம், சம்பாரம், சுக்குநீர், மாவடு ஊறுகாய், நெல்லிக்காய் ஊறுகாய் ஆகிய வற்றைக் கொடுப்பது இன்றும் தொடர்கிறது.

நாஞ்சில் நாட்டு விஷ்ணு கோவில்களின் சடங்குகளில் மாம்பழக்காடி காய்ச்சுவது ஒருமரபு. மாம்பழச்சாறு, பால், சர்க்கரை, பச்சரிசி மாவு கலந்து செய்யப்படுவது மாம்பழக்காடி. இதை வீடுகளிலும் செய்வார்கள். கந்த சஷ்டி போன்ற விரத நாட்களில் பச்சரிசிச் சாதத்தையே பிராமணர்கள் எல்லாரும் சாப்பிடுவது என்ற மரபு உண்டு. பிராமணர் அல்லாதவர் பச்சரிசிச் சோற்றுடன் இளம் கீரைத்தண்டு, புளிக்கறி, சம்பாரம், தேங்காய்ச் துவையல், கானத் துவையல், சிறு பயிற்றுத் துவையல், இடிச்ச துவையல் போன்றவற்றைத் துணைக் கறியாக வைத்துச் சாப்பிடுவது இன்றும் சில ஊர்களில் தொடருகிறது.

நாட்டார் தெய்வக் கோவில்கள் சிலவற்றில் சைவப் படைப்பு கொடுப்பவர்கள் கூட்டாஞ்சோறு படைப்பது ஒரு முறை. இதே பக்குவத்தை வீட்டிலும் செய்வார்கள். புழுங்கல் அரிசியுடன் ஒரு நாழிக்கு ஒன்று என்ற கணக்கில் துவரம் பருப்பைச் சேர்த்து வாழைக்காய், சேனை, கிழங்கு, சீனி, அவரை, முருங்கைக்காய், தடியன்காய், வெள்ளரிக்காய், புடலங்காய் போன்ற காய்களைப் பெரிய துண்டுகளாகப் போட்டுச் சமைத்துப் படைப்பது நடைமுறை. இதற்குத் தொடுகறிகள் தயிர்ப்பச்சடி, பப்படம், துவையல் ஆகியன.

கன்னியாகுமரி மாவட்ட நிறுவனச் சமயக் கோவில்களில் படைக்கப்படும் குறிப்பிட்ட நைவேத்தியத்திற்குத் தனியான ஒரு சுவை உண்டு. மண்டைக்காடு அம்மன் கோவில் கொழுக்கட்டை, கோட்டாறு விநாயகர் கோவில் மோதகம், மதுசூதனப் பெருமாள் கோவிலிலும், குமாரகோவில் முருகன் கோவிலிலும் கொடுக்கப்படும் அப்பம், ஔவையார் அம்மன் கோவில் கொழுக்கட்டை போன்றவை குறிப்பிடத் தகுந்தன. இவற்றின் சுவையும் பக்குவமும் கொஞ்சம்கொஞ்சமாக இப்போது தளர்ந்து வருகின்றன.

21

சித்திரை வந்தது,
வேங்கை பூத்தது

தமிழகக் கல்வெட்டுகளில் அறுபது சுழற்சி வருடம் பற்றிய செய்திகள் 14ஆம் நூற்றாண்டிலிருந்து கிடைக்கின்றன என்கிறார்கள். இந்த அறுபது வருடங்களில் சோபகிருது வருடம் 37ஆவதாக வருகிறது. 15ஆம் நூற்றாண்டினராகக் கருதப்படும் இடைக்காடர் இந்த சோபகிருது ஆண்டை

> சோபகிருது தன்னில் தொல் உலகெல்லாம்
> செழிக்கும்
> கோப மகன்று குணம் பெருகும் – சோபனங்கள்
> உண்டாகும் மாரி பொழியாமல் பெய்யும் எல்லாம்
> உண்டாகும் என்றே உரை

என்று பாடுகிறார்.

தமிழருக்கு மட்டுமல்ல

சித்திரை முதல் நாள் வழக்கம் தமிழகத்தில் மட்டுமல்ல கேரளம், அஸ்ஸாம், வங்காளம், திரிபுரா போன்ற மாநிலங்களிலும் கம்போடியா, தாய்லாந்து, இலங்கை போன்ற கீழை நாடுகளிலும் அறிமுகமாகியிருக்கிறது. சிங்கள பவுத்தர்களின் பாலி மொழியில் இந்த மாதத்தைச் சித்தா என்ற சொல்லால் குறிக்கின்றனர்.

இலங்கைத் தமிழரிடமும் சிங்கள பவுத்தரிடமும் சித்திரை நாள் முக்கியமானது. இங்கு பெரியவர்கள் இளைஞர்களுக்கு ஆசீர்வாதம் செய்வதைக் கை விசேடம் என்பர். இந்தக் கை விசேடம் தமிழகத்துக் கை நீட்டத்திலிருந்து வேறுபட்டது. முதியவர்கள்

இளையோர் தலையில் மூலிகையை வைத்து ஆசீர்வாதம் செய்வார்கள்.

இந்த நாளில் வழுக்கு மரம் ஏறுதல், போர்த் தேங்காய் உடைத்தல், கிளித்தட்டு விளையாடுதல், ஊஞ்சலாடுதல், மகுடிக் கூத்து நடத்துதல், வசந்தனாட்டம் நிகழ்த்துதல் எனப் பலவகை விளையாட்டுகளை விளையாடுவார்கள். இவை யெல்லாமே நாட்டார் விளையாட்டுக்கள் அல்லது நாட்டார் வழக்காறுகள் சார்ந்தவை. கேரள எல்லைப் பகுதியில் கிடைத்த கண்ணகி கதைப்பாடல் ஒன்றில் சித்திரை விழாவில் மகுடிக் கூத்து நடத்தியதான குறிப்பு வருகிறது. இதன் பின்னணிக் கதை கேரளத்துடன் தொடர்புடையது.

பவுர்ணமியும் நவமியும்

தமிழகத்தில் சித்திரை பவுர்ணமியும் நவமியும் முக்கிய மானதாகக் கொள்ளப்படுகிறது. முதல் ராஜராஜ சோழனின் கல்வெட்டு ஒன்று சித்திரை முழு நிலவிற்கும் சித்திரை முதல் நாள் விழாவிற்கும் நிபந்தம் கொடுத்த செய்தியைக் குறிப்பிடுகிறது.

வைணவர்களுக்கு உகந்தது சித்திரை நவமி. ராமன் ராவணனை வென்று அயோத்திக்கு வந்து முடிசூட்டியது நவமியில் என்ற நம்பிக்கை உண்டு. இதனால் இந்த நாளில் ராமாயண வாசிப்பைத் தொடங்குவது என்ற வழக்கம் இருந்தது.

தென்மாவட்டங்களில் சில சமூகங்களில் சித்திரை நவமியில் தோல்பாவைக் கூத்து நிகழ்வை நடத்துவதற்குக் கலைஞர்களை அழைக்கும் வழக்கம் இருந்தது. சித்திரை, நவமி தொடக்கத்தில் பட்டாபிஷேக நிகழ்ச்சி நடக்கும். பின் தொடர்ந்து பாலகாண்ட நிகழ்வில் ஆரம்பித்து மறுபடியும் பட்டாபிஷேகத்தில் கூத்து முடியும். ஸ்ரீரங்கம் ரங்கநாதர் கோவில் கல்வெட்டு (கி.பி.1478) ஒரு சிற்றரசன் சித்திரை மாத ஸ்ரீ ராமநவமிக்குச் சிறப்பு நடத்த ஒரு கிராமத்தை நிபந்தம் கொடுத்ததைக் கூறும்.

பஞ்சாங்கம்

தமிழ் ஆண்டின் முதல் மாதமாகச் சித்திரை மாதம் கருதப்படுவதால் இந்த மாதம் முதல் நாளில் ஒரு ஆண்டுக்குரிய பஞ்சாங்கத்தைக் கணித்துச் சொல்வது என்ற மரபு இருந்தது. பழைய நாஞ்சில் நாட்டில் கும்பகோணம் பஞ்சாங்கத்தை (பாம்புப் பஞ்சாங்கம்) வாங்கினார்கள். இப்போதும் அந்த நிலை தொடர்கிறது. சித்திரை முதல் நாளில் மாலை நேரத்தில் ஊர்வெளியில் மரத்தின் கீழே மக்கள் கூடிப் பேசுவதும் மரக்கன்றுகளை நடுவதும் ஒரு காலத்தில் வழக்கமாக இருந்தது.

சித்திரை முதல் தேதி ஆண்டின் தொடக்கமாக மட்டுமல்ல, கோவில் வழிபாட்டுடன் தொடர்புடையதாகவும் மாறி விட்டது. அண்மையில் இந்த வழக்கம் அதிகரித்து வருகிறது. கோவில்களில் பக்தர்களுக்குக் காய்கறிகளையும் கனிகளையும் கொடுப்பது என்ற வழக்கம் பரவலாகிவிட்டது.

புண்ணிய காலம்

சித்திரையில் சூரியன் மகர ராசியில் நுழையும் என்பது பஞ்சாங்கம். இந்த மாதம் புண்ணிய காலமாகக் கருதப்படுகிறது. இந்த நாளில் மனத்தில் ஓடும் எண்ணமும் உடல் சுத்தமும் ஆண்டு முழுதும் நிலைக்கும் என்ற நம்பிக்கை இருக்கிறது. கேரளத்தில் இதே நாளை விசு என்கிறார்கள். இந்த நாளின் அதிகாலையில் கண்ணாடியில் தன் முகத்தைப் பார்த்துக்கொள்வது, பலவகை யான பழங்களையும் சரக்கொன்றை மலரையும் பார்ப்பது ஆகியவை நல்லது என்ற நம்பிக்கை இப்போதும் உள்ளது. கன்னியாகுமரி மாவட்டத்தில் இந்த வழக்கம் இன்றும் தொடர்கிறது. மஞ்சள் சரக்கொன்றைச் செழிப்புடன் அடையாளப்படுத்தப்படுகிறது. பழந்தமிழ் இலக்கியங்களில் அழகு உணர்ச்சியுடன் பேசப்படும் மலர் சரக்கொன்றை.

அவலும் வேப்பம்பூவும்

சித்திரை மாதத்தில் வேப்பம்பூவை வறுத்து இனிப்பு சேர்த்துச் சாப்பிடுவது என்ற வழக்கம் சில கிராமங்களில் உள்ளது. சித்திரை முதல் நாளில் காலை ஆகாரமே அவல்தான். இதில் இனிப்பு, எரிப்பு என இரண்டு சுவைகளிலும் சமைக்க வேண்டும் என்பது மரபு. சம்பா அவல் உத்தமம். சர்க்கரை, தேங்காய், ஏலம், சுக்கு, சேர்த்து உரலில் இட்டு இடித்து (இப்போது மிக்ஸி) செய்யப்படும் அவலுக்குத் தனி ருசி. சர்க்கரைப்பாகில் இடித்த அவலுடன் ஏலம், சுக்கு, சேர்த்து வறட்டி எடுப்பது ஒரு வகை. இதைத் தயாரிப்பதில் கொஞ்சம் சிரமம் உண்டு.

சிவப்பு மிளகாய் வத்தல், தேங்காய், பூண்டு, புளி, உப்பு ஆகியன சேர்த்து அரைத்துத் துவையலுடன் நனைத்துப் பக்குவ மான அவலைச் சேர்த்து நல்லெண்ணெய் விட்டுப் பிசைந்து செய்யப்படும் அவலுக்குத் தனி ருசி. இதைச் சாதாரணமான நாட்களிலும் செய்வர். உள்ளி, பச்சை மிளகு, கருவேப்பிலை, கடுகு சேர்த்துத் தாளித்த கலவையுடன் நனைத்த பக்குவமான அவலைக் கலந்து வாணலியில் சூடாக்குவது ஒரு வகை. இன்றும் சிலரிடம் இந்த வகையான அவல் உணவைச் சித்திரை முதல் நாளில் சாப்பிடுவது என்ற வழக்கம் நடைமுறையில் உள்ளது.

ஆட்ட விசேடம்

சூரியன் மேட ராசியில் நுழைவது சித்திரை முதல் நாளின் சிறப்பு. மேடம் ராசி மண்டலத்தின் முதல் பகுதி. மேடத்திற்கு ஆடு என்னும் பொருள் உண்டு. 2000 வருடத்திற்கு முற்பட்ட நூலான நெடுநல்வாடையில் 'ஆடு தலையாக விண்ணூர்பு திரிதரும் வீங்கு செலல் மண்டிலம்' என்ற தொடர் வருகிறது. இதற்கு நச்சினார்க்கினியர் என்ற உரையாசிரியர் திண்ணிய கொம்பையுடைய மேட ராசி எனப் பொருள் கூறுகிறார். இவர் கி.பி. 14ஆம் நூற்றாண்டினர். இதனால் சித்திரை முதல் நாள் வழக்கம் பழமையானது என்று கருதலாம்.

மேடம் (ஆடு–யாடு) ஆண்டு ஆட்டை எனவும் படும். கன்னியாகுமரி மாவட்டக் கோவில் ஆண்டு விழாக்களை ஆட்ட விசேஷம் என்று கூறுகிறார்கள்.

சித்திரபுத்திரன் நோன்பு

சித்திரை முதல் நாளில் வேங்கைப் பூ பூப்பது சிறப்பான தாகக் கருதப்பட்டது. தலை நாள் பூத்த வேங்கை என்று பழம் இலக்கியமான மலைபடுகடாம் கூறும்.

சித்திரை மாதப் பவுர்ணமியில் சித்திரை நட்சத்திரத்தில் சித்திரபுத்திரனுக்கு நோன்பு நோற்கப்படும். மரண தேவனான எமனின் உதவியாள் சித்திரபுத்திரன் (சித்திரகுப்தன்). இவன் உயிர்களின் பாவ புண்ணியங்களைப் பதிவுசெய்பவன். சிவன் வரைந்த சித்திரத்திலிருந்து எழுந்து வந்தவன். கவுதமர் அகலிகை கதையில் இவன் பசுவின் மைந்தனாகக் காட்டப்படு கிறான். இவனைப் பற்றிய கதைகள் மதுரையை மையமாகக் கொண்டவை. தென் மாவட்டங்களில் இவனது வழிபாடு பரவலாக உள்ளது.

சித்திரபுத்திரன் நோன்பு அன்று குத்துவிளக்கேற்றி வெற்றிலை, பாக்கு, பழம் வைத்து நீண்ட பனை ஓலையில் எழுதப்பட்ட சித்திரபுத்திரன் ஏட்டை வைத்து வழிபடுவர். பின்னர் சித்திரபுத்திரன் அம்மானைப் பாடலை ஒருவர் படிக்க மற்றவர் கேட்பர். இதில் அமராவதியின் கதையை முக்கிய மாகப் படிக்க வேண்டும். இந்தச் சடங்கு உணவில் அகத்திக்கீரை கட்டாயம் சேர்க்க வேண்டும். இந்த நோன்பும் விழாவும் ஒரு காலத்தில் பரவலாக வழக்கில் இருந்தது. இன்றும் தென் மாவட்டங்களில் இந்த நோன்பு நடைமுறையில் உள்ளது.

22

ஆண்டாளின் பாடல்களைப் பாடிப் பரவும் ஒரு கிராமத்து மக்கள்

அந்தக் கிராமத்தில் 42 வீடுகள் உள்ளன. பெரிய தேரை இழுத்துச் செல்லும் அளவுக்கு அகலமான தெருக்கள். கிராமமே சுத்தமாக இருக்கிறது. கழிவு ஓடையைக் காணமுடிய வில்லை. துர்நாற்றம் வீசவில்லை. இந்த ஊர் மக்கள் தூய்மையைப் பேணுகின்ற முறைக்காக இரண்டு முறை ராதாபுரம் பேரூராட்சியின் விருது பெற்றிருக்கிறார்கள்.

மடப்புரம் என்ற இந்தச் சிறு கிராமம் திருநெல்வேலி மாவட்டம் ராதாபுரம் வட்டம் வள்ளியூரிலிருந்து திருச்செந்தூர் செல்லும் சாலையில் நான்கு கி.மீ தொலைவில் உள்ளது. வாதிரியார் என்னும் ஜாதியினர் மட்டுமே வாழ்கின்ற இந்தக் கிராமத்தில் எல்லோருமே பெருமாளின் பக்தர்கள். வைணவத்தில் ஈடுபாடு உடையவர்கள். விஷ்ணு கோவில்கள் மட்டுமே தெரிந்தவர்கள். வைணவச் சமுதாயச் சடங்குகள் கொண்ட விழாக்கள் தவிர வேறு விழாக்கள் இவ்வூரில் நடப்பதில்லை.

வைணவத்தின் தென்கலைப் பிரிவினரான இந்த ஊர் மக்கள் ஒரு வருஷத்தில் ஆறு மாதங்கள் அசைவ உணவை உண்பதில்லை. முட்டையைக்கூட கண்ணால் பார்க்க மாட்டார்கள். இந்த நாட்களில் மீன் விற்பவர்கள் இந்த ஊருக்கு வர மாட்டார்கள்.

வாதிரியார்கள் தமிழகத்தின் தென்பகுதியில் 96 கிராமங்களில் பரவலாக வாழ்கின்றனர். இவர்கள் அண்மைக்காலம்வரை நெசவுத் தொழில் செய்துவந்தனர். தாங்கள் தென்பாண்டி ஆண்ட சிற்றரசுகளில் போர் வீரர்களாய் இருந்தவர்கள் என்று சொல்லிக் கொள்கின்றனர்.

பிற்காலச் சோழர்கள் தமிழகத்தில் தங்கள் ஆட்சியை நிலைநாட்டியபோது பாண்டியர்கள் வீழ்ச்சியடைந்தனர். இக்காலகட்டத்தில் வாதிரியார்கள் நெசவுத் தொழில் செய்வதற்குச் சோழ நாட்டுக்கு அழைத்துச் செல்லப்பட்டனர். சோழர்களின் வீழ்ச்சிக்குப் பிறகு மறுபடியும் தங்கள் பூர்வீகமான பாண்டி நாட்டுக்கு வந்தனர். ஏற்கெனவே தென்பாண்டி நாட்டில் குடியிருந்த வாதிரியார்கள் நெசவுத் தொழிலைச் செய்துவந்தனர்.

சோழ நாட்டிலிருந்து தென்பாண்டிக்குக் குடிபெயர்ந்த இச்சமூகத்தினர் செவல்பட்டி, வேப்பலோடை, சாயர்புரம், பரமன்குறிச்சி, லூக்காபுரம், வள்ளியூர், வள்ளியம்மாள்புரம், கலந்தபனை, மடப்புரம், தெங்கம்புதூர் ஆகிய ஊர்களில் குடியேறினர். இப்போதும் இந்த ஊர்களில் வாழுகின்றனர்.

குலசேகரன் என்னும் பாண்டிய மன்னன் வள்ளியூரைத் தலைநகராகக்கொண்டு தென்பாண்டி நாட்டின் சில பகுதிகளை ஆண்டு வந்தான். இவனுக்கு அழகான மகள் இருந்தாள். இவளை வேணாட்டு அரசன் விரும்பினான். பாண்டியனுக்கோ தன் மகளை வேணாட்டு அரசனுக்குக் கொடுக்க விருப்பமில்லை. அவன் மகளுக்கும் வேணாட்டு அரசனைப் பிடிக்கவில்லை.

வேணாட்டான் தன்னை மணக்க மறுத்த பாண்டிய இளவரசியைக் கட்டாயமாகக் கவர்ந்து சென்றான். அப்போது பாண்டியனுக்குத் துணையாக வாதிரியார் படைவீரர்கள் வேணாட்டரசனைத் துரத்திச் சென்றனர். ஆரல்வாய்மொழி பக்கமுள்ள முப்பந்தல் என்ற ஊரில் வேணாட்டு அரசனுக்கும் வாதிரியார்களுக்கும் சிறு சண்டை நடந்தது. வேணாட்டு அரசன் தோற்றுத் தன் வீரர்களுடன் ஓடினான்.

பாண்டிய அரசன் குலசேகரன் போரில் காயப்பட்டு அசைய முடியாமல் கிடந்தான். இதைப்பார்த்த பாண்டிய இளவரசி முப்பந்தல் ஊரிலிருந்த கிணற்றில் குதித்து உயிரை விட்டாள். அவள் அங்கே இசக்கியம்மனுடன் கலந்து தெய்வம் ஆனாள். இப்படி ஒரு கதை வாதிரியார் மக்களிடம் வழங்குகிறது.

வாதிரியார்கள் நெய்தல் கடற்கரை மக்களுக்குப் பாய்மரம் தயாரித்துக் கொடுத்திருக்கிறார்கள். பாய்மரம் நெய்வதற்குரிய

தொழில்நுட்பம் அவர்களுக்குத் தெரிந்திருக்கிறது. நெசவுத் தொழில் செய்த பிற ஜாதியினரைவிட இவர்கள் இதை நுட்பமாக அறிந்திருக்கின்றனர். இதனால் கடற்கரை மக்கள் இவர்களை நெய்யக்காரன் என அழைத்தனர் என்று கூறுகிறார் ஜேபி பால் (வாதிரியார் சமூகப் பழக்கவழக்கங்கள்).

இந்தச் சமூகத்தில் ஏழு பெரிய கிளைகளும் இரண்டு சிறிய கிளைகளும் உள்ளன. இவர்களில் நாம வழி (நம்மாளை) கிளையினரைப் பெருமாள் வழியினர் என்று அழைக்கின்றனர். இவர்கள் எல்லோருமே வைணவத்தைப் பின்பற்றுகின்றவர்கள். இப்படியாக இவர்கள் மாறுவதற்கு மரபுவழியாகச் சில காரணங்களைச் சொல்கின்றனர்.

வாதிரியார் சமூக வைணவ மக்களிடம் ஸ்ரீ ராமானுஜர் அறியப்பட்டிருக்கிறார். இவர்களைப் பெருமாள் பக்தர்களாக மாற்றியதற்கு ராமானுஜருக்குப் பெரும் பங்குண்டு. இது குறித்த தகவல்களை அண்மையில் (2022) கூட கேட்டேன். ஸ்ரீ ராமானுஜர் ஸ்ரீ பாஷ்யத்திற்கு உரையெழுதிய பின்பு ஆழ்வார்கள் மங்களாசாசனம் செய்த தலங்களுக்குப் பயணித்த போது திருக்குறுங்குடிக்கு வந்திருக்கிறார்.

இந்தக் காலத்தில் தென்பாண்டிப் பகுதியிலுள்ள ஒடுக்கப்பட்ட மக்கள் சிலரை அவர் வைணவர் ஆக்கினார். இதே காலத்தில் வாதிரியார் மக்களில் சிலரும் 'வைணவர்' ஆயினர். மடப்புரம் ஊரிலுள்ள வயதானவர்கள் சிலருக்கு ஸ்ரீ ராமானுஜர் மதம் மாற்றிய கதை தெரிந்திருக்கிறது.

வைணவத்தின் பாஞ்சராத்திர மரபிற்கு ஏற்றம் கொடுத்த ராமானுஜர் தன்னால் பெருமாள் வழிபாட்டுக்கு மாற்றப்பட்ட மக்களிடம் பாஞ்சராத்திர மரபை அறிமுகப் படுத்தினார். இந்தப் பிரிவு விசாலமான பார்வையுடையதாகக் கருதப்பட்டது.

"செட்டியாபத்து ஊர்ப் பகுதியிலுள்ள கோவில் சன்னதி யில் சிவப்பு நிறத்தில் சதுரமான படம் வைத்திருக்கின்றனர். இதில் ஒன்பது எழுத்துக்கள் உள்ளன. முதல் எழுத்து ஹ; இதில் எட்டு எழுத்துக்கள் அடங்கியுள்ளன. இவற்றை வரிசை யாகப் படித்தால் 'ஹரி ஓம் ராமானுஜா' என்று வரும். இந்த மந்திரத்தை ஓதுகின்றவர்கள் ஜாதி வேறுபாடற்ற நிலையில் வாழ்கின்றார்கள்" என்கிறார் பட்.

மடப்புரம் ஊர் மக்கள் ராமானுஜர் தங்களை வைணவத்துக்கு மாற்றினார் என்று சொல்லுகின்றனர். இவர்கள் செட்டியாபத்து கோவிலுடன் தொடர்புகொள்வதற்குரிய

காரணத்தையும் இங்கு கவனிக்க வேண்டும். வாதிரியாரின் வைணவப் பிரிவின் பாரம்பரியம் 10ஆம் நூற்றாண்டிலிருந்து தொடங்குகிறது என்றறிவதற்கு வேறு சான்றுகளையும் தேட முடியும்.

வாதிரியார் மக்கள் வாழும் ஊர்களில் மேற்கிலிருந்து கிழக்கு நோக்கி அமைந்த திருமால் கோவிலைப் பார்க்க முடியும் (மடப்புரம், பரமன்குறிச்சி). 1903இல் எடுக்கப்பட்ட அரிதாசப் பாவலர் என்பவரின் புகைப்படத்தில் அவர் தென்கலை நாமம் அணிந்து இருக்கிறார். இதுபோன்று இங்குள்ள பழைய கோவில்களின் சுவர்களிலும் தென்கலை நாமம் தாவரச்சாய ஓவியமாக இருந்திருக்கிறது. 18ஆம் நூற்றாண்டில் இது மறைக்கப்பட்டுப் புதிய கட்டடம் உருவாகியிருக்கிறது.

அரிதாசப் பாவலரின் இயற்பெயர் சுடலைமுத்து ஆகும் (1876–1945). இவருக்குத் திருக்குறுங்குடி ஜீயர் ஹரிதாசர், இந்தப் பெயரைச் சூட்டியிருக்கிறார். இவர் நாங்குநேரி அருகேயுள்ள புள்ளுமங்கலம் என்ற ஊரைச் சார்ந்தவர்; இவர் தமிழை முறையாகப் படித்திருக்கிறார். திண்ணைப் பள்ளிக்கூடம் நடத்தியிருக்கிறார். அதனால் அண்ணாவி என்று அழைக்கப்பட்டார்; நெசவுத்தொழிலும் செய்திருக்கிறார்.

அரிதாசப் பாவலர் திருவிதாங்கூரின் ஸ்ரீமூலம் சட்டசபை உறுப்பினராக இருந்திருக்கிறார். 'நல்லாருக்கு நண்பன்' என்ற இதழை நடத்தியிருக்கிறார். இந்த இதழில் வைணவம் தொடர்பான சில கட்டுரைகள் வந்திருக்கின்றன. நம்மாழ்வார் திருவாய்மொழிக்கும் ஆண்டாள் பாடல்களுக்கும் எளிய உரை எழுதியிருக்கிறார்.

ராதாபுரம் வட்டத்திலுள்ள சில ஊர்களிலிருந்து ஆழ்வார்களின் பாடல்கள் அடங்கிய பனை ஓலை ஏடுகள் சேகரிக்கப்பட்டதை அரிதாசப் பாவலர் தன் திருவாய்மொழி விளக்க உரையில் குறிப்பிடுகிறார். இன்னும் தேடினால் வாதிரியார்களின் வைணவப் பாரம்பரியம் பற்றிய செய்திகளைச் சேகரிக்க முடியும்.

வாதிரியார் மக்களிடம் சாஸ்தா, இசக்கி, விக்ரமாதித்யா, ஐயப்பன், நல்லகுட்டி ஐயப்பன், வைகுண்ட சாஸ்தா, காருடையார் சாஸ்தா போன்றோரின் வழிபாடுகள் உள்ளன.

மடப்புரம் ஊர் பெருமாள் கோவில் கருவறை 29.02.1923 (மலையாள வருஷம் 1098) மிருகசீரிட நட்சத்திரத்தில் கட்டப் பட்டது. இந்த ஊரிலுள்ள நூல்வணிகக் குலத்தாரின் பொருள் உதவியுடன் இக்கோவில் அமைக்கப்பட்டது என்ற செய்திகள்

அடங்கிய கல்வெட்டு கருவறையின் முன்புற வடக்குச் சுவரில் உள்ளது.

இக்கோவில் சுமார் 30 செண்ட் பூமியில் உள்ளது. கோவில் வளாகத்தின் முன்பு வலதுபுறம் பட்டுப்போன புளிய மரத்தின் அடிப்பகுதி காணப்படுகிறது. இது சுமார் பதினைந்து ஆண்டுகளுக்கு முன்புவரை பரந்து நின்ற மரமாக இருந்தது. இந்த மரத்தின் குழிவிழுந்த பகுதியில் நம்மாழ்வார் இருப்பதான ஐதீகம் தொடர்ந்து வருகிறது.

கோவில் சிறிய கருவறையின் முன்பு மிகச்சிறிய அந்தராளம் முன்மண்டபம் என்ற அமைப்பை உடையது. இது கருங்கல்லால் கட்டப்பட்டது. கருவறை சிறியது. 1923இல் கருவறையும் அந்தராளமும் கட்டப்பட்டது. கருவறையின் மேலே உள்ள பதினொரு அடி உயரக் கோபுரம் அண்மையில் (22.08.1999) கட்டப்பட்டது.

கோவிலின் முன்மண்டபம் பதினாறு தூண்கள் கொண்டது. இந்த மண்டப வேலை 1940களில் ஆரம்பித்தாலும் 1974இல்தான் வேலை முடிந்தது. முழுக்கவும் ஊர்மக்களின் உழைப்பால் உருவான மண்டபம் இது. இதற்கு முன்பு சிமெண்ட்டால் கட்டப்பட்ட பெரிய முன்மண்டபம் உள்ளது. இது 2009இல் கட்டப்பட்டது. இந்த மண்டபத்தின் மேல் புருவப் பகுதியில்

உயர்வர உயர்நலம் உடையவன் யவனவன்
மயர்வற மதிநலம் அருளினன் யவனவன்
அயர்வறும் அமரர்கள் அதிபதி யவனவன்
துயரறு சுடரடி தொழுதெழென் மன்னே

என்ற பாடல் எழுதப்பட்டுள்ளது. இக்கோவில் ஆரம்ப காலத்தில் ஓலை வேயப்பட்ட நிலையில் இருக்கும்போதே (1913க்கு முன்) இந்தப் பாடல் சுவரில் எழுதப்பட்டிருந்தது. அதில் தென்கலை நாமமும் வரையப்பட்டிருந்தது என்று கூறுகின்றனர். இந்தப் பாடல் நம்மாழ்வார் அருளிய திருவாய்மொழி முதல் பத்தில் உள்ள முதல் பாடல்.

ஆரம்ப காலக்கோவிலில் கருவறையில் பெருமாளின் படம் இருந்தது. பின்னர் பெருமாளின் உருவம் மரத்தால் செய்யப்பட்டு வழிபடப்பட்டது. இப்போது கல் விக்கிரகம் உள்ளது.

கருவறையில் இருக்கும் சீனிவாசப்பெருமாள் நின்ற கோலமாய் நான்கு கைகளுடன் இருக்கிறார். கைகளில் சங்கு

சக்கரம் அபய வரத முத்திரை காட்டுகிறார். இவரது இருபுறமும் ஸ்ரீ தேவியும் பூதேவியும் உள்ளனர்.

கருவறையின் வெளியே தென்புறத்தில் நம்மாழ்வாரும் வடபுறத்தில் ஆண்டாளும் உள்ளனர். இவர்களிருவரின் உருவமும் கல்லால் ஆனவை. முன்மண்டபச் சுவரில் ஆண்டாளின் திருப்பாவைப் பாடல்கள் எழுதப்பட்டுள்ளன.

மிக அண்மைக்காலத்தில் (1999) கருவறையில் வழிபாட்டுப் படிமம் வைக்கப்பட்டுள்ளது. இது வெண்கலத்தால் ஆனது. இந்தப் பெருமாள் ஸ்ரீதேவி பூதேவி சகிதம் உள்ளார். கருடாழ்வாருக்கும் வெண்கலப் படிமம் உள்ளது.

இந்தக் கோவிலில் மாலை நேரத்தில் மட்டும் பூஜை நடக்கிறது. புரட்டாசி மாதம் சனிக்கிழமைகளில் மூன்று வேளை பூஜையும் கடைசி சனிக்கிழமைகளில் கருடசேவையும் நடக்கிறது. மார்கழி முப்பது நாட்களிலும் திருப்பாவை, திருப்பல்லாண்டு, திருப்பள்ளி எழுச்சி பாடுகின்றனர். ஊரைச் சுற்றி வலம் வந்தும் பாடுகின்றனர்.

ஊர் மக்களில் திருப்பாவைப் பாடல்கள் முழுவதையும் மனப்பாடம் செய்திருக்கும் பெண்கள் சிலரை நான் சந்தித்தேன். தைமாத மிருகசீரிட நட்சத்திரத்தில் குரு பூஜை நடக்கிறது. அண்மைக் காலத்தில் இந்த வைணவப் பக்தி அதிகரித்து வருகிறது. புரட்டாசி மாதச் சனிக்கிழமைகளில் ஊர்மக்களுக்குக் கோவிலிலேயே மூன்று வேளை சாப்பாடு, வேறு கலைநிகழ்ச்சிகளும் நடக்கின்றன. திருப்பாவை பாடல் களை அச்சிட்டு வினியோகம் செய்வதை நேர்ச்சையாகவும் நினைக்கின்றனர்.

23

வீரமணிச் சாம்பான் கதை

கோபால கிருஷ்ண பாரதி, "சபாபதிக்கு வேறு தெய்வம் சமம் ஆகுமா" என்று பாடிய கீர்த்தனையில் அரிய புலையர் மூவர் பாதம் அறிந்ததே புராணம் என்ற வரி வரும். இங்கு கூறப்படும் மூவர் நந்தனார், பெற்றான் சாம்பான், தில்லைவெட்டியான் ஆகியோர் என்று சொல்லுவது சைவ மரபு.

இவர்களில் நந்தனார் என்ற திருநாளைப் போவாரை சேக்கிழார் விரிவாகப் பாடுகிறார். இவரைப் பறையர் என்றும் கூறுகிறார்கள். இவரைப் பற்றிய புதிய சித்திரத்தை கோபாலகிருஷ்ண பாரதியே உருவாக்கியிருக்கிறார். தில்லை வெட்டியான் பற்றிய செய்திகள் அதிகம் கிடைக்க வில்லை. இவர் சுடுகாட்டில் வெட்டியான் வேலை பார்த்தவர் என்ற செய்தியும், வேறு ஒன்றிரண்டு செய்திகளும் மட்டும் கிடைத்திருக்கின்றன.

பெற்றான் சாம்பான் பற்றி சைவர்கள் நன்கு அறிந்திருக்கிறார்கள். இவர் சிவஞானபோதம் எழுதிய மெய்கண்டாரின் மரபில் வந்தவர். மெய் கண்டாரின் சீடர் அருணந்தி சிவாச்சாரியார். இவரின் சீடர் மறைஞான சம்பந்தர். இவரின் சீடர் கொற்றவன்குடி உமாபதி சிவம். இவரிடம் தீட்சை வாங்கியவர் பெற்றான் சாம்பான்.

இதற்கும் ஒரு வரலாறு உண்டு. உமாபதி (கி.பி. 14ஆம் நூற்) சிதம்பரம் தில்லைவாழ் அந்தண மரபைச் சார்ந்தவர். சிதம்பரம் கோவிலில் பூசை செய்யும் உரிமை உடையவர். தில்லைவாழ்

அந்தணர் அல்லாத மறைஞான சம்பந்தரைக் குருவாகக் கொண்டதால் இவரைச் சிதம்பரம் அந்தணர்கள் சாதி விலக்கு செய்தனர். அதனால் உமாபதி சிவம் சிதம்பரம் ஊரின் கிழக்கே கொற்றவன் குடி என்ற இடத்தில் மடம் அமைத்து வாழ்ந்தார்.

இந்தக் காலத்தில் பெற்றான் சாம்பான், உமாபதியின் மடத்தின் சமையல் கூடத்திற்கு வேண்டிய விறகைக் கொடுப்பதை வழக்கமாகக் கொண்டிருந்தார். ஒரு நாள் நல்ல மழை. அன்று விறகு கொடுக்க முடியவில்லை. தில்லை நடராஜனைப் பணிந்தார். நான் மடத்துக்கு உதவ முடிய வில்லையே என்று சொல்லி வருந்தினாராம். சிவன் அவருக்குக் காட்சி கொடுத்தான். ஏட்டிலே ஒரு பாடலை எழுதிப் பெற்றான் சாம்பானின் கையில் கொடுத்தார். அதை உமாபதியிடம் கொடுக்குமாறு சொன்னார். பாடல் இதுதான்:

அடியார்க்கு எளியன் சித்தம்பலவன் குற்றம்
குடியார்க்கு எழுதிய கைச்சீட்டு படியின் மிகப்
பெற்றான் சாம்பானுக்குப் பெய்த மறு தீக்கை செய்து
முக்தி கொடுக்க முறை

இந்தப் பாடல் எழுதப்பட்ட ஓலையை உமாபதி சிவத்திடம் கொடுத்தார் பெற்றான் சாம்பான். உமாபதி சிவம் பெற்றானைத் தன் சீடனாக ஏற்றுக்கொண்டு தீட்சை கொடுத்தார். அவர் சிவனின் ஜோதியில் கலந்துவிட்டார்.

சிதம்பரம் தீட்சிதர்கள் பெற்றான் சாம்பானின் உறவினர் களிடம் பெற்றானை உமாபதி கொன்றுவிட்டார் என்னும் செய்தியைப் பரப்பினர். இது அரசனுக்கும் தெரிந்தது. உமாபதியை விசாரித்தான் அரசன். உமாபதி தான் தீட்சை கொடுத்ததை நிரூபித்தார். தன் மடத்தில் வளர்ந்திருந்த முள்ளிச்செடிக்குத் தீட்சை கொடுத்து அது ஜோதியில் கலந்துவிடுவதை நேரடியாகக் காட்டினார். அதன்பிறகு அரசன் உமாபதியிடம் மன்னிப்புக் கேட்டுக்கொண்டான்

இந்த நிகழ்ச்சிக்குப் பிறகு பெற்றான் சாம்பானின் சாதியினர் எல்லோருமே சைவ மதத்திற்கு மாறினார்கள். இப்படியான மரபுவழிக் கதைகள் வேறும் உண்டு. இன்றும் சாம்பவர் சாதியினர் வழிபடும் தெய்வங்களும் கோவில்களும் சைவச்சார்புடன் இருப்பதைக் காண முடியும்

தென்பாண்டிப் பகுதியைச் சார்ந்த தொட்டியம் ஊரில் வாழ்ந்த ஜமீன் சிங்கராயன் என்பவருக்குப் புங்கராயன் என்ற சகோதரர் இருந்தார். இவர்களுக்குக் குதிரையில் பயணம் செய்வதில் மிக விருப்பம். ஜமீனுக்கு ஒரு வெள்ளைக்குதிரை

ராமாயணம் எத்தனை ராமாயணம்

உண்டு. அந்தக் குதிரையைக் கவனித்த செல்லான் சாம்பான் ஒருமுறை மதுரைக்குப் போக வேண்டும் என்று எஜமானிடம் கேட்டார். அவரது மைத்துனன் அங்கே இருந்தார். மதுரையில் அவர்களின் குலதெய்வம் காளி குடிகொண்டிருந்தாள்.

மதுரைக்குச் செல்ல வேண்டுமென்றால் வெள்ளைக் குதிரைக்கு 108-படி கொள் வேகவைத்துக் கொடுத்துவிட்டுப் போக வேண்டும் எனக் கட்டளையிட்டார் எஜமான். செல்லானும் அப்படியே செய்துவிட்டு மதுரைக்குப் போனார்.

மதுரையில் நல்ல மழை. வைகையில் வெள்ளம் ஓடியது. செல்லானின் குலதெய்வக் கோவில் ஆற்றின் அக்கரையில் இருந்தது. ஓடக்காரன் செல்லானை ஓடத்தில் ஏற்ற மறுத்து விட்டான். செல்லான் தன் கையில் இருந்த மேளத்தை ஆற்றிலே போட்டு அதன் மேல் ஏறி ஆற்றைக் கடந்துவிட்டார்.

செல்லான் கோவிலுக்குப் போனார். அவர் நன்றாக மேளம் அடிப்பார். கோவிலில் மேளம் அடித்தார். அவரது மேளத்திற்கு மயங்கிய காளி சொக்கநாதர் கோவிலில் உனக்குச் சில உரிமைகள் தருகிறேன் என்றாள். மதுரை கோவிலில் ஒரு குறிப்பிட்ட விழாவில் செல்லானின் குடும்பத்தார் மேளம் அடிக்கும் உரிமை தருகிறேன் என்றாள் காளி.

தமிழகத்தில் சாம்பவர் சாதி தொடர்பான அல்லது சாம்பவருக்கு உரிமையுள்ள கோவில்கள் உள்ளன. இவை நாட்டார் தெய்வமாக இருந்தாலும் சைவச் சமய வழிபாடு அல்லது புராணச் சார்புடையதாக உள்ளன.

புதுக்கோட்டை ஆவுடையார் கோவில் வட்டம் பகுதியில் கூடலூரில் உள்ள சேதுக்கார எல்லைச் சாம்பான் அல்லது பெரிய சாம்பான் என்னும் நாட்டார் தெய்வத்தின் கோவில் உள்ளது. இது 200 ஆண்டுகள் பழமையுடையது. இங்கு மூலவர் சிவனின் அம்சமானவர். இந்தக் கோவிலுக்கு இலங்கை யிலிருந்து சாம்பவர் சாதியினர் வந்திருக்கிறார்கள்.

ராஜபாளையத்தில் உள்ள சாம்பவர் வீரமாத்தி கோவில் பழமையானது. சாம்பவன் சிவனின் அம்சமாக உள்ளார். வீர மாத்தி ஸ்ரீவில்லிபுத்தூரிலிருந்து ராஜபாளையம் ஊருக்குக் குடிபெயர்ந்த தெய்வம் என்கிறார்கள். இக்கோவிலுடன் தொடர்பு உடைய சாம்பவர்கள் பல உட்பிரிவுகளை உடையவர்.

இவை கிழக்கத்துக் குலம், தாசர் குலம், விருமன் குலம், கருத்தா குலம், அழகாத்தார் குலம் என 20க்கும் மேற்பட்ட உட்பிரிவுகள் உடையவை. இவர்கள் எல்லோருக்கும் சாம்பான் சாமி குலதெய்வம் ஆகும். இவர்களில் பெருமன் குலத்துக்கு வீரமாத்தி உரியவளாகக் கருதப்படுகிறாள்.

மன்னார்குடியை அடுத்த நெடுவார் கோட்டை தெற்குத் தெருவில் மாயாகாத்தான் சாம்பான் சாமிக்குக் கோவில் உள்ளது. மன்னார்குடியில் இருக்கும் இன்னொரு கிராமத்தில் புத்தர் சிலையின் தலைப்பகுதியைச் சாம்பவன் சாமியாக வழிபடுகிறார்கள். இது 11 ஆம் நூற்றாண்டு என்ற கருத்து உள்ளது. இந்த வழிபாடு பிற்காலத்தில் தோன்றியிருக்கலாம்.

தமிழகத்தின் சில கோவில்களில் சாம்பவர் சாதியினருக்கு மரியாதை அல்லது உரிமை உள்ளது.

காரைக்குடி கண்டனூர் கோவிலிலும் புதுக்கோட்டை திருமயம் நெய்வாசல் நாச்சியார் அம்மன் கோவிலிலும் இவர்களுக்கு மரியாதை உண்டு.

கோட்டை மாரியம்மன் கோவில் கொடியேற்று விழாவில் இங்குள்ள சாம்பவர் தலைவருக்கு உரிமையுண்டு. நீடாமங்கலம் அங்காளம்மன் கோவில் ஒன்றில் சாம்பவர் பூசகரே சாமி ஆடுவார். இங்கு சாம்பான் சாமி துணைத் தெய்வமாக உள்ளார்.

திருவாரூர் பங்குனி உத்திரத் திருவிழாவில் கொடியேற்றுச் சடங்கில் சாம்பவருக்கு உரிமையுண்டு. இக்கோவில் மூலவர் இளங்கோதை என்னும் சாம்பவர் சாதிப்பெண்ணை மணந்தார் என்பது வாய்மொழிக் கதை.

திருச்செந்தூர் அருகேயுள்ள சாத்தான் குளம் என்ற ஊரில் சாம்பவர் சாதியினரிடையே ஒரு கதை வழங்குகிறது. இதே கதை சிறிது மாற்றத்துடன் நாஞ்சில் நாட்டிலும் வழங்கியது. சாத்தான்குளம் ஊரில் சாத்தான் என்னும் ஜமீன் ஒருவர் இருந்தார். இவரது பேராலேயே இவ்வூர் அழைக்கப்பட்டது. இவருக்கு அமராவதி நாச்சியார் என்ற தங்கையும் அரும்பொன் சாம்பான், அடையமுத்து சாம்பான் என்னும் தம்பிகளும் உண்டு.

சாத்தான் சாம்பான் தன் தங்கையின் பேரில் அமராவதி குளம் என்ற குளத்தை வெட்டி மக்களின் பயன்பாட்டுக்கு விட்டார். கருமேனி ஆறு என்ற ஆற்றையும் வெட்டினார்.

சாத்தான் ஜமீனை நல்லபடியாக நடத்திக்கொண்டிருந்த சமயம். திருவிதாங்கூர் ராஜ்ஜியத்தில் உள்நாட்டுக் கலவரம் நடந்தது. மார்த்தாண்ட வர்மா என்ற அரசருக்கு எதிராக எட்டு வீட்டுப் பிள்ளைமார்கள் கலவரம் செய்தனர். மார்த்தாண்ட வர்மா கலவரக்காரர்களை அடக்கினார்; சிலரைக் கொன்றார். எஞ்சியவர்கள் திருவிதாங்கூரை விட்டுத் தப்பி ஓடினர். அவர்களில் சிலர் சாத்தான்குளம் ஜமீனில் குடியேறினர்.

அப்படிக் குடியேறிய எட்டு வீட்டுப் பிள்ளைமார் (நாயர்) குடும்பத்தில் பாப்பாத்தி என்ற இளம் அழகியும் இருந்தாள். ஜமீன் சாத்தான் அவளை ஒருமுறை தற்செயலாகக் கண்டார். இருவர் இடையே காதல் மலர்ந்தது. பெற்றோருக்குத் தெரிந்தது. நாயர்களுக்குப் பாப்பாத்தியை ஜமீனுக்குக் கொடுக்க விருப்பம் இல்லை. இதனால் எட்டு வீட்டார் பாப்பாத்தியைக் கொன்றுவிட்டனர். ஜமீன் சாத்தானும் உயிர்வாழப் பிடிக்காமல் தற்கொலை செய்துகொண்டார். பின்னர் இவர்கள் வழிபாடு பெற்றனர். சாம்பவர் சிலருக்குக் குலதெய்வமாகவும் ஆயினர்.

கன்னியாகுமரி மாவட்டம் பறக்கை ஊரில் பாசனக் குளத்தின் அருகே காடேத்தி என்ற சிறு ஊர் உள்ளது. இந்தக் கிராமத்தைப் பற்றி 1961இல் சரோஜா குமாரி என்பவர் விரிவான ஓர் அறிக்கை தயாரித்திருக்கிறார். இதில் சில பகுதிகள் 1961ஆம் ஆண்டு Census of India (Madras) பகுதி 9இல் உள்ளது. இந்த ஊரில் சாம்பவர் மக்களே வாழ்கிறார்கள். இவர்களைப் பற்றிய விரிவான விஷயங்கள் இந்த அறிக்கையில் உள்ளன.

இந்த ஊரில் வாய்மொழியாக ஒரு கதை வழங்குகிறது. இக்கதை இவ்வூரில் வழிபடப்பட்ட காடாமலை அம்மன் என்னும் நாட்டார் தெய்வம் குறித்தது.

காஞ்சிபுரம் அரசன் ஒருவன் தான் கட்டிய பெருமாள் கோவிலுக்கு மரத்தால் ஆன கருட வாகனத்தைச் செய்யுமாறு ஒரு தச்சனிடம் ஏற்பாடு செய்திருந்தான். அவனும் வாகனம் செய்தான். அந்தக் கருடனின் உருவம் தத்ரூபமாக இருந்ததால் அது உயிர்பெற்றுப் பறக்க ஆரம்பித்துவிட்டது. தச்சன் அதன் பின்னே ஓடினான்.

அரசனும் தன் பரிவாரங்களுடன் கருடனைத் தொடர்ந்தான். கருடன் பறக்கை கிராமத்தில் உள்ள மதுசூதனப் பெருமாள் கோவில் மதிலில் அமர்ந்தது. அரசன் கருடனைக் கண்டான். அங்கேயே அது இருக்கட்டும் என்று முடிவுசெய்து, அதற்குப் பரிகாரம் செய்தான். சிறிய விழாவும் நடத்தினான். அந்தக் கருடனைச் செய்த தச்சன் அந்த ஊரிலேயே தங்குவதாக அரசனிடம் சொல்லிவிட்டான்.

அரசன் பறக்கை பாசனக் குளத்தை அடுத்திருந்த சிறு குக்கிராமத்தில் முகாம் அடித்திருந்தான். அவ்வூரில் சாம்பவர் ஜாதி மக்கள் தலைவன் ஒருவனை அரசன் சந்தித்தான். அவனது மகள் காடாமலை என்பவளையும் பார்த்தான். அரசனுக்கு அவளைப் பிடித்திருந்தது. அவளை மணக்க விரும்பினான்.

ஊர் தலைவனுக்குத் தன் மகளைக் கன்னடக்கார காஞ்சிபுரம் அரசனுக்குக் கொடுக்க விருப்பமில்லை; மறுக்கவும் முடியாது. அதனால் தன் மகளைக் கொன்று எரித்துவிட்டான். அரசன் அவள் எரிந்த தீயில் சாடி உயிரைவிட்டான். அந்த ஊர் காடாத்து எனப்பட்டது. அந்த ஊர் மக்கள் காடாமலையை அம்மனாகவும் காஞ்சி அரசனை மாடனாகவும் நினைத்து வழிபட்டார்கள். அவை அவர்கள் குலதெய்வமாகவும் இருந்தன.

நாஞ்சில் நாட்டில் சில கிராமங்களில் (சுசீந்திரம், பறக்கை, தேரூர், மருங்கூர், புதுக்கிராமம், தோவாளை) சுடலை மாடன் கோவில்களில் சாம்பான் சாமி என்னும் துணைத் தெய்வம் உள்ளது. இது குறித்த செய்திகளை எண்பதுகளின் ஆரம்பத்தில் சேகரித்தேன்.

சாம்பான் சாமி எல்லா இடங்களிலும் துணைச்சாமி யாகவே இருக்கிறார். சுடலை மாடன் கோவில் விழாவில் மட்டும் இதற்குப் படைப்புப் பூசை உண்டு. சில சமயம் ஆட்டமும் உண்டு. சில ஊர்களில் இவர் ஊரடி போத்தி என்னும் பெயரால் அழைக்கப்பட்டார்.

துணைத் தெய்வமான சாம்பான் சாமி தொடர்பாகப் பல்வேறு கதைகள் உள்ளன. இவருக்குப் பீடம் அல்லது சுடலை மாடன் போன்ற உருவம் உண்டு. கொடை விழாவில் இந்தச் சாமிக்கு சாராயம், சுட்ட மீன், பொரித்த இறைச்சி போன்ற வற்றைப் படைப்பார்கள். பிற துணைத் தெய்வங்களுக்கு ஆடுபவரே சாம்பான் சாமிக்கும் ஆடுவார்.

சாம்பான் சாமி துணைத் தெய்வமாகத் தோன்றுவதற்கு விவசாயத் தொழில் தொடர்பான இறப்பு அல்லது வேறு காரணங்களால் நடந்த கொலை ஆகிய காரணங்களைக் கூறலாம்.

ஆளூர் வீராணி என்னும் ஊர் அருகே பெருஞ்சல்விளை என்ற கிராமத்தை அடுத்து இருக்கும் பாசனக் குளத்தின் கரையில் உள்ள சுடலை மாடன் கோவிலில் துணைத் தெய்வமாக உள்ள இசக்கி பற்றிய கதை சுவாரசியமானது. ஒரு பெருமழையின் போது எஜமானின் வயல் பரப்பைக் காப்பாற்ற முயன்ற சாம்பவர் சாதி கர்ப்பிணிப் பெண் ஒருத்தி விபத்தில் இறந்தாள். பின் இசக்கியுடன் இவள் ஐக்கியம் ஆகிவிட்டாள்.

சுசீந்திரம் அருகேயுள்ள ஒரு கிராமத்தில் வாழ்ந்த நில உடைமையாளர் வீட்டு விவசாயத் தொழிலாளியான சாம்பவர் எஜமானின் மகனைக் காப்பாற்றக் குளத்திலே குதித்தார். மகன் காப்பாற்றப்பட்டான். அந்தத் தொழிலாளி இறந்துவிட்டார்.

இவருக்குத் தன் வயல் பரப்பில் உள்ள ஒரு காவு பகுதியில் வழிபாடு நடத்தினார் எஜமானர்.

கன்னியாகுமரி அருகே புவியூர் எனனும் ஊரில் இருக்கும் செங்கடாக்காரன் கோவிலில் வீரமணி சாம்பான் என்ற துணைத் தெய்வம் இருக்கிறது. இதற்கென்று வில்லிசைப் பாடலும் உண்டு. புவியூர் செங்கடாக்காரன் கோவிலில் வெள்ளைக்காரன் சாமி ஒருவரும் இருக்கிறார். இவரும் துணைத் தெய்வம். இவரை அடுத்து வீரமணி சாம்பான் இருக்கிறார். இவரும் துணைத் தெய்வம். இரண்டுபேருடைய கதைப் பாடல்களும் விழாக் காலங்களில் பாடப்படுகின்றன.

திருநெல்வேலி மாவட்டம் வள்ளியூர் அருகேயுள்ள சித்தூர் என்னும் கிராமத்தில் நம்பியாற்றின்கரையில் தென்கரை மகாராஜன் என்னும் சாஸ்தா கோவில் உள்ளது. இக்கோவிலுக்கு வெளியே வடகிழக்கு மூலையில் வீரமணி சாம்பான் கோவில் உள்ளது. இக்கோவில் மலையாள ஆண்டு 1060இல் (கி.பி. 1885) மகாராஜன் சாம்பான் என்பவரால் கட்டப்பட்டது.

வீரமணி சாம்பான் கதைப்பாடல் ஏட்டு வடிவில் உள்ளது. 19 செ.மீ. நீளம் 6 செ.மீ. அகலம் கொண்ட இரண்டு பக்கமும் எழுதப்பட்ட 35 பனை ஓலைகளில் உள்ள இந்தக் கதைப் பாடல் 386 வரிகள் கொண்டது. இது எழுதப்பட்ட காலம் மலையாள ஆண்டு 1043 ஆகும் (கி.பி.1868). இந்த ஏட்டை வில்லிசைக் கலைஞர் தங்கமணி பிரதி செய்துவைத்திருக்கிறார். மூல ஏடு புவியூரில் உள்ளது. இது அச்சில் வரவில்லை. இந்தக் கதை வருமாறு:

வீரமணி சாம்பான் வில்லுப்பாட்டு விநாயகர் வணக்கத்துடன் தொடங்குகிறது. 'காரியூர் கருங்குளத்தில் வாழ்ந்த கரையாளர்கள் வணங்கும் வீரமணி சாம்பான் சாம்பாத்தி ஆகியோர் சிவனிடம் வரம்பெற்ற கதையைப் பாடுகிறேன்' என்று ஆரம்பிக்கிறது.

காரியூர் கருங்குளம் என்ற ஊரில் 60 கரையாளர்கள் பெரிய வீடு கட்டி வாழ்ந்தார்கள். பாசனக் குளம், கிணறு, பெரிய வயல், பண்ணைத் தோட்டங்கள் எல்லாம் இருந்தன. இந்த ஊர் ஜமீனின் வயல் நிலங்களை வீரமணி சாம்பான் கவனித்து வந்தான். இவனுக்குத் துணையாக 60 சாம்பான்மார்கள் இருந்தனர். விவசாயத் தொழில் செய்தனர். இவர்களின் வீட்டுப் பெண்களும் கூடவே இவர்கள் தங்குவதற்கு வீடுகளும் இருந்தன.

விவசாயத் தொழிலாளர்களுக்குத் தலைவனாக வீரமணி சாம்பான் இருந்தான். இரண்டு போக வயல்கள்; தொழிலை

மேற்பார்வை செய்தான். அவன் பேரில் கரையாளர்களுக்கு நம்பிக்கை வந்தது. கரையாளர்கள் அவனுக்குத் தனியாக வீடு கட்டிக் கொடுத்து முழுப் பொறுப்பையும் ஒப்படைத்தனர். ஆடு மாடுகளின் பட்டி பொறுப்பும். நெல் களஞ்சியத்தின் திறவுகோலைக்கூட அவனிடம் ஒப்படைத்தனர்.

இப்படியாக இருக்கும்போதுதான் வீரமணிக்குக் குடிப்பழக்கம் அதிகமானது. கள்ளுக்கடைக்கு அடிக்கடி போக ஆரம்பித்தான். தன் வேலையாட்களையும் அழைத்துக் கொண்டு போனான். காட்டுப்புறா, காடை, கருவாலி போன்ற பறவைகளைப் பிடித்துக் கறிசமைத்துக்கொண்டு போனான். கள் கடையில் போதையில் சண்டை போட்டான். தன் மனைவியுடன் சண்டை போட்டான்.

மெல்லச் சாராயம் குடித்தான். கஞ்சா அபின் கலந்து குடித்தான். இதற்காகக் களஞ்சியத்தில் நெல்லைத் திருடித் தூக்கிக் கொடுத்தான். கரையாளர்களுக்குத் தெரியாமல் வைக்கோல் படப்பில் இருந்து வைக்கோலை விலைக்குக் கொடுத்தான்.

வீரமணி சாம்பான் நெல்லைத் திருடுகிறான் தொழிலாளர்களுக்குக் கள்ளு வாங்கிக் கொடுக்கிறான் என்ற செய்தி கரையாளர்களின் காதில் பட்டது. எல்லோரும் கூடினர். அவனைப் பிடிக்க அடியாட்களை அனுப்பினர்.

வீரமணி சாம்பானைப் பிடித்தனர்; கட்டி வைத்தனர்; அடித்தனர்; அவன் அடி பொறுக்க முடியாமல் அபயமிட்டு அழுதான். அவனது மனைவி ஓடி வந்தாள். கரையாளர்களிடம் ஐயா பொறுக்க வேண்டும் என்று கெஞ்சினாள். கரையாளர்கள் அவளையும் அடித்தனர். அவர்கள் இருவரையும் தட்டப்பாறை ஆலமரத்திற்கு இழுத்துச் சென்றனர். அங்கே வைத்து அவர்களை அடித்தே கொன்றுவிட்டனர்.

செத்துப்போன இருவரும் தங்களைக் கொன்றவர்களைப் பழிவாங்குவதற்காக வரம் கேட்பதற்குக் கைலாயம் சென்றனர். அப்போது கைலாயத்தில் பிறந்த செங்கடாக்காரன் நல்ல சிவப்புக் குதிரையில் ஏறி வந்தான். காபாலக்காரியும் செங்கடாக்காரனுடன் வந்தாள். எல்லோரும் தட்டப்பாறை வந்தார்கள். அங்கே கருவேலங்காத்த பெருமாளும் வந்தார்.

வீண் பலியாக இறந்துகிடந்த வீரமணி சாம்பானைப் பார்த்தனர். இப்படி பலிகிடக்க என்ன குற்றம் செய்தீர்கள் எனக் கேட்டனர். சாம்பான் நடந்ததைச் சொன்னான். செங்கடாக்காரன் இதற்கு மரண தண்டனையா எனக் கேட்டான். உனக்கு சிவனிடம் வரம் வாங்கித் தருகிறேன். நீ என்னிடம் குதிரைக்காரனாக

வேலை பார்க்கிறாயா என்று சாம்பானிடம் கேட்டான். உடனே சாம்பான் சரி என்று சொல்லிவிட்டான்.

செங்கிடாக்காரன் சாம்பானையும் அவனது மனைவியையும் கைலாயத்திற்கு அழைத்துச் சென்றான். எல்லோரும் சிவனை வணங்கினர். சாம்பான் தான் கொலைசெய்யப்பட்ட கதையைக் கூறினான். சிவன் சாம்பானிடம் என்ன வரம் வேண்டும் என்று கேட்டார். கரையாளர்களைக் கொல்ல வரம், வெல்ல வரம், கூண்டோடு அழிக்கவரம், அவர்கள் வம்சத்தார் கொள்ளை நோயால் சாக வரம் ஆகியன வேண்டுமென்றான். சிவனும் அப்படியே தந்தேன் என்றார்.

வரம்பெற்ற சாம்பான் மகாதேவனை வணங்கிவிட்டு செங்கிடாகாரனுடன் காரியூர் கருங்குளம் வந்தான். அந்த ஊரில் கொள்ளை நோய் பெருகச் சாபம் கொடுத்தான். வீடுதோறும் புகுந்து ஆடு மாடுகளைக் கொன்றான். வயதானவர்களுக்கு வாந்தி பேதி உண்டாகட்டும் என்றான். எல்லோரும் பயப்படும்படி ஆதாளி செய்தான். இதற்கெல்லாம் காரணம் என்ன என்று பொரிச்சம் போட்டுப் பார்த்த கரையாளர்கள் சாம்பானுக்கு வழிபாடு செய்ய வேண்டும் என்று முடிவு செய்தனர்.

கரையாளர்கள் சாம்பானுக்கு சாம்பாத்திக்கும் கோயில் எடுத்தனர். செங்கடாக்காரனுக்கும் பூசை கொடுத்தனர். வீரமணிச் சாம்பான் குதிரையைப் பிடித்துக்கொண்டு செங்கிடாக்காரன் பின்னே சென்றான். அவர்கள் கருங்குளத்தில் இருந்து கன்னியாகுமரிக்கு வந்து பகவதியை வணங்கினர். பின்னர் கோவளம் மன்னத்தேவன் பாறை வந்தனர். அங்கே பூசை செய்தனர். பின்னர் புவியூர் வந்து கோவில் கொண்டனர்.

காக்கைச் சிறகினிலே, பிப்ரவரி 2023

24

வீணாதி வீணன் கதை

பன்னிரண்டு ஆண்டுகளுக்கு முன்பு திருநெல்வேலி மாவட்டம், வள்ளியூர் திருக்குறுங்குடி சாலையில் (பழைய பெயர் ராணி மங்கம்மாள் சாலை) தனியார் தோட்டம் ஒன்றின் உள்பகுதி யில் இருக்கும் குகையில் உள்ள வட்டெழுத்துக் கல்வெட்டைத் தேடி நானும் செந்தீ நடராசனும் சென்றபோது வீணாதி வீணனைப் பற்றிய புதிய செய்திகளைச் சேகரித்தேன். வீணாதி வீணனின் சிற்பத்தைத் தற்செயலாகப் பார்த்தபோதுதான் மேலும் செய்திகளைத் தேட வேண்டும் என்ற ஆசை வந்தது.

வள்ளியூர் சொக்கநாதர் கோவில் தெருவில் உள்ள அறநிலையப் பாதுகாப்புத் துறைக்கு உட்பட்ட சொக்கநாதர் கோவில் வளாகத்தில் 30களின் ஆரம்பத்தில் வீணாதி வீணனுக்கு வழிபாடு இருந்திருக்கிறது. 1933இல் இந்தக் கோவில் புனரமைக்கப்பட்டபோது ஏதோ காரணத்தால் வீணாதி வீணனின் சிற்பத்தைக் கோவில் கிணற்றில் யாரோ போட்டுவிட்டாராம். எண்பதுகளின் இறுதியில் கிணறு தூர் வாரப்பட்டபோது இந்தச் சிலை கிடைத்தது. கோவிலில் துணைத் தெய்வமாக வீணாதி வீணன் இருக்க வேண்டாம் என்று முடிவு கட்டியதால் இந்த சிற்பத்தைக் கோவில் வளாகத்தில் ஒதுக்குப்புறமாக வைத்திருக்கின்றார்கள்.

வீணாதி வீணனின் இந்தச் சிற்பம் 70 சென்டி மீட்டர் உயரமுடையது. நின்ற கோலம், முகத்தில் முறுக்கிய மீசை, மார்பில் முத்துச்சரம், வீரனுக்குரிய

சன்ன வீரம், இடுப்பில் குத்துவாள், கால் சட்டை; காலில் கழல்; இந்தச் சிற்பத்தை 2010இல் பார்த்தபோது சிதைந்து போயிருந்தது. வீணாதி வீணனின் சாதி அடையாளம் அவனைப் பற்றிய கதைகளெல்லாம் அவனது வழிபாட்டிற்கு எதிர்ப்பு என்று கூறினார் ஒருவர்.

வீணாதி வீணன் நாட்டார் தெய்வமாக வேறு இடங்களில் வழிபடப்படுகிறான். அவனுக்குரிய மரியாதை இருந்ததை 90களில் ஆதாரபூர்வமாகக் கண்டுபிடித்தேன். பொதுவாக ஒரு நாட்டார் தெய்வம் கருவறையிலோ கோயில் வளாகத்திலோ சிலையாக நின்று கோவில்கொண்டு வாரம் ஒருமுறையோ மாதம் ஒருமுறையோ வழிபாடு பெற்றிருந்தால் அதைப் பற்றிய கதைகளும் செய்திகளும் தொடர்ந்து வரும். சில தெய்வங்களுக்கு விழாக் காலங்களில் (அது ஓர் ஆண்டு, மூன்று ஆண்டு, 12 ஆண்டுகள் என இருக்கலாம்) பூடம் போட்டு வழிபாடு செய்வதாக இருந்தால் அதுபற்றிய முழுமையான வரலாற்றையோ சடங்கு முறைகளையோ தோற்றச் செய்திகளையோ அறிவது சிரமமான காரியம். அப்படி வழிபாடு இருந்தால் அந்தத் தெய்வம் வாழும். வீணாதி வீணனின் வழிபாடு பரவலாக இல்லாததால் அவனது கதை அறியப்படாமல் போயிற்று.

தென்மாவட்டங்களில் குலசேகரத் தம்புரான் கோவில்களில் விழாக் காலங்களில் வீணாதி வீணன் துணைத் தெய்வமாக வழிபாடு பெறுகிறான். வீணாதி வீணன் கதைப்பாடலை முதலில் பதிப்பித்த (1967) நா. வானமாமலை இவனது வழிபாடுபற்றி விரிவாக விவரிக்கவில்லை. அவரே மதுரை பல்கலைக்கழகம் வழி ஐவர் ராசாக்கள் கதையை வெளியிட்டபோது (1974) வீணாதி வீணன் கதையைப் பின் இணைப்பாகச் சேர்த்திருக்கிறார். இந்த நூலில் “வீணாதி வீணன் கதை வள்ளியூர் பகுதியில் பரவியுள்ளது; இது உண்மை நிகழ்ச்சி என்பதைப் புலப்படுத்த சில சான்றுகள் அகப்பட்டு உள்ளன; இக்கதைப் பாடல் ஐவர் ராசாக்கள் கதைப் பிரதிகளில் காணப்படவில்லை. வள்ளியூரில் கிடைத்த ஐவர் ராசா கதையில் மட்டும்தான் வீணாதி வீணன் கதை காணப்படுகிறது” என்கிறார்.

ஐவர் ராசாக்கள் கதையை விரிவாக ஆராய்ந்த வானமாமலை வீணாதி வீணன் கதை மக்கள் கதையுடன் தொடர்புடையது என்ற முடிவுடன்தான் இதைப் பற்றிய கருத்துக்களை முன் வைக்கிறார். குலசேகரத் தம்பிரானின், காலம் கி.பி. 16ஆம் நூற்றாண்டு என்று நா.வா. ஊகிக்கிறார். அப்படியானால் வீணாதி வீனனும் 16ஆம் நூற்றாண்டில் வாழ்ந்தவன் என்று கொள்ளலாம்.

ஆனந்த விகடனின் துணை இதழான சக்தி விகடனில் ‘ஜனங்களின் சாமிகளின் கதை’ என்னும் தலைப்பில் சில கதை களைத் தொடராக எழுதிய போது (2017) வீணாதி வீணன் கதை பற்றிய செய்திகளை மீண்டும் சேகரித்தேன். முக்கியமாக, கன்னியாகுமரி பழைய திருநெல்வேலி மாவட்டங்களில் குலசேகரப் பாண்டியனுக்கு வழிபாடு உள்ளது தெரிந்தது. இந்தக் கோவில்களில் வீணாதி வீணன் துணைத் தெய்வமாக வழிபடப்படுகிறான் என்பதையும் அறிந்தேன்.

நாகர்கோவிலில் கலைநகர் பகுதியில் குலசேகரத் தம்புரான் கோவில் விழாவில் இப்போதும் வீணாதி வீணன் கதையை வில்லிசை நிகழ்வில் பாடுகிறார்கள் (நான் வில்லிசைக் கலைஞர் தங்கமணியின் நிகழ்ச்சியைப் பதிவு செய்தேன்.) கோவில் விழாவில் வீணனுக்கு வழிபாடு நடக்கிறது. 50களில் இந்தத் தெய்வத்திற்காகச் சாமி ஆடவும் செய்தார்கள். அப்போது கொடுக்கல் வாங்கல், நிலவரி கட்டுதல் தொடர்பான பிரச்சினை களைத் தீர்ப்பதற்காக வீணாதி வீணனிடம் மக்கள் நேர்ச்சையும் செய்திருக்கிறார்கள்.

கன்னியாகுமரி மாவட்டம் மேலாங்கோடு ஊர் இசக்கியம்மன் கோவிலில் குலசேகரத் தம்பிரானுக்கும் வடிவீச்சு அம்மனுக்கும் வழிபாடு உண்டு. விழாக் காலங்களில் கோவில் வளாகத்தில் வீணாதி வீணனுக்குப் பூடம் போட்டு வழிபாடுசெய்த வழக்கம் இருந்திருக்கிறது. கன்னியாகுமரி மாவட்டத்தில் கொட்டாரம், அச்சன்குளம், கட்டிமான்கோடு, மேலாங்கோடு, வெள்ளமடம் எனச் சில இடங்களில் குலசேகரத் தம்பிரானுக்குக் கோவில் உண்டு. இந்த ஊர் கோவில்களில் வீணாதி வீணன் துணைத்தெய்வமாக இருக்கிறான். இங்கு விழாக் காலங்களில் ஐவர் ராசாக்கள் கதை பாடப்படும் வழக்கமும் உண்டு.

குலசேகரப் பாண்டியனுக்கும் குமரிமாவட்டப் பகுதிக்கும் உள்ள தொடர்புக்குரிய காரணத்தை எண்பதுகளில் பொத்தையடி (மருந்துவாழ் மலை அடிவாரம்) பி.ஆர். நாடார் சொன்னார். அவர் குலசேகரப் பாண்டியனின் மனைவி நாஞ்சில் நாட்டைச் சார்ந்தவள் என்றும், அவள் பெயர் உலகம் முழுவதுடையாள் என்றும் இவள் நாடார் சமூகத்தினர் என்பது குறித்த வாய்மொழிக் கதைகள் உண்டு என்றும் சொன்னார். இந்தக் காரணத்தை ஐவர் ராசாக்கள் கதை பதிப்பில் வானமாமலையும் சொல்லுகிறார். கன்னியாகுமரி மாவட்டத்தில் குலசேகரத் தம்புரானுக்குக் கோவில் உள்ள இடங்களில் இந்தச் செய்தி சொல்லப்படவில்லை. ஆனால் குலசேகரப் பாண்டியனின் வம்சாவளி வாரிசுகளே தாங்கள்

என்று வழிபடுகிறவர்கள் சொல்லுகிறார்கள். வீணாதி வீணனுக்கும் இங்கு வழிபாடு இருப்பதன் காரணமே குலசேகரனுடன் கொண்டிருந்த நெருக்கம் என்று சொல்லலாம்.

ஐவர் ராசாக்கள் கதை தொடர்பாக 15க்கும் மேற்பட்ட கதைப் பாடல்கள் உள்ளன. இவற்றில் வாய்மொழி வடிவில் ஒன்றும், ஏட்டு வடிவில் ஏழும் கையெழுத்து வடிவில் இரண்டும் பிற அச்சு வடிவிலும் உள்ளன. இக்கதைகளின் பெயர்கள் பின்வருமாறு

ஐவர் ராசாக்கள் கதை (1974), நா. வானமாமலை,

வீணாதிவீணன் கதை (1964) " " "

கன்னடியன் போர் (1987) நடராசன்

முத்துப்பிள்ளை கதை (1962)

மன்னன் மதிப்பன் கதை (2017) ராம்

(மீனவனுக்கு ஒரு கோயில்)

இடைச்சி செல்லி கதை (ஏடு)

குலசேகர தம்புரான் கதை (ஏடு)

அஞ்சு முடி மன்னர் கதை (ஏடு)

வடுகச்சி ஏசல் (ஏடு)

உலகம் முழுவதுடையாள் கதை (ஏடு)

பொன்னுருவி தவநிலை (ஏடு)

மாரியம்மன் கதை (ஏடு)

வடுகச்சி அம்மன் (கை எ பி)

மோம்புரி அம்மன் கதை (கை. எ பி)

வெட்டும் பெருமாள் கதை (வாய்மொழி)

குலசேகரப் பாண்டியன் மதுரையில் ஆட்சி செய்தபோது வீணாதி வீணன் வள்ளியூர் கோட்டையைத் தன் அதிகாரத்தில் வைத்திருந்தான். பின்னர் மன்னரின் உத்தரவால் அதே கோட்டையில் மந்திரி ஆகிவிட்டான். இதனால்தான் ஐவர் ராசாக்கள் கதையின் ஒரு பகுதியாக வீணாதி வீணன் கதையை எடுத்துக்கொள்ளுகிறார் வானமாமலை.

வானமாமலை பதிப்பித்த வீணாதி வீணன் கதை நூலிலும் (1967) ஐவர் ராசாக்கள் கதை நூலின் பின்னிணைப்பிலும் (1974) உள்ள வீணாதி வீணன் கதைப் பாடலில் 906 வரிகள்

உள்ளன. நாகர்கோவில் கலைநகர் குலசேகரத்தம்புரான் கோவிலில் உள்ள கையெழுத்துப் படியில் 1013 வரிகள் உள்ளன.

வானமாமலை பதிப்பில் உள்ள வீணாதி வீணன் கதைப் பாடல் பிற கதைப்பாடல்களைப் போலவே கணபதி காப்புடன் தொடங்குகிறது. இந்த நூலின் ஆசிரியர் பெயர் இதில் குறிப்பிடப்படவில்லை. ஆனால் ஆசிரியர் தன் குருவாக நாஞ்சில் நாட்டு புதுவையூர் சுப்பிரமணியன் மகாராசன் பெயரைக் குறிப்பிடுகிறார். இதனால் இந்தக் கதைப் பாடல் உருவாக்கத் திற்கும் தென்திருவிதாங்கூருக்கும் தொடர்பு இருக்கிறது என்று தெரிகிறது. கன்னியாகுமரி மாவட்டம் ராஜாக்கமங்கலம் வில்லிசைப் புலவர் சுயம்புராசன் என்பவரின் கையில் உள்ள ஏட்டுப்பிரதியில் இது 1810இல் பகர்க்கப்பட்டது என்ற குறிப்பு உள்ளது. இதனால் இப்பகுதியில் வேறு மூலஏடுகள் இருந்திருக்கலாம் என்று ஊகிக்கலாம்.

வானமாமலையின் ஐவர் ராசாக்கள் கதை பதிப்பிலும், நாஞ்சில் நாட்டில் உள்ள குலசேகரத் தம்பிரான் கதையின் கையெழுத்துப் பிரதிகளிலும் மூன்று முக நாச்சியார் என்னும் பெண் தெய்வம் குறிப்பிடப்படுகிறாள். இவள் மூன்று முகம் கொண்டாள் என்று பரவலாக அறியப்பட்ட தெய்வமே. இவளுக்குத் தென்பாண்டிப் பகுதியில் வழிபாடு உண்டு. நாஞ்சில் நாட்டுத் தோவாளை வட்டம் தாழக்குடி ஊரில் மோம்புரி அம்மனுக்குக் கோவில் உள்ளது. இதற்கு என்று ஒரு கதைப் பாடலும் உள்ளது. இப்பாடல் கையெழுத்து வடிவில் இன்றும் பாதுகாக்கப்படுகிறது. இக்கோவிலின் கொடைவிழாவில் இக்கதை பாடப்படுகிறது.

தாழக்குடியில் மோம்புரி அம்மன் கோவில் உருவான தற்கு வாய்மொழியாக ஒரு கதை வழங்குகிறது. இந்த ஊரில் வாழ்ந்த தாணுப்பிள்ளை கரையாளர் என்பவர் 100 பசு மாடுகளை வளர்த்து வந்தார். அந்தப் பசுக்கள் தாடகை மலைப் பகுதியில் இருந்தன.

ஒருமுறை வள்ளியூர் மறவர்கள் கரையாளரின் பசுக்களைத் திருடிச்சென்றுவிட்டார்கள். இதை அறிந்த தாணுப்பிள்ளை உறவினர்களோடு பசுக்கள் இருக்கும் இடத்தை அடைந்தார். அந்தப் பசுக்களைத் திருப்பிக்கொண்டு வந்தார். அப்போது வள்ளியூர் திருடர்கள் ஆயுதங்களோடு தாணுப்பிள்ளை, கரையாளரின் ஆட்களை எதிர்த்தனர். இந்தச் சமயத்தில் மோம்புரிஅம்மன் கோவில் வாசல் திறந்தது. தாணுப்பிள்ளை அதன் உள்ளே தன் உறவினர்களுடனும் பசுக்களுடனும் நுழைந்துவிட்டார்.

கோவில் கதவு மூடிவிட்டது. மறவர்களுக்குக் கண்களைத் திறக்க முடியவில்லை. தங்கள் வீட்டுக்குச் செல்வதற்குக்கூட முடியாத நிலை.

அடுத்த நாள் காலை அம்மனின் கோவில் கதவு திறந்தது. தாணுப்பிள்ளை தன் உறவினர்களுடன் பசுக்களைப் பற்றிக் கொண்டு தாழக்குடி வந்துவிட்டார். அப்போது மூன்று முகம் உடையாள் தன் பரிவாரங்களுடன் தாழக்குடிக்கு வந்தாள் அவளுடன் குலசேகரத் தம்புரான், வேர்வை புத்திரன், பூதத்தான், பத்திரகாளி, வீணாதி வீணன் ஆகிய தெய்வங்களும் வந்தன. எண்ணிறந்த பேய்ப் படையும் 21 தெய்வங்களும் கூடவே வந்தன. இவர்களுக்கெல்லாம் தனிக் கோவில் எடுத்தார் பிள்ளை.

மோம்புரி அம்மன் கோவிலிலுள்ள கல்வெட்டு மலையாள ஆண்டு 511 மாசி 9ஆம் தேதி பணி நடந்ததாகக் குறிப்பிடுகிறது. இதன்படி கி.பி. 1336 ஆண்டு ஆகிறது. இந்தக் கோவிலைக் கட்டியவர்கள் சிலரின் பெயர்களும் அர்த்தமண்டபச் சுவர் கல்வெட்டில் உள்ளது. மோம்புரி அம்மன் வில்லுப்பாட்டின் பின்னிணைப்பாக வீணாதி வீணன் கதை உள்ளது. இந்தக் கதையின் காப்புப் பாடல்

நாணா வண்ணம் தொழில் பூண்டு
    நகையே புரிந்து வடியுண்டு
வாணாள் மயங்கித் தள்ளாடி
    மறையோர் தெருவதிலே இலங்குண்டு
கோணா முதல் கார் எடுக்க ஓன்னாக பின்
    குடத்துக்காசு உடனே எடுப்பித்த
வீணாதி வீணன் கதை பாட
    வேழமுகத்தவன் காப்பு தாமே!

தாழக்குடி மோம்புரி அம்மன் கோவிலில் கார்த்திகை மாதம் விழாவில் வீணாதி வீணன் கதையை 50களில்கூட பாடினார்கள். இங்கு வீணாதி வீணன் கதை ஏடு தனியாகவும் இருந்தது. இங்கு உள்ள கதைப்பாடலில் திருவிதாங்கூர் அரசியான கவுரி லட்சுமி பாய் (1810–1815) திருவிதாங்கூரின் கர்னல் மன்றோ (1810–1819) ஆகிய இருவரும் குறிப்பிடப்படுகிறார்கள். இந்த வில்லுப்பாட்டு 19ஆம் நூற்றாண்டில் வழக்கில் இருந்திருக்கிறது என்றும் வீணாதி வீணன் கதையும் இதே காலகட்டத்தில் பாடப்பட்டு இருக்கிறது என்றும் தெரிகிறது.

மோம்புரி அம்மன் கதைப்பாடலின் ஏட்டுப் பிரதியை 20ஆம் நூற்றாண்டு ஆரம்பத்தில் கவிமணி தேசிய விநாயகம் பிள்ளை கண்டெடுத்திருக்கிறார். இந்த ஏட்டின் அடிப்படையில் *"Tradition from Valliyur"* என்ற கட்டுரையை *Kerala Society papers*

இதழில் (series 6 1930 P316-318) எழுதியிருக்கிறார். இந்தக் கட்டுரையில் ஐவர் ராசாக்கள் கதையைச் சுருக்கமாகத் தருகிறார்.

திருநெல்வேலி மாவட்டம் பணகுடி ஊருக்கு வடமேற்கு 12 கல் தொலைவிலுள்ள மகேந்திரகிரிமலை அடிவாரத்தில் புதுமை லட்சுமி அம்மன் கோவில் உள்ளது. இந்தக் கோவிலைக் குலசேகரப் பாண்டியன் வழிபட்டான் என்று கூறுகிறார்கள். இந்தக் கோவில் தொடர்பான வில்லுப்பாட்டில் பின்னிணைப்பாக மூன்று முகம் கொண்டாள் கதை வருகிறது. இது ஐவர் ராசாக்கள் கதையின் சுருக்கம்தான். இந்தச் சுருக்கத்தில் வீணாதி வீணன் கதை பேசப்படுகிறது.

மூன்று முகம் கொண்ட அம்மன் வழிபடப்படும் இடங்களில் குலசேகரத் தம்புரான், வடுவீச்சி அம்மன், வீணாதி வீணன் ஆகியோர் துணைத் தெய்வங்களாக உள்ளனர். திருநெல்வேலி மாவட்டம் வள்ளியூர் கோட்டையடி, பாம்பன்குளம், நம்பிபத்து, வடலிவிளை ஆகிய இடங்களில் மூன்று முகம் கொண்டாளுக்குக் கோவில் உள்ளது.

இதே மாவட்டம் களக்காடு (சப்த கன்னியர் கோவில்), வடுகச்சி மதில் சீனி முத்தம்மன், குதிரை மொழி (வடுகச்சி அம்மன்), தேரிக் குடியிருப்பு, (கருக்குவேல் அய்யனார் கோவில்), தாண்டவன் காடு (ஆதிநாராயண சுவாமி கோவில்), ஞானியார் குடியிருப்பு (ஸ்ரீ பரமசிவன் கோவில்), சிறு நாடார் குடியிருப்பு, பெரிய வரம் என்னும் கிராமங்களிலும் உள்ள நாட்டார் கோவில்களிலும் பாளையங்கோட்டை ஜெயந்தி மங்கலம் கிராமத்திலும் குலசேகர ராஜாவுக்குத் தனிக் கோவில் உள்ளது. இந்தக் கோவில்கள் சிலவற்றில் வீணாதி வீணனுக்கு வழிபாடு உள்ளது.

தூத்துக்குடி மாவட்டம் தண்டுப்பத்து, எள்ளு விளை என சில கிராமங்களிலும் குலசேகரனுக்கு வழிபாடு உள்ளது. இங்கும் வீணாதி வீணன் துணைத் தெய்வமாக இருக்கிறான்.

பரம்பரையாக வசதியுடன் வாழ்ந்த வீணாதி வீணன் பெற்றோரை இழந்தபின் உறவினரால் துரத்தப்பட்டான். வள்ளியூருக்குப் பிழைக்கச் சென்றான். அங்கே உழைத்து வாழ முடியாத நிலை ஏற்பட்டது. பின்பு மக்களைப் பயமுறுத்தி ஏமாற்றிப் பொருள் சம்பாதித்தான். மதுரை பாண்டியன் இதை அறிந்து வீணாதி வீணனை விசாரித்தான். உண்மையை அறிந்த பாண்டியன் அவனை வள்ளியூரின் மந்திரி ஆக்கினான். பேராசிரியர் வானமாமலை கணக்குப்படி குலசேகரன் காலமே (கிபி 16ஆம் நூற்.) வீணாதி வீணனின் காலமும் ஆகும்.

வீணாதி வீணனின் இயற்பெயர் தெரியாது. இவனுடைய கதை குலசேகரனின் கதையுடன் தொடர்புடையது என்பதற்குச் சில காரணங்களைச் சொல்ல முடியும்.

குலசேகரன், நாட்டார் தெய்வமாக வழிபடப்படும் கோவில்களில் பெரும்பாலும் வீணாதி வீணன் துணைத் தெய்வமாக இருக்கிறான். குலசேகரன் தொடர்பான வில்லிசைப் பாடல்கள் சிலவற்றின் பின்னிணைப்பிலும் குலசேகரன் வழிபட்ட மூன்று முகமுடையாள் கதைப்பாடலின் பின்னிணைப்பிலும் வீணாதி வீணன் கதை உள்ளது.

தாழக்குடி ஊர் மோம்புரி அம்மன் கோவில் வில்லுப்பாட்டில் வீணாதி வீணன் கதை பாடப்படுகிறது. இந்த கதையில் ஐவர் ராசாக்களின் கதையும் சுருக்கமாகச் சொல்லப்படுகிறது. இக்கதையில் வீணாதி வீணன் தெய்வமாகவே குறிப்பிடப்படு கிறான். வள்ளியூர் கோட்டையடிப் பகுதியிலும் சுற்று வட்டார இடங்களிலும் வீணாதி வீணனைப் பற்றிய செய்திகள் கிடைக் கின்றன. இவை குலசேகரப் பாண்டியனுடன் தொடர்புடையன.

கதைப்பாடலின்படி அவன் தேவேந்திரகுல வேளாளரின் உள் பிரிவினரான கங்கை குல வேளாளர் வம்சத்தில் வந்தவன். இவனது சொந்த ஊர் பணகுடியின் அருகே உள்ள வேப்பலாம் குளம். கதைப்பாடல் இந்த ஊரை வேம்பனூர் என்கிறது. இந்த ஊரில் இப்போதும் தேவேந்திரகுல வேளாளர் சமூகத்தினர் வாழ்கிறார்கள். இவர்களிடம் வீணாதி வீணனைப் பற்றிய செய்திகளை எண்பதுகளிலும் கேட்க முடிந்தது. நான் சேகரித்த இன்னொரு தகவலின்படி அவன் பாண்டி நாட்டு வாணாதிராயன் பரம்பரையைச் சார்ந்தவன்.

வீணாதி வீணன் வள்ளியூரில் சொக்கநாதர் கோவில் தெருவில் உள்ள சொக்கநாதர் கோயிலையும் இதே ஊரில் உள்ள மீனாட்சி சுந்தரேஸ்வரர் தெய்வ பாண்டிய சாமி கோவிலையும் கட்டினான் என்று ஒரு செய்தி உண்டு. இந்தக் கோவில்களை இவனே பராமரித்தான் என்றும் சொல்லுகிறார்கள். இச்செய்தியை இப்போதும் கேட்க முடியும்.

வள்ளியூர் சொக்கநாதர் கோவில் இப்போது அறநிலையப் பாதுகாப்புத் துறையின் கீழ் உள்ளது. இங்கே சொக்கநாதருக்கும் மீனாட்சிக்கும் தனித்தனியே சன்னதி உள்ளது. சொக்கநாதர் கோவிலானது கருவறை அர்த்தமண்டபம், முகமண்டபம் என அமைந்தது. மீனாட்சி கோவிலும் இது போன்ற அமைப்புடையது. கோவிலில் அர்த்தமண்டபம் முன்புள்ள மண்டபத்தில் சில சிற்பங்கள் உள்ளன.

இந்தக் கோவிலில் உள்ள கல்வெட்டின்படி இது பன்னிரண்டாம் நூற்றாண்டினது. "அரண்மனைத் தெருவிலும் அதிகாரிகள் வாழ்ந்த தெருவிலும் செல்கின்ற சாதாரண மக்கள் இரண்டு கைகளையும் வீசிக்கொண்டே நடந்தால் அவர்களிடம் அபராதத் தொகை வசூலிக்கப்பட்டதாம். இந்த அபராதத் தொகை கைவீசு பணம் எனப்பட்டது. அந்தத் தொகையால் இந்தக் கோவில் பராமரிக்கப்பட்டது என்று செய்தி வழங்குகிறது.

வள்ளியூரிலுள்ள தெய்வ பாண்டியன் கோவிலில் சிவன், அம்மன், பூதத்தானுக்கு எனத் தனிக் கருவறைகள் உள்ளது. இங்கே மகிஷாசுரமர்தனி உட்பட சில பரிவாரத் தெய்வங்கள் உள்ளன. உண்மையில் இந்தக் கோவிலையே வீணாதி வீணன் கட்டினான் என்று சொல்லுகிறார்கள். இக்கோவிலிலுள்ள பாம்புப் புற்றருகே முனிவர் ஒருவர் குடியிருந்ததாகவும் அவரே வீணாதி வீணனின் குரு என்றும் வழங்கும் செய்தியை எண்பது களில்கூடக் கேட்டேன்.

வீணாதி வீணன் இக்கோவிலுக்குத் தினமும் வந்து வழிபடுவது வழக்கம் என்றும் இங்கே அவனது சிற்பம் இருந்தது என்றும் கூறுகிறார்கள். இப்போது இந்தக் கோவில் ஸ்ரீ வத்ஸ கோத்திர பிராமணர்களின் நிர்வாகத்தில் உள்ளது. இவர்கள் 140 குடும்பத்தினர் என்றும் வெளியூரில் வாழ்கிறார்கள் என்றும் சொல்லுகிறார்கள்.

வீணாதி வீணனின் கதைப்பாடலின்படி பாண்டியன் அவனைப் பிடித்து விசாரித்தபோது அவன் தன் சொத்துக்களை அரசரிடம் கொடுத்துவிடுவதாகவும் தனக்குத் தண்டனை தரும்படிக் கேட்டுக்கொண்டதாகவும் அரசன் வீணாதி வீனனை மந்திரியாக ஆக்கியதாகும் ஆன செய்திகள் உள்ளன. இவனைப் பற்றிய வாய்மொழிச் செய்திகள் இவனை நல்ல நிர்வாகியாக, நேர்மையான மந்திரியாக வாழ்ந்தவன் என்று கூறுகின்றன.

நாஞ்சில் நாட்டு ராஜாக்கமங்கலம் சுயம்பு ராஜன் கையில் இருந்த வீணாதி வீணன் கதைப்பாடல் வானமாமலை பதிப்பில் இருந்து சற்று வேறுபட்டது. சுயம்பு ராஜன் ஏட்டில் பாண்டியனிடம் வீணாதி வீணன் தான் ஏன் மக்களை ஏமாற்றி னேன் என்று கூறும் பகுதி விரிவாக வருகிறது. அதில் உண்மை யாக உழைத்துச் சம்பாதிக்க வேண்டும் என்ற எண்ணம் உடையவர்களை அரசு அதிகாரிகள் ஒத்துக்கொள்ள மாட்டார்கள்; ஆகவேதான் ஒருவன் ஏமாற்றுக்காரனாக மாறுகிறான் என்ற செய்தி வெளிப்படையாகவே பேசப்படுகிறது.

வீணாதி வீணன் கதை

வேம்பனூர் என்ற ஊரில் வேளாளர் சாதியில் அத்தி குட்டி என்ற செல்வந்தர் இருந்தார். அவரது மனைவி பூமாலை; இவர்கள் தவமிருந்து ஒரு ஆண் குழந்தை பெற்றனர். சிறுவயதில் பெற்றோரை இழந்தான். உறவினர்களால் வளர்க்கப் பட்டான். பெரியவன் ஆனதும் தந்தையின் எல்லாச் சொத்துக்கும் உரிமை கொண்டாடினான். இதனால் அவனது உறவினர்கள் அவனை ஊரை விட்டு விரட்டிவிட்டார்கள்.

இவன் சொந்த ஊரிலிருந்து வள்ளியூருக்கு வந்தான். வழியில் பசிக்காக யாசகம் பெற்று நாளைக் கடத்தினான். வள்ளியூரில் ஆண்டியைப் போல் அலைந்தான். அவனுக்குப் பிச்சை எடுக்க விருப்பமில்லை. சலவைத் தொழிலாளி ஒருவரிடம், "ஐயா நான் பட்டினி கிடக்கிறேன். உன் சாதிக்கு நான் மாறி விடுகிறேன் வேலை கொடுப்பாயா" என்று கேட்டான். அவன், "இளைஞனே நீ சமர்த்தனாய் உயர்ந்த நிலைக்கு வருவாய்; உன்னை என் சாதியில் சேர்த்துக்கொண்டால் எனக்குப் பழி வந்துவிடும்" என்று சொல்லி அவனைத் திருப்பிவிட்டான்.

அவன் வள்ளியூர் வீதி வழி போனான். பசி வாட்டியது. வேறு வழி இல்லை; பிச்சை கேட்டான்; ஆனால் மக்களோ அவனை ஓட ஓட விரட்டினார்கள்; தடியனே போ வேலை செய் என்றார்கள். ஒரு பெண் வீணாதி வீணனே என்று சொல்லி அவனைப் பரிகசித்தாள். வீணனுக்குப் புத்தி உறைத்தது. காட்டுக்குச் சென்று காய்கறிகள் பறித்து விற்றுப் பிழைக்கலாம் என்ற யோசனை வந்தது.

வீணாதி வீணன் காட்டுக்குச் சென்றான். பசுமையான கீரைகளையும் பழங்களையும் பறித்துத் தின்றான். தண்ணீர் குடித்தான்; கொஞ்சம் தெம்பு வந்தது. முருங்கைக்காய், சுண்டைக்காய் எனச் சில காய்கறிகளைப் பறித்துக்கொண்டான். வள்ளியூர் கோட்டை வாசலுக்கு வந்தான். அங்கு நின்ற காவலர்கள் அவனிடம் இரண்டு முருங்கைக்காய்களை எடுத்துக் கொண்டனர். அவன் வீதிவழி காய்கறிகளைக் கூவி விற்றபோது ஆயம் வசூலிப்பவன் வந்தான். வீணனிடம் கேட்காமலே ஆயத்திற்காக என்று சொல்லிவிட்டுக் காய்களை எடுத்துக் கொண்டான்.

அவன் அடுத்த தெருவிற்கு வந்தான். காய்கறிகள் வேண்டுமா எனக் கேட்டான். ஒரு பெண் வந்தாள். அவனிடம் கேட்காமலே நிறைய காய்கறிகளை எடுத்துக்கொண்டாள். அவன் அவளிடம் அம்மா உன் விருப்பப்படி காசு கொடு

என்றான். அவள்தான் இந்த நகரத் தலைவனின் வீட்டுச் சமையல்காரி என்றாள். அவனோ யாராய் இருந்தாலும் சரி, காசு தந்துவிட்டுப் போ. எனக்கும் வயிறு இருக்கிறது என்றான். அவ்வளவுதான்; அவள் "ஐயோ இவன் என் மார்பைப் பிடித்துவிட்டானே" என்று சப்தமிட்டாள்.

அந்தப் பெண்ணின் குரல் கேட்டு ஓடிவந்த சிலர் அவனை அடித்தார்கள். ஓடு இங்கிருந்து என்று எச்சரித்தார்கள். அவனுக்கு மீண்டும் பிச்சை எடுக்க விருப்பமில்லை. காட்டிலே சென்று விறகை வெட்டி விற்றுப் பிழைக்கலாம் என்று நினைத்தான். மலைக்குச் சென்றான். காட்டுப் பழங்களையும் காய்களையும் தின்று பசி ஆறினான். இற்றுப் பட்டுப் போன விறகுகளைச் சேகரித்து வள்ளியூர் கோட்டைக்குச் சுமந்து வந்தான்.

கோட்டையின் முன்னே நின்ற கோட்டைக் காவலன், காட்டு விறகு உனக்கா சொந்தம்? விறகை விற்றால் கொஞ்சம் தொகை எனக்குத் தர வேண்டும் என்றான். இவனோ விறகு விற்கவே இல்லையே, எப்படித் தர முடியும் என்று கேட்டான். காவலன் சரி அப்படியானால் கொஞ்சம் விறகை இங்கே போடு என்றான். அவன் காவலனுக்குக் கொஞ்சம் விறகைக் கொடுத்தான்.

வீணாதி வீணன் வீதி வழியே விறகைச் சுமந்துகொண்டு வந்தான். விறகு வேண்டுமா என்று கூவினான். நடுத்தரப் பெண் ஒருத்தி, விறகுக்காரா என்னுடன் வா என்றாள். அவன் போனான். விறகு முழுவதையும் என் பின்கட்டிலே போடு என்றாள். போட்டான். அவளிடம் வந்தான். அம்மா விறகுக்குக் காசு என்றான். அவளோ நான் இந்த நகரத்து நீதிபதியின் மனைவி; என்னிடம் காசு கேட்கிறாயா என்றாள். அவனோ எனக்குப் பசி அம்மா, அதனால் கேட்கிறேன் என்றான். அவள் சப்தமிட்டு ஊரைக் கூட்டினாள். இவன் என்னை அவமானப் படுத்திப் பேசுகிறான் என்றாள். பொதுமக்கள் அவனைப் பிடித்துக் கட்டிவைத்து அடித்தார்கள்.

வீணாதி வீணன் மனம் நொந்து போனான். மீண்டும் காட்டுக்குச்சென்றான்; பழங்களைத் தின்றான். ஊரின் எல்லைப் புறம் வந்தான். ஒரு ஓலை வீட்டுத் திண்ணையிலே அமர்ந்தான். புலம்பினான்; புலம்பிக்கொண்டே இருந்தான். அந்த வீட்டிலிருந்து ஒரு முதிய பெண் வெளியே வந்தாள். அவனிடம் யாரப்பா நீ, இப்படி புலம்புகிறாய் என்று கேட்டாள். அவன் அவளிடம் தன் வரலாற்றைச் சொன்னான்.

முதிய பெண் அவனுக்கு வயிறு நிறைய பழைய சாதம் போட்டாள். அவன் முழுவதையும் தின்றான். அவனுக்குத் தெம்பு வந்தது.

அவன் காட்டுக்குப் போனான். விறகு வெட்டினான். கிழவியின் வீட்டிற்குப் பின்பகுதியில் இருந்த இடத்தில் கொண்டு விறகைப் போட்டான். அம்மா நீ இதை எடுத்துக்கொள். எனக்கு நீ ஒரு நேரம் பழைய சாதம் தந்தால் போதும் என்றான். அவள் அவனுக்குச் சாப்பாடு கொடுத்தாள். ஆடை கொடுத்தாள். அவனுக்குத் தெம்பு வந்தது. நம்பிக்கையும் வந்தது. தன் ஆண்டிக் கோலத்தை மாற்றிக்கொண்டான்.

வீணாதி வீணன் காட்டு மரத்திலிருந்து நீண்ட தடியைத் தயார்செய்துகொண்டான். கொல்லனைப் பார்த்து அதற்குப் பூண் கட்டிக்கொண்டான். கிழவி அவனுக்குத் தன் மகனின் ஆடையைக் கொடுத்தாள். இப்போது அவன் கம்பீரமாக இருந்தான். வள்ளியூர் தெருவழி வந்தான். மக்களை வழிமறித்தான். குலசேகரப் பாண்டியனின் தாயாதி நான் சுங்கத் தீர்வை வாங்கும்படி அதிகாரம் எனக்குக் கொடுத்திருக்கிறான் என்றான்.

ஒருநாள் அவன் கிணற்றங்கரையில் தண்ணீர் முகந்த பெண்களிடம் குடக்காசு வேண்டும் என்று கேட்டான். ஒருத்தி தண்ணீருக்கு வரியா, என்ன அநியாயம் இது என்று கேட்டாள். எல்லாப் பெண்களும் ஊர்த் தலைவனிடம் முறையிட்டனர். அந்தத் தலைவன் வீணாதி வீணனை விசாரித்தான். வீணனோ நான் அரசரிடம் சலுகை பெற்றவன்; உறவினன்; இந்த ஆயத்தில் உனக்குப் பங்கு தருகிறேன். பெற்றுக்கொண்டு பேசாமல் போ என்றான். ஊர்த் தலைவனும் சரி என்றான். இதன் பிறகு வீணாதி வீணன் வள்ளியூரில் தலைநிமிர்ந்து நடந்தான்.

வீணாதி வீணனின் பெயர் மக்களிடம் பயத்தை உருவாக்கியது. திருமணம், பிறப்பு, இறப்பு என எல்லா நிகழ்ச்சிகளிலும் தனக்கு வரி தர வேண்டும் என்றான். வீணன் பெரும் பணக்காரனானான். தனக்கென்று அரண்மனை கட்டிக்கொண்டான். காவலுக்காக வீரர்களை வைத்துக் கொண்டான். அடியாட்களை வைத்துக் கொண்டான்.

ஒருமுறை மதுரை குலசேகரப் பாண்டியன் வள்ளியூருக்கு வந்தான். அநியாயமாய் வரி பிரிக்கும் வீணாதி வீணனைப் பற்றிக் கேள்விப்பட்டான். அவனைப் பிடித்து வருவதற்குத் தன் படை வீரர்களை அனுப்பினான். வீரர்கள் வீணனை அரசன் முன்னே கொண்டு வந்து நிறுத்தினர். அரசன் உன்னை இப்படியாக வரிக்கு வரி பிரிக்கும்படி யார் பணித்தார்கள் என்று கேட்டான்.

வீணாதி வீணன், "அரசனே என்னை யாரும் அப்படிச் சொல்லவில்லை. நான் இந்த ஊருக்கு அனாதையாக வந்தேன். பிச்சை எடுத்தேன்; அவமானப்பட்டேன்; உழைத்துத் தொழில் செய்ய முயற்சி செய்தேன். உன் அதிகாரிகள், காவலர்கள் என்னைத் தொழில்செய்ய விடவில்லை. வேறு வழியில்லை; ஏமாற்றிப் பிழைத்தேன். அதிகாரிகளுக்குப் பங்கு கொடுத்தேன். நிறைய சம்பாதித்தேன். உன் நாட்டில் வாழ்வதற்கு இதுதான் நல்ல வழி என்று கண்டுபிடித்தேன்.

அரசே இப்போது நான் செல்வந்தன். என்னிடம் நிறைய பணம் இருக்கிறது. என்னை முதலில் பாதுகாத்த கிழவிக்கு உதவி செய்தேன். நான் சம்பாதித்த செல்வத்தையெல்லாம் உன்னிடம் ஒப்படைத்துவிடுகிறேன். எனக்குத் தண்டனை கொடுத்துவிடு என்றான்.

அரசன் அவன் சொன்னதையெல்லாம் பொறுமையாகக் கேட்டான். "வீணனே இன்றுமுதல் நீ என் மந்திரி; இந்த வள்ளியூருக்குத் தலைவன்; உன் சொத்துக்களை நீயே வைத்துக் கொள்" என்றான். வீணன் பாண்டிய அரசரிடம் பல ஆண்டுகள் பணி செய்தான். வயதாகி இறந்த பின்னர் மூன்றுமுகம் கொண்டாளிடம் வரம் வாங்கிக் கொண்டு தெய்வமானான்.

உங்கள் நூலகம், ஏப்ரல் 2023

25

புள்ளிச்சட்டிக்காரி அம்மன்

எண்பதுகளின் ஆரம்பம். என் பி.எச்டி. ஆய்வுச் சேகரிப்பிற்காக அலைந்துகொண்டிருந்த சமயம். மின்வாரியத்துறை நண்பனின் உதவியால் பேச்சிப்பாறை அணையின் மேல் பகுதியிலிருந்த காணிக்காரர் என்னும் பழங்குடியினரைப் பார்க்கப் போனேன். தமிழ்நாடு, கன்னியாகுமரி மாவட்டம் கேரள மாநில எல்லையில் பேச்சிப்பாறை அணை உள்ளது. நீளம் 425மீ; ஆழம் 30மீ 205ச.கி.மீ பரப்பு. பிரம்மாண்டமான அணை. திருவிதாங்கூர் அரசர் மூலம் திருநாள் கட்டியது.

அந்த அணையின் மறுகரையில் மலைப் பகுதியில் காணிக்காரரின் குடியிருப்பு இருந்தது. சிறிய படகில் போனோம். எங்களுடன் வயதான ஒரு பாட்டியும் ஏறிக்கொண்டார். குலசேகரம் சந்தையில் சாமான்கள் வாங்கிவிட்டு வருவதாகச் சொன்னார். படகைச் செலுத்திய இளைஞன் பாட்டிக்கு நூறு கடந்தாச்சு என்றான். நான் பாட்டியிடம் பேசினேன். பேச்சு காணிக் குடியிருப்பில் அவளது வீட்டிற்குப் போன பின்பும் தொடர்ந்தது.

அந்தப் பாட்டிதான் எனக்குப் பேச்சிப்பாறை அணைக்கும் பேச்சியம்மனுக்கும் உள்ள உறவை முதலில் சொன்னாள். அவள் அந்த அணைகட்ட ஆரம்பித்த மூன்றாம் ஆண்டில் புதுமணப்

பெண்ணாகக் கணவனுடன் வந்தாள். அப்போது 15 வயது (1890). அணைகட்டுமானத்தில்அவளுக்கும் பங்குண்டு. கணவனின் இறப்பிற்குப் பின்னும் அவள் அந்த மலையை விட்டுவிடவில்லை. அங்கே தனியாக இருந்தாள்.

பார்வதி பேச்சியம்மனைப் பற்றிப் பேசியபோது "மூக்கந்துரை கையெடுத்த அம்மனுல்லா" என்றாள். அவள் குறிப்பிட்ட அந்தத் துரை, பேச்சிப்பாறை அணையைக் கட்ட உதவிய பொறியாளர் ஹாம்ப்ரி அலெக்ஸாண்டர் மின்சின் என்பவர்தான். பாட்டியின் நினைவு மங்கவில்லை.

"அணைக்கு வெட்டிய குழியிலே ஆத்தியமாய்க் கரடி ஒண்ணு விழுந்து பலியாச்சு. அப்புறமா மாஞ்சுமாஞ்சு செஞ்ச வேல பாழாச்சு. மின்சினுக்கு என்ன செய்யணும்னு தெரியில்ல. திவசம் கூலிக்காரங்க ரத்தம் சிந்தினாங்க. உத்யோஸ்தர் களெல்லாம் வந்து பாத்தாக. அப்புறம்தான் பேச்சிக்குக் கொட கொடுக்காம எப்படி அணகட்ட முடியும்ன்னு அறிஞ்சாங்க; மின்சின் நம்பல்ல. அம்மா அவனுக்குக் காட்சி கொடுத்தா; அணையும் வேல முடிஞ்சுது" என்று மலையாள வாடையுடன் பேசி முடித்தாள் பாட்டி.

இப்போதும் (2020) அணை திறக்க வேண்டுமென்றால் பேச்சியம்மனுக்குச் சிறப்பு செய்ய வேண்டுமென்ற வழக்கம் மாறவில்லை. நான் பத்து தடவைக்குமேல் இந்தப் பேச்சியைப் பார்த்து விட்டேன். அப்போதெல்லாம் துண்டுதுண்டாகச் சில கதைச் செய்திகள் கேட்டாலும் வில்லிசைக் கலைஞர் கலைவளர்மணி தங்கமணி கொடுத்த ஏட்டிலிருந்துதான் முழுக்கதையையும் அறிந்துகொண்டேன்.

நான் சேகரித்த பேச்சியம்மாள் கதை வடிவங்களில் தங்கமணி தந்த கதை மட்டும் ஏட்டு வடிவில் உள்ளது. பிற கதைகள் வாய்மொழியாகவும் கையெழுத்துப் பிரதியாகவும் உள்ளன. முத்துசாமிப் புலவரிடம் இருந்த கையெழுத்துப் பிரதியையும் தங்கமணி வாங்கித் தந்தார். இந்தக் கதை மூலக்கதையிலிருந்து பெரிய மாற்றம் இல்லாதது.

தங்கமணியிடம் உள்ள பேச்சியம்மன் கதை ஏடு 18செ.மீ. நீளம் 6செ.மீ. அகலம் உடையது. ஓலையின் இரண்டு பக்கங் களிலும் எழுதப்பட்டது. ஒரு பக்கத்தில் 7 முதல் 8 வரிகள். 38 ஓலைகள். 606 வரிகள். மலையாள வருஷம் 1090இல் (கி.பி. 1915) எழுதப்பட்டது.

இந்த ஏட்டின் மூலப்பகுதி முதலில் எழுதப்பட்டிருக்க வேண்டும். இறுதிப்பகுதி பிற்காலத்தில் ஓலையில் எழுதிச் சேர்க்கப்பட்டிருக்கலாம். தென்தமிழ் மாவட்டங்களில் குறிப்பாக கன்னியாகுமரி, திருநெல்வேலி, தூத்துக்குடி, தென்காசி மாவட்டங்களில் இந்த ஏட்டுக்கதையையே பாடு கிறார்கள். கதையின் இறுதிப் பகுதியை அதாவது பேச்சியம்மை கயிலையிலிருந்து குடிபெயர்ந்து கோவில் கொண்ட கதைப் பகுதியை அவர்களின் மனோதர்மத்துக்கு ஏற்ப மாற்றிப் பாடுகிறார்கள்.

இந்தப் பேச்சியம்மன் வில்லிசை ஏட்டுக்கதை அச்சில் வரவில்லை. இது கணபதி காப்புப் பாடலில் தொடங்குகிறது. தொடர்ந்து கயிலாயத்தில் சிவன் வீற்றிருக்கும் சிறப்பு சுருக்கமாகக் கூறப்படுகிறது. பின்னர் கதைப் பகுதி வருகிறது.

உலகம் அதன்பாட்டில் இயங்கிக்கொண்டிருக்கிறது. சிவன் உலக ஜீவன்களுக்குப் படியளக்கப் போனான். இது பதிவான செயல். ஒருநாள் பார்வதி, “என் கணவர் உண்மையிலேயே உயிர்களைப் பாதுகாக்கப் போகிறாரா அல்லது நடிப்பா? சோதனை செய்து பார்க்கலாமா” என்று யோசித்தாள்.

பார்வதி காஞ்சிர மரத்தில் செய்யப்பட்ட சிறு சிமிழில் இரண்டு கட்டெறும்புகளை அடைத்து வைத்தாள். சிமிழை முந்தானையில் முடிந்துகொண்டாள். கொஞ்ச நேரத்தில் சிவன் வந்தார். பார்வதி அவரைப் பார்க்காதது போல் இருந்தாள். காலை நீட்டியபடித் தரையில் அமர்ந்துகொண்டாள்.

பகவான் படியளந்துவரும்போதெல்லாம் உபசரிக்கும் பார்வதி அன்று பாராமல் இருக்கக் காரணம் அறியாத சிவன் “என்ன நேர்ந்தது உனக்கு” என்று கேட்டான். அவனை நிமிர்ந்து பார்த்துக் கேட்கிறாள்.

“சுவாமி எங்கே போய் வருகிறீர்கள்” – பார்வதி.

“கல்லினுள் தேரைக்கும் கருப்பை உயிர்க்கும் படியளந்து வருகிறேன்” – பரமன்.

“உங்கள் படியளப்பில் குறைஉண்டு; இரண்டு ஜீவன்கள் பட்டினியுடன் இருக்கின்றன” – பார்வதி.

“அப்படிக் குறையிருந்தால் என்ற பட்டம் எனக்கு வேண்டாம்” – சிவன்.

“ஓகோ அப்படியா நான் காட்டுகிறேன். அவற்றிற்கு நீர் படியளந்து இருந்தால் எனக்குப் பார்வதி பட்டம் வேண்டாம்” – பார்வதி.

“உண்மையாகவா” – சிவன்.

“சத்தியமாக” – பார்வதி.

“சரி அப்படியானால் தேவலோகத்தில் எல்லோரும் இருக்கும் நேரத்தில் இதைச் சோதிப்போம்” என்றார் சிவன்.

இப்படியாக இருவரும் சவால்விட்டபடி தேவர்கள் கூடிய சபைக்குச் சென்றனர். பார்வதி எல்லோரும் பார்க்கும்படித் தன் முந்தானையிலிருந்த சிமிழைத் திறந்து கீழே வைத்தாள். அதிலிருந்து இரண்டு எறும்புகள் வெளியே வந்து சுற்றிச் சுற்றி வந்தன. அவற்றின் வாயில் தினையரிசி. பார்த்த பரமன் பேசுகிறான்.

“பார்வதி எனக்குப் பரமன் என்ற பெயர் நிலைத்து விட்டதா? பதில் சொல்”.

“மன்னிக்க வேண்டும் பிரபுவே” என்றாள் பார்வதி.

“மன்னிப்பு கிடையாது; மூன்று சாபங்கள் தருகிறேன்; ஒன்று தக்கனுக்கு மகளாகப் பிறப்பாய்; இரண்டு அஷ்டகாளியாக மாறி அலைந்து திரிவாய்; மூன்று பேய்ச்சி எனப் பெயர் பெற்றுக் கோவில் பெறுவாய்” என்றான் சிவன்.

“அய்யனே சாபம் பலிக்க அவகாசம் வேண்டும்” என்றாள் பார்வதி “தந்தேன்” என்றான் சிவன்.

சிவன் வழக்கம்போலவே படியளந்துவிட்டு வந்தான். பார்வதி அப்போது பாதபூஜை செய்வாள். இது வழக்கம், ஒருநாள் பிரம்மா வந்தார்; அவருக்கு ஐந்து தலைகள்; சிவனுக்கும் ஐந்து தலைகள். பார்வதி கவனப்பிசகால் பிரம்மாவிற்குப் பாதபூஜை செய்துவிட்டாள். பிரம்மா மறுக்கவில்லை.

கொஞ்ச நேரம் கழித்து சிவன் வந்தான். பார்வதி திகைத்தாள். அவளுக்குக் கோபம் வந்தது. தன்னைப் பிரம்மா ஏமாற்றியது புரிந்தது. சிவனிடம், “அய்யனே இருவருக்கும் ஐந்து தலைகள் இருப்பதால் ஏமாந்தேன். பிரம்மாவின் ஒரு தலையைக் கொய்து விடுங்கள்” என்றாள்.

சிவன் தன் சுண்டுவிரலால் பிரம்மாவின் பின்புறத்தலை ஒன்றைத் தொட்டான். தலை விரலில் ஒட்டிக்கொண்டது; தலையில் இருந்து ஊன் வழிந்தது. பிரம்மஹத்திதோஷம் தொற்றிக்கொண்டது. உடனே பரமன் பித்தனானான்; ஆடினான்; ஆடி ஆடிச் சுடுகாட்டுக்கே போனான். அவனுடன் பார்வதியும்

போனாள். அவள் சுடுகாட்டுக்குப் போனதும் பேய்ச்சியம்மனாக உருமாறினாள்.

பேச்சியாக மாறினாளே சுடுகாடுஇடம் தனிலே
திரிசூலம் ஒருகையில் கபாலம் மறுகையில்
பக்கசடை பவழசடை பதினாறு சடை விளங்க
தாயார் முத்துப் பேச்சியம்மை ஆடினாள் ஆடினாள்

மூன்றே முக்கால் நாழிகை நேரம் பேச்சியம்மை ஆடியதும் சிவனின் சுண்டுவிரலில் ஒட்டிக்கொண்டிருந்த தலை விழுந்தது. இருவரும் சுடுகாட்டுக்குழியில் அந்தத் தலையைப் போட்டு எரித்தனர். சிவனின் பித்தம் தெளிந்தது. கயிலைக்குப் புறப் பட்டனர். அப்போது,

என்னரனே பொன்னரனே திரிசடையோனே
ஏழை பங்காளர்; அரவணிந்தோனே
முத்துப் பேய்க்காரி அம்மனாக உருக்கொண்டேனே
சுடுகாட்டில் பிறந்தேனே தீட்டாகி விட்டேனே
கயிலாயம் வந்தாக்கால் மதிப்பாரோ தேவரெலாம்
பூலோகம் போகிறேனே விடைகொடு விடைபங்கா

என்று சொன்னாள் பார்வதி.

சிவன் பார்வதியைப் பார்த்து, "நீ பூலோகம் போ, நீர்ப் பெருக்கும் செழிப்பும் உள்ள திருவிதாங்கூர் தேசத்தில் போய்க் குடியிருப்பாய். நீ குடியிருக்கப் போகும் பாறை பேய்ச்சிப்பாறை எனப்படும். அங்கே கோவில் கொண்டபின் வேறு இடங் களுக்கும் போ. நீ பயணம் செய்யத் தங்கத்தேர் ஒன்று தருகிறேன்" என்றான்.

பேய்ச்சியம்மை தேரிலேறிக் காசிக்குச் சென்றாள். அங்கு தீர்த்தமாடி விசுவநாதனைத் தரிசித்துவிட்டுத் தமிழகம் புறப்பட்டாள். வழியில் சிவத் தலங்களைத் தரிசித்தாள். தமிழகத்தில் சிவத்தலங்களைத் தரிசித்துவிட்டுக் கடைசியாகப் பேய்ச்சிப்பாறைக்கு வந்தாள்.

இப்படியாக வந்தவள் இங்கே கோவில் கொண்டு வாழ்ந்தாள். இது நடந்து பல காலம் கழிந்த பின்பு பேய்ச்சிப்பாறை மலை அடிவாரத்தில் அணை கட்டும் வேலை ஆரம்பமானது. இதன் பொறுப்பு மின்சின்துரைக்கு. அணை கட்டக் கல்அடுக்கும் போதெல்லாம் இடிந்தது. வேலை ஒழுங்காக நடக்கவில்லை.

மின்சின்துரை பொறுமை இழந்தான். ஒருநாள் தன் கையிலிருந்த ஆயுதத்தைக் கல்லில் எறிந்தான். அது திருப்பி வந்து அவன் மூக்கைப் பதம் பார்த்தது. மூக்கு சப்பையானது. இதனால் மூக்கன்துரை எனப்பட்டான்.

அவன் சோர்ந்து போய் வீட்டில் உறங்கியபோது பேச்சியம்மை வந்தாள். "எனக்கு வழிபாடு செய்துவிட்டு அணைகட்டு" என்றாள். அவளது கோரமான வடிவத்தைப் பார்த்தான். அவன் நம்பினான். ஒரு செவ்வாய்க்கிழமை உத்திர நட்சத்திரத்தில் மீன லக்கனத்தில், பஞ்சமி திதியில், பெண்கள் குரவையிட கோவிலில் கால் நாட்டினான். பந்தல் போட்டனர்.

இப்போது அணை வேலை வேகமாய் நடந்தது. தடை இல்லை. வேலை முடிந்ததும் பேய்ச்சிக்குப் பெரியவிழா நடந்தது.

இந்தக் கதையின் முதல் பாதியைத்தான் தென்மாவட்டங் களில் பேய்ச்சியம்மன் கோவில் விழாக்களில் பாடுகிறார்கள். பேய்ச்சிப்பாறையில் கோவில் எடுத்து விழா நடத்திய பகுதி பாடப்படுவதில்லை. பேய்ச்சியம்மன் காசியில் நீராடி விட்டுத் தமிழகத்தில் பல தலங்களைத் தரிசித்துவிட்டுத் தங்கள் ஊருக்கு வந்து கோவில் கொண்டு நிலைபெற்றதாகப் பாடி முடிக்கிறார்கள்.

மறைந்த வில்லிசைப் புலவர் கலைமாமணி முத்துசாமி யின் (1930–2010) வீட்டிலிருந்த பேய்ச்சியம்மன் கதைப்பாடலின் கையெழுத்துப் பிரதி இரண்டு வருஷம் முன்பு கிடைத்தது. இது தங்கமணி தந்த ஏட்டுப்பிரதியிலிருந்து வேறுபட்டது. இந்தப் பிரதியின் ஆரம்பத்தில் பேய்ச்சியம்மன் பல்வேறு பெயர்களால் அழைக்கப்பட்டதான செய்தி வருகிறது. இவள் முத்துப்பேய்ச்சி, வனப்பேய்ச்சி, புள்ளிக்காரி, மாலையம்மா, பேச்சிமுத்து, பேராய்ச்சி, புள்ளிச்சட்டிக்காரி என்னும் பெயர்களில் அழைக்கப்பட்டாள்.

இந்தக் கையெழுத்துப்பிரதி ஏட்டிலிருந்து 1946இல் பிரதி செய்யப்பட்டது. இதில் பேய்ச்சியம்மனின் பிறப்பு பற்றிய செய்தி வித்தியாசமாக வருகிறது.

சிவன் பிரம்மாவின் தலையைக் கொய்ததும், பிரம்மஹத்தி தோஷம் பிடித்துக்கொண்டது. அவன் பித்தம் பிடித்து ஆடினான். பார்வதி பிரம்பை எடுத்து சிவனின் உச்சியில் அடித்தாள். அப்போது இரண்டு பெண்கள் பிறந்தனர். ஒருத்தி பேய்ச்சி; இன்னொருத்தி உச்சினி மாகாளி.

பேய்ச்சி உருண்டைக் கண்களும் நீண்ட நாக்கும் வீரப்பல்லும் விரிசடையும் ஜுவாலா மகுடமும் உடையவளாய் இருந்தாள். இவள் எட்டு கைகளை உடையவள். இவற்றில் திரிசூலம், பிரம்பு, கப்பறை (கபாலபாத்திரம்) கத்தி, வாள், சீலைப்பிள்ளை, கிலுக்கு, உடுக்கை, மண்டைஓடு, சாட்டை,

குந்தாணி, சமுதாடு என எதாவது ஆறு பொருள் இருக்கும். நின்ற கோலமாகவோ அமர்ந்த கோலமாகவோ இருப்பாள். இப்படியாக இவளை வருணிக்கிறது இந்தக் கதைப்பாடல்.

இந்தக் கதைப்பாடல் சுடலைமாடனைப் பேய்ச்சியின் மகனாகவே காட்டுகிறது. பேய்களின் ஆணைப்படி தேவர்கள் சுடலைமாடனை யாகக்குழியில் பிறப்பிக்கிறார்கள். பேய்ச்சி அம்மன்

வீரமுடன் கீர்த்திபெற்ற மெய்ச்சுடலை மாடனையும்
பிரம்மராக்கு சக்தியையும் பிரபலமாம் கூட்டத்தையும்
உரமுடனே பிறவிசெய்ய உற்ற கயிலாய மதில்

என்று ஆணையிடுகிறாள்.

அவள் சொன்னபடி வேள்வி நடக்கிறது. வேள்விக்குழியில் பலவேசக்காரன், விடுமாடன், சுடலைப்பேய்ச்சி, பிரம்மராக்கு, அனல்காரப் பேய்ச்சி என 21 தெய்வங்கள் பிறக்கின்றன. இவர்கள் எல்லோரையும் காவல்தெய்வமாக நியமிக்கின்றாள் பேச்சியம்மா.

இக்கதைப் பகுதி சுடலைமாடன் கதையில் வருகிறது. கு. ஆறுமுகப் பெருமாள் நாடாரின் சுடலைமாடன் கதைப்பாடல் பதிப்பில் (1942) சுடலை மாடனுடன் பேய்ச்சி பிறந்தாள்; அதனால் அவள் சகோதரி ஆவாள் என உள்ளது.

உச்சினிமாகாளி அம்மன் வில்லிசைப் பாடலில், காளிக்குக் கோவில் எடுப்பதாகக் கூறப்படும் கதைப்பகுதியையே பேய்ச்சி அம்மன் கதையிலும் எடுத்துக்கொண்டுள்ளனர். ஆக பேய்ச்சி அம்மனுக்காகப் புனையப்பட்ட கதைகள் சுடலைமாடன் கதை, பிரம்மசக்தி அம்மன் கதை, உச்சினிமாகாளியம்மன் கதை, முத்தாரம்மன் கதை ஆகியவற்றின் கலப்பு என்று கூறலாம்.

பொதுவாக அகால மரணமடைந்த பெண் இசக்கி, பேய்ச்சி, போன்ற பெண் தெய்வங்களுடனும் அகால மரணமடைந்த ஆண் சுடலைமாடன் போன்ற ஆண்தெய்வத்துடனும் இணைவதை ஒரு கருத்தாக்கமாகக் கொள்ளலாம். இது தென்தமிழ் மாவட்டங்களின் நாட்டார்த் தெய்வங்களின் சேகரிப்பு அடிப்படையில் உருவாக்கப்பட்டது. இந்தத் தெய்வங்களின் வரிசையில் பேய்ச்சியம்மன் முக்கியமானது.

தமிழகத்தில் உள்ள பேய்ச்சியம்மன் கோவில்கள் தொடர்பான கதைகளில் பெரும்பான்மையானவை அகால மரணமடைந்த பெண் பேச்சியம்மனுடன் இணைந்தவை. இப்படிப் புனையப்பட்ட கதைகள் பல உள்ளன.

ஒரு ஊரில் அண்ணன் தம்பியாக இரண்டு செல்வந்தர்கள் இருந்தனர். தம்பி ஒரு பெண்ணை விரும்பி மணம் செய்து கொண்டான். அண்ணனுக்கு அது பிடிக்கவில்லை. அதனால் தம்பியையும் அவன் மனைவியையும் வீட்டை விட்டு விரட்டி விட்டான். அவர்கள் அடர்ந்த காட்டுக்குச் சென்றனர்.

தம்பி நல்ல உழைப்பாளி. காட்டில் ஒரு குடிசை கட்டிக் கொண்டான். காய்கனிகளைச் சேகரித்தான். மகிழ்ச்சியாக இருந்தான். அண்ணன் இதை அறிந்தான். கோபமுற்றான். ஊர் மக்கள் சிலரின் உதவியுடன் காட்டுக்குச் சென்றான். தம்பி இல்லாத நேரத்தில் அவன் மனைவியைச் சந்தித்தான். அவளை வெட்டிக் கொன்றான். அப்போது அவள் நிறைமாதக் கர்ப்பிணி.

தம்பி தன் குடிசைக்கு வந்தபோது மனைவி இறந்து கிடப்பதைப் பார்த்தான். விறகை மூட்டி நெருப்பில் மனைவியின் பிணத்தைப்போட்டுத் தானும் அதன்மேல் குதித்தான். கர்ப்பிணியைக் கொன்ற பாவம் ஊரைப் பிடித்தது. ஊர் மக்கள் அபசகுனங்களைக் கண்டனர். கடைசியில் கர்ப்பிணிக்குக் கோவில் எடுத்தனர். கொஞ்சநாளில் அவள் பேய்ச்சியம்மனாக மாறினாள்.

இன்னொரு கதை, வல்லாளராசன் என்ற சிற்றரசன் இருந்தான். அவன் கொடூரமானவன், மக்கள் அவனை வெறுத்தார்கள், அரசியும் கொடுமைக்காரி, அவள் நிறைமாதக் கர்ப்பிணியாக இருந்தபோது ஒரு கனவு கண்டாள். அவளுக்குப் பிறக்கும் குழந்தையை மூன்று மாதங்கள் பூமியில் படாமல் கையில் வைத்தே வளர்க்க வேண்டும். குழந்தையின் பாதம் பூமியில் பட்டால் அரசனின் உயிர்போய்விடும். இப்படியாக அசரீரி சொன்னது. அவள் தன் கனவைக் கணவனிடம் சொன்னாள்.

குழந்தையைக் கையிலேயே வைத்து வளர்க்கும் திறமையுள்ள மருத்துவச்சி கிடைப்பாளா என்று தேடினான். வல்லாளன் அமைச்சரை ஏவினான். அவர்கள் அப்படி ஒரு பெண்ணைத் தேடிச்சென்றபோது ஒரு முதியபெண்ணைச் சந்தித்தனர். அவள் தன்னை மருத்துவச்சி என்று அறிமுகப் படுத்திக்கொண்டாள். வல்லாளன் சொன்னபடி குழந்தையைத் தன்னால் வளர்க்க முடியும் என்றாள். அரசன் பொன்னும் பொருளும் நிறையத் தருகிறேன் என்றாள்.

வல்லாளன் மனைவிக்குக் குழந்தை பிறந்தது. முதியவள் அரசிக்குப் பிரசவம் பார்த்துக் குழந்தையை வளர்த்தாள். மூன்று மாதங்கள் குழந்தையைத் தரையில் வைக்காமல்

வளர்த்தாள். கடைசியில் ஒருநாள் "அரசே எனக்குச் சன்மானம் தாருங்கள்" எனக் கேட்டாள். வல்லாளன் "நீ என் அடிமை; எதுவும் தர மாட்டேன்" எனச் சொல்லி அவமானப்படுத்தினான். அரசன் எதிர்பார்க்கும் முன்பு அவள் குழந்தையைப் பூமியில் வைத்துவிட்டாள். "அரசே அசரீரி சொன்னபடி மாதம் மூன்று ஆவதற்கு ஒருநாள் இருக்கிறது. உனக்குச் சாவு நெருங்கிவிட்டது" என்றாள்.

அரசன் திகைத்து நின்றான். அந்த முதிய பெண் தலைவிரி கோலமும் வீரப்பல்லும் நீண்டநகங்களும் கொண்ட கொடூர மான பெண்ணாக மாறினாள். அரசனின் கழுத்தை நெரித்துக் கொன்றாள். அரசியை மடியில் வைத்து வயிற்றைப் பிளந்தாள். குடலை எடுத்து மாலையாகப் போட்டுக்கொண்டாள். மக்கள் அந்த முதியவளைப் பேர்ஆய்ச்சியான பேச்சியம்மாள் எனத் துதித்தனர். அவளுக்குக் கோவில் எடுத்தனர்.

பேய்ச்சியம்மனுக்குத் தமிழகத்தில் பரவலாகத் தனிக் கோவில் இருந்தாலும் மதுரை, ஸ்ரீவில்லிப்புத்தூர், ஆரியநாடு, பேச்சிப்பாறை, கழுகுமலை, எட்டயபுரம், சாத்தான்குளம் எனச் சில இடங்களில் உள்ள கோவில்கள் பிரபலமாக உள்ளன.

தமிழகத்தின் தென்கோடியில் உள்ள கன்னியாகுமரி மாவட்டத்தில் கல்குளம் வட்டத்தில் மேற்கு மலைத்தொடர்ச்சி யின் அடிவாரத்தில் கட்டப்பட்டுள்ள பேய்ச்சிப்பாறை அணையின் அருகே பேய்ச்சியம்மனுக்குக் கோவில் உள்ளது. இந்த அம்மனின் பெயரையே அணைக்குச் சூட்டினார்கள்.

அணையின் வடமேற்குப் பகுதியில் அணையைப் பார்த்த படிக் கிழக்கு முகமாய் உள்ளது. பேய்ச்சிப்பாறை கோவில், ஆரம்பத்தில் மலைவாழ் மக்களின் வழிபடு தெய்வமாக இருந்தது. 1896இல் ஹாம்ப்ரி அலெக்சாண்டர் மின்சின் தலைமை யில் இங்கே அணை வேலை ஆரம்பித்தபோது பழங்குடியினர் எதிர்த்தனர். எதிர்ப்பு மலைவளம் பாதிப்பு தொடர்பானதல்ல. பேச்சிப்பாறை வழிபாடு நின்றுவிடும் என்று சொன்னதால், பேச்சிக்குக் கோவில் எடுக்கலாம் என மின்சின்துரை வாக்களித் தார். அதோடு சிறு கோவிலும் கட்டிக்கொடுத்தார். அணை கட்டுமுன் இந்தப் பேச்சிக்குக் கர்ப்பிணிப் பெண்ணைப் பலி கொடுத்தனர் என்ற வாய்மொழிச் செய்தி உண்டு.

இக்கோவிலில் மாசிமாதப் பரணி நட்சத்திரத்தில் விழா ஆரம்பமாகிறது. பத்துநாட்கள் விழா. பழங்குடியினரான

காணிக்காரர்களுக்கு வழிபாட்டில் சில உரிமைகள் உண்டு. கொடி ஏற்றுவதற்குரிய கயிறு கொடுப்பது, சாற்றுப்பாட்டுப் பாடுவது என்ற வழக்கம் இப்போதும் நடைமுறையில் உள்ளது. இந்தப் பேய்ச்சியம்மனுக்கு வழிபாடு நடத்தப்பட்ட பின்புதான் அணை திறக்க வேண்டும் என்ற நடைமுறை வரவில்லை.

மேற்குத்தொடர்ச்சி மலைப்பகுதிகளில் குறிப்பாக பொதிகை மலைப் பகுதியில் அகத்தியருடன் தொடர்பு படுத்தப்படும் வாய்மொழிக்கதைகள் வழங்குகின்றன. கயிலாய மலையிலிருந்து சிவபெருமானால் தென்தமிழ் நாட்டிற்கு அனுப்பப்பட்ட அகத்தியர் முதலில் பேச்சிப்பாறை மலைக்கு வந்தார்; பேச்சியை வழிப்பட்டார்; என்னும் வாய்மொழிக் கதை காணிக்காரப் பழங்குடிகளிடம் உண்டு.

திருநெல்வேலி மாவட்டம் பொதிகைமலை லோயர்கேம்ப் பகுதியில் வனப்பேச்சிக்குக் கோவில் உண்டு. இது மின்சாரத்துறையின் பொறுப்பில் உள்ளது. 1936க்கு முன் மலையின் மேல்பகுதியில் உள்ள அப்பர் காம்ப் பகுதியில் இந்தப் பேச்சி இருந்தாள். இங்கு பேச்சியம்மன் பிரம்மாண்டமான பாம்பு வடிவில் இருக்கிறாள் என்ற கதை வழங்குகிறது. இங்கே பத்து அடி உயரமுள்ள புற்று உள்ளது. இந்தப் புற்றையும் பேச்சி அம்மனாக வணங்குகிறார்கள்.

பேச்சியம்மனுக்கு உரிய வடிவங்கள் ஒரே மாதிரியாக இருக்கவில்லை. அரைவட்டத் தலையுடன் உயரமான பீடம் உள்ள பொதுவான வடிவம் தென்தமிழ் மாவட்ட நாட்டார் தெய்வங்களுக்கு உரியது. பேச்சியம்மனும் இதே வடிவில் உள்ளாள். சில இடங்களில் வேம்பு, மஞ்சணத்தி மரங்களில் மஞ்சளைத்தடவி சிவப்புத் துணிகட்டி பேச்சியம்மனாக வழிபடுகிறார்கள். விழா சமயங்களில் பித்தளை, வெள்ளிகளில் அங்கி (உருவம்) வைத்து அலங்காரம் செய்து வழிபடுவர். நின்றகோலத்திலும் அமர்ந்தகோலத்திலும் கல் சிற்பங்கள் உள்ளன.

கல் சிற்பங்கள் பெரும்பாலும் இரண்டு கைகள் உடையவை. வில்லிசைப் பாடல்கள் பேச்சியம்மன் இரண்டு முதல் எட்டுக் கைகள் கொண்டவளாய் இருப்பாள் எனக் கூறுகின்றன. இத்தகு வடிவங்கள் பல கோவில்களில் உள்ளன. திருநெல்வேலி மாவட்டம் சாத்தான்குளம் அருகேயுள்ள ஒரு குக்கிராமத்துப் பேய்ச்சி எட்டு அடி உயரமுடையவள்.

பொதுவாக ஒரு கையில் சூலமும் மறுகையில் கப்பறையும் (திருநீற்றுப் பாத்திரம் அல்லது கபாலம்) உடையவளாய்

இருக்கிறாள். வீரப்பல்லுடன் கோரமான வடிவுடன் குழந்தையைக் கையிலே இடுக்கிக் கொண்டு நிற்கும் பேச்சியம்மன்கள் அதிகம்.

ஸ்ரீவில்லிப்புத்தூர் செண்பகத்தோப்பு பேச்சியம்மன் வலது கையில் உடுக்கு, சூலம், இடது கையில் குழந்தை, கப்பறை ஏந்தியும் காட்சியளிக்கிறாள். இவளின் இடுப்பில் நாகம் சுற்றி உள்ளது. மதுரை சிம்மக்கல்லில் உள்ள பேச்சி ஆறு அடி உயரம் உடையவள். வலது கை ஓங்கி நிற்க, இடது கையில் குழந்தை இருக்க, காலின் கீழ் ஒரு அசுரன் கிடக்கக் காட்சி தருகிறாள்.

பேச்சியம்மனுக்கு ஆடு, கோழிப் பலிகள் சாதாரணமாய் நடந்தன. எண்பதுகளின் ஆரம்பத்தில் உயிர்ப்பலி கொடுக்கும் வழக்கம் குறைய ஆரம்பித்தது; பேய்ச்சிக்கும் இது பொருந்தும். பெரும்பாலான கோவில்களில் சாமியாட்டம் நடக்கிறது.

அம்மைநோய் குணமடைய பேச்சியம்மைக்கு நேர்ந்து கொள்வது உண்டு. குணமடைந்தவர் முத்துப்பேச்சிக்குப் புதுமண் சட்டியில் சிவப்பு, வெள்ளைப் புள்ளிகளைக் குத்திக் கோவில் முகப்பில் அல்லது இடதுபுற வளாகத்தில் கவிழ்த்தி வைப்பது என்ற நேர்ச்சை வழக்கமும் இப்போது உள்ளது. இப்படியான நேர்ச்சைக்கொள்ளும், பேச்சி புள்ளிச்சட்டிக்காரி எனப்படுகிறாள். இது சமீபத்தில் தோன்றிய வழிபாடு.

தமிழகத்தில் கொரானாவின் உச்சக்கட்டத்தில் இந்நோய் பாதிக்கப்பட்டவர் குணமடைந்து வீடு திரும்பியபோது இப்படியான சட்டிகவிழ்க்கப்பட்ட நிகழ்ச்சிகள் நடந்தன (2020 ஆடி மாதம் ஆகஸ்ட்).

பேச்சியம்மையின் வழிபாடு, நேர்ச்சை, நம்பிக்கை என எல்லாமும் சைவச் சார்புடனேயே உள்ளன. ஒருவகையில் சிவன் குறித்த புராணச் செய்திகளுடன் பேச்சி தொடர்பு உடையவளாய் இருக்கிறாள். சங்கப்பாடல்களில் வரும் பேய் மகளிரின் வருணனையைப் பேச்சியம்மனுடன் இணைத்துப் பார்க்கலாம்.

புறநானூற்றில் (எண் 359, 371) வரும் பேய்மகளிர் வருணனை பேச்சியம்மனுக்கு ஒத்துப் போகிறது. வெள்ளை நிறம், கோரைப்பல், அகன்ற வாய்களோடு பார்ப்பவருக்கு அச்சமூட்டும் தோற்றம் பேய்மகளிர்க்குரியவை. மதுரைக்காஞ்சி இவளைச் சுடுகாட்டுடன் இணைக்கிறது. காரைக்காலம்மையார் கேட்ட வரம் பேய்வடிவாக வேண்டும் என்பதுதான்.

சிவனைப் பேயாடுபவன், சுடுகாட்டில் ஆடுபவன் என வருணிக்கும் போக்கு திருமுறைகளில் வருகிறது. திருப்பதிகங் களில் சிவன் பேயாடுபவன், பித்தவேடம் கொண்டு ஆடுபவன்

எனக் குறிப்பிடப்படுகிறான். இதற்கு வேறு சான்றுகளையும் சொல்ல முடியும்.

பிங்கல நிகண்டும் சேந்தன் திவாகரமும் சிவனைப் பேயாடி எனக் கூறும். ஞானசம்பந்தர், "காடுடைய சுடலைப்பொடி பூசி என் உள்ளம் கவர் கள்வன்" என்பார்.

தமிழகப் பெருநெறிக் கோவில்கள் பலவற்றில் காவல் தெய்வமாக உள்ள நாட்டார் தெய்வங்கள் சைவச்சார்பு உடையனவாகும். தென்தமிழ் மாவட்டங்களில் பரவலாக வழிபாடு பெறும் சுடலைமாடன், முத்தாரம்மமன் ஆகியவற்றின் வரிசையில் பேச்சியம்மனும் இருக்கிறாள். இவையும் சைவசமயச் சார்பு உடையனவே.

யாழ்ப்பாணம் இராஜேஸ்வரி அம்மன் கோவில் மலர், 2021

பின்னிணைப்புகள்

கேரள தோல்பாவைக் கூத்து – எண் 1

1. கேரளா தோல்பாவைக் கூத்து நிகழ்வில் பாடப்படும் கம்பனின் பாடல்களில் (அயோத்தி காண்டம்) கம்பராமாயணம் மூலத்தில் இல்லாத பாடல்கள் பல.

இவை மந்திரப்படலத்தில் ஒரு பாடலும் கைகேயி சூழ்வினைப் படலத்தில் ஏழு பாடல்களுமாக எட்டு பாடல்கள் உள்ளன

மந்திரப்படலம்

ஆடல்பற்று (அயோத்தி காண்டம்)

மந்திரப்படலம் வரிசை எண் 16

தான மன்னவன் தலைவனே தாமரை தையல்
மான மந் திறல் மங்கையும் பொருந்திய மார்ப
ஏனையின் பணி ஏதுவின் சிந்தனை என்றால்
ஆன தன் பணிக்கு அல்லதோர் பணியும்
உண்டோனே

கைகேயி சூழ்வினைப் படலம்

ஆடல்பற்று – எண் 1

நிகழ்த்தலால் உந்தன், நேயமும் பூண்டுலா
அகத்தில் உள்ளது மோதுவராருமோர்
சகத்தில் வாழ்ந்திடும் தக்கவர் உன்னை
போல் புகழ்த்துவார் உளரோ புவி காவலா

ஆடல்பற்று – எண் 2

காவலன் ராமன் ஆணை கைகேசியின் கலக்கம்
யாவையும் சொல்லுவாய் எல்லாம் நான் தவிர்த்திடுவேன்
கண்டாய்

ஆவது ஈது என்ன மாயம் மழுவத்தென்னே எழுமின்
    பாவை நீ சொல்லு சொல்லு பங்கையுமு கைகேயி

ஆடல்பற்று – எண் 3

தவிராத வாய்மை மகிபால கேளாய்
    சம்பரனை வென்ற நிலத்து எனக்கு சொன்ன
நவயிலாக் கொடுத்த வரம் இரண்டில்
    ஒன்று என்னரும் மகனுக்கு அபிஷேகம் கொடுக்குமாறும்
புவியாளும் அரசு தவர்ந்த ராமன் காட்டில் போய்
    வருடம் பதினாலும் பொருந்து மாறும்
இவையான வரம் இரண்டும் தாரா யாகில்
    என்னரசே நின் ஆணை இறப்பேன் யானே

ஆடல்பற்று – எண் 4

யான் கொடுத்த பரிசெயோ என்ன கைகேசி
    எனைக் கெடுப்பது அறிந்திலேன் யான் என் செய்வேன்
ஊன் கொடுத்தாய் என் உயிர் நீ கெடுத்தாய்
    இந்த உலகமெல்லாம், கெடுத்தாய் உன்னை நீயே
தான் கெடுத்தாய் பரதனையும் கெடுத்தாய்
    பாவி சண்டாளி சமைந்தாயே தமியேன் பெற்ற
வான்கெடுத்தாய் என்னுடைய குலத்தில் உள்ள மனம்
    கெடுத்தாய் கெடுதி தாயே இவ்வாக்கினாலே

ஆடல்பற்று – எண் 5

வார்த்தை இன்னும் சொல்லக் கேளாய் மடவாய்
    உன்றன் மங்கிலியம் இன்று உனக்கு வாய்க்க என்றால்
பார்த்திவை நீ சொல்லாதென் பாரியாகில் பரதனுக்கு
    நாடளிக்க பரிந்தே கண்டாய்
ஏற்றரியா என் மகன் தான் என்னை விட்டு போகாமல்
    ஒரு வரம் தான் நீ எந்தனுக்கு
தீர்த்தருள்வாய் கைகேசி திருவென்னாளே தீமையை
    நீ சொல்லாமல் திருந்துவாயே

ஆடல்பற்று – எண் 6

காண இரு கண்ணொக்கும் வேந்தா
    காதல் இரு பாக்கியமே கடை வாய் ஞான
தாணுவெனும் தயா பரனே எனக்கு முன்
    தந்த வரம் இப்பொழுது தாராயாகில்
பேணுவரோ உலகத்தார் உன்னை வாய்மை
    பிழைத்தோர் என்றே நகைத்து பிதைத்தாரோதன்
நாணமதில், பொருந்தாதோ அயோத்தி வேந்தே
    யான் கேட்ட வரம் இரண்டும் நல்குவாமே

ஆடல்பற்று – எண் 7

நின்று எதிர்ந்திடும் அரக்கி யாம் தாங்கினார்
கொன்று கூற்றினுக்கு இரையிடும் கொற்றவில் குமரா
வென்றி மன்னன் உன்னுடன் ஓர் உரை விளம்ப
என்றனோடு உரை விளம்பினன் ஈது கேட்டருள்வாய்

எண் 2

ஆடல்பற்று. மூலத்தில் கம்பனின் பாடல்களுக்குக் கொடுக்கப்பட்ட விளக்கத்தின் மாதிரி உரை

கைகேயி சூழ்வினைப். படலத்தில் வரும் ஒரு பாடல்

ஆழி சூழ் உலகமெல்லாம் பரதனே ஆள நீ போய்
தாள் இரும் சடைகள் தாங்கி தாங்கரும் தவம் மேற்கொண்டு
பூழி வெண்கானம் நண்ணி புண்ணிய துறைகளாடி
ஏழு இரண்டு ஆண்டில் வா என்று இயம்பினன் அரசன்
என்றாள்

உரை

தாழ்ந்து தொங்கிக் கிடக்கான்றே ஜடையும் தரித்து தவசிகளான பெயர்கள் பக்ஷிகானன்ற கந்த மூல பலபக வாதிகளானவபைக்ஷயங்களைப் பூசித்து வாதசீதா தவங்களையும். ஸஹித்து. விருதானுஷ்டானங்களான. தபஸைசெய்ய

பூழி என்னும் அருவி தீரங்களாக உண்டான வனபிரதேசங் களை பிராபித்து புண்ணிய நதிகளில் எல்லாம் ஸ்னானம் செய்து ஏழு இரண்டு பதினான்கு சம்வல்ஸரம். கழிந்து பதினைந்தாம் சம்வல்ஸரம் ராஜ்ஜியத்துக்கு வர வேண்டும் அவ்வளவு காலமும் ராஜ்ஜியத்தில் காணக் கூடாது என்று ராஜாவானவர் ஏப்பித்து விட்டது வாராய் மகனே

எண் 3

உதவிய நூல்கள்

ஆகாசப் பெருமாள் செட்டியார், 1978. ஏழூர் செட்டி சங்கம் வெள்ளி விழா மலர், இரணியல்.

இராமசாமி. மு., 1983. தோல்பாவை கூத்து, மதுரை காமராசர் பல்கலைக்கழகம், மதுரை.

கோபாலகிருஷ்ணமாச்சாரியார். வை.மு., 1949 கம்பராமாயணம் அயோத்தி காண்டம். மூர்த்தி. டிரேடிங். ஒர்க்ஸ், சென்னை.

மாணிக்கவாசகம்., சி., 2014, செட்டி கப்பலுக்குச் செந்தூரான் துணை, உமா பதிப்பகம், நாகர்கோவில்.

ராமசாமி துளசி, 1987, பாவைக்கூத்து, மணிவாசகர் பதிப்பகம், சிதம்பரம்.

வெங்கட் சாமிநாதன், 1984, *யாத்திரா மும்மாத இதழ்*, எண். 49, ராஜபாளையம்.

வெங்கட் சாமிநாதன், 1985, பாவைக்கூத்து, அன்னம் வெளியீடு சிவகங்கை.

வெங்கட் சாமிநாதன், 2005, *யாத்திரா*. இதழ் தொகுப்பு, புதுமைப்பித்தன் பதிப்பகம், சென்னை

George. K ௱ 1960. Ramacharitham and. the. study of. Early. malayalam. kottayam. National. Book Stall

ராமாயண சிந்து கும்மிப் பாடல்கள்

(1) 1873 ராமாயண கும்மி, பரசுராம முதலியார்.

(2) 1897 ராம விஜயம், கோபால ராவ் பேட்ரியார் அச்சுக்கூடம், தஞ்சாவூர்.

(3) 1903 ராமாயண கேள்விக் கும்மி, தாண்டவராய ரெட்டி, பிரம்ம வித்யா அச்சுக்கூடம், சிதம்பரம். பொதுமக்கள் கூடுகின்ற இடத்தில் பாடுவதற்குரிய அமைப்புடையது.

(4) 1911 ராமாயண சிந்து, எச்.டி. சுப்பு சுவாமி ஐயர், சிந்தாமணி ஆட்சி இயந்திரச் சாலை, பாளையங் கோட்டை. இது வட்டாரத் தன்மை உடையது. அண்ணாமலை ரெட்டியார் காவடிச்சிந்து மெட்டில் அமைந்தது.

(5) 1911 ஸ்ரீ ராமாயண வினா விடை, கும்மி ரத்தின வேலு முதலியார், ஜீவகாருண்ய விலாஸ் அச்சுக்கூடம், சென்னை. ராமாயணக் கதை கேள்வி பதில் என்ற அமைப்பில் அமைந்த பாடல்கள். வட்டாரரீதியான ராமாயணத் துணுக்குகள் உண்டு.

(6) 1912 ராமாயண ஒயில் கும்மி, நஞ்சப்ப கவுண்டர், கோயம்புத்தூர். ஒயில் கும்மி என்னும் நிகழ்த்துக் கலையில் பாடுவதற்கேற்ற அமைப்பை உடைய பாடல்கள்.

(7) 1913 வால்மீகி ராமாயண சரித்திரக் கும்மி, சங்க நிதி அச்சுக்கூடம், சென்னை. வால்மீகியின் கதையைச் சிறு மாற்றத்துடன் கும்மி வடிவத்துடன் கூறுவது.

(8) 1913 ராமாயணச் சிந்து, கன்னையா செட்டி, பூசனம் பிரஸ், காஞ்சிபுரம். ராமரும் சீதையும் திருமணம் செய்துகொண்ட நிகழ்ச்சியை வட்டாரரீதியாகக் காட்டுவது.

(9) 1914 ராமாயணக் காவடிச் சிந்து எம்.சி. கோவிந்தசாமி பிள்ளை, விவேக் தினகரன் பிரஸ், ராமாயணக் கதை காவடிச்சிந்து ஓசையில் அமைந்தது; ராமனை முருகனாக வர்ணிப்பது.

(10) 1914 ராமாயண காவடிச்சிந்து, ஆறுமுக முதலியார், பெரிய நாயகி அச்சகம், சென்னை. ராமாயணக் கதையைக் காவடிச்சிந்து வடிவத்தில் கூறுவது. உள்தலைப்பு உண்டு. சில பாடல்கள் நல்ல ஓசையுடன் உள்ளன.

(11) 1914 ராமாயண சோபன கும்மி, ஜே.ஆர். கிருஷ்ணசாமி முதலியார், சுப்பிரமணிய விலாசம், பிரஸ், சென்னை. பல வகையான சந்த அமைப்புகளுடன் கூடியது, பெரும்பாலும் வால்மீகி ராமாயணத்தைத் தழுவியது.

(12) 1915 ராமாயண திருப்புகழ் சிந்து, ஆறுமுக முதலியார், மாணிக்க விலாசம் அச்சுக்கூடம், சென்னை. காவடிச்சிந்து ஓசையில் அமைந்தது. திருப்பதி வெங்கடாசலபதி அனுமன் போன்ற தெய்வங்களையும் ராமாயணக் கதையுடன் இணைத்துப் பாடுவது.

(13) 1915 அக்னிப் பிரவேசக் கும்மி, ஸ்ரீ பத்மநாப விலாஸ் அச்சுக் கூடம், காஞ்சிபுரம். சீதை அக்னிப் பிரவேசம் செய்த காட்சியைக் கும்மி வடிவில் காட்டுவது. வட்டாரரீதியான கதை வேறுபாடு உண்டு.

(14) 1915 ராமாயணச் சிந்து திருப்புகழ், காவடிச்சிந்து ஓசையில் அமைந்தது. வட்டாரரீதியான வேறுபாடு உண்டு.

(15) 1917 மயில் ராவணன் சரித்திரத் திருப்புகழ் சிந்து, ஆறுமுக முதலியார்; ராம லக்ஷ்மணர்களின் புகழைக் காவடிச்சிந்து ஓசையில் மக்கள் பாடுவதற்காக எழுதப் பட்ட நூல்.

(16) 1917 பரதன் பாதுகை பூசை, கே.வி. கதிர்வேல், கும்பகோணம். பரதன் 14 ஆண்டுகள் பாதுகையைப் பூசை செய்யும் காட்சியைக் காவடிச்சிந்து பாணியில் வர்ணிப்பது.

(17) 1918 அற்புத ராமாயண சரித்திர, கும்மி, பத்மாவதி, ராமநாதபுரம். ராமாயணக் கதையின் 20 நிகழ்ச்சிகளைக் கும்மி வடிவில் பாடுவது.

(18) 1918 ராமாயணப் பல மெட்டுக் கும்மி, கிருஷ்ணசாமி அய்யர், போளூர். ராமாயணக் கதையைப் பல வகையான மெட்டுகளுடன் பாடுவதற்கு ஏற்ப அமைந்தது.

(19) 1919 ராமாயணத் திருப்புகழ் சிந்து, பஞ்சாபகேச ஐயர், கும்பகோணம். கும்மி ஓசையில் ராமாயணக் துணுக்குகள்.

(20) 1921 வாலி மோட்சம், வடிவேலு செட்டியார், கொரக்கோட்டை அச்சகம், சென்னை. வட்டார ரீதியான நிகழ்வைக் காட்டுவது.

(21) 1922 சம்பூர்ண ராமாயண நொண்டிச் சிந்து, பாலகிருஷ்ணன் பிள்ளை, சென்னை.

(22) 1923 ராவண வதையும் பட்டாபிஷேகமும், ஜெகதீஷ் ஐயர். பெண்கள் பாடுவதற்கு ஏற்ப எழுதப்பட்டது.

(23) 1932 ராமாயணக் கும்மி ராமசாமி பிள்ளை, கீழக்கடவூர், சாரதா அச்சாபீஸ், பாளையங்கோட்டை. சில கதைகள் வால்மீகி மூலத்தில் இல்லாதவை. வட்டாரரீதியான கதைகள் உள்ளன.